भिंतींपल्याडचं घर

मिलिंद तोरो

INDIA · SINGAPORE · MALAYSIA

ISBN
Hardcase 979-8-89363-388-7
Paperback 979-8-89322-841-0

आई आणि बाबा,

तुमच्या चरणी अर्पण

मनोगत

बाबा जेंव्हा प्राध्यापक म्हणून कार्यरत होते, तेंव्हा बरीच वर्षे आम्ही वारणानगर येथे होतो. त्यांच्या निवृत्ती नंतर कोल्हापूरला स्थायिक झालो. दर सुट्टीत आम्ही ऐनापूर (आमचे मूळ गाव), मुरगूड (माझे आजोळ), येथे जायचोच! सारा परिवार तिथे जमायचा. एक नवीनच ऊर्जा त्यातून मिळायची. त्यातूनच आमची पिढी घडत गेली. यातील प्रत्येक घरावर काही लिहावे असे मनात आले. २०२० साली कोविडमुळे सगळ्यांप्रमाणे सक्तीची कैद झाली.

आणि या सगळ्या आठवणी उसळून आल्या.

पूर्व पिढीचा इतिहास, घटना या आक्का (माझी आज्जी) कडून मला ऐकायला मिळाल्या होत्याच! कोल्हापूरला आम्ही एकत्रच जेवायला बसायचो. जेवताना मी मुद्दाम काही विषय काढायचो, आणि बाबा त्यावर तासनतास बोलायचे. खरकटी बोटं वाळून जायची. सामाजिक, कौटुंबिक, असे अनेक विषय त्यात असायचे.

अनेक घटना त्यांच्याच तोंडून ऐकल्या.

नंतर नाना काका, कमा आत्या, मल्हारी मामा, यांच्या कडूनही अनेक घटना ऐकल्या.

इथे जे लिहिलंय, ती काल्पनिक कथा नाही.

तो एका घराण्याचा इतिहास आहे. पण ते ऐकीव माहितीचे संकलन आहे. त्यामुळे काही तपशील आणि आकडे यात थोडा फार फरक असणे शक्य आहे.

या लेखनासाठी माझे कुटुंबीय आणि तोरो परिवाराचे सहकार्य आणि प्रोत्साहन लाभले.

अनुक्रमणिका

१. ऐनापूर: आठवणींचे ढग

सन २०१९. काही कामानिमित्त ऐनापूरला जाणे झाले. फार वर्षांनी ऐनापूरचे दर्शन झाले. गावात बदल झाले होतेच! पण भूगोल मात्र बदलला नव्हता!

ज्या तळ्यावर आम्ही आमच्या बालपणी अनेक कारनामे केले, ते तळे तसेच होते. संध्याकाळ झाली होती. त्या तळ्याच्या काठावर उभा राहिलो. पाण्याच्या संथ लाटा माझे पाय भिजवीत होत्या. आणि आठवणींचे तरंग माझ्या मनात उमटत होते. त्यावेळच्या प्रसंगांच्या आठवांनी मनही भिजून जात होते!

ऐनापूर...! महाराष्ट्र कर्नाटक सीमेवरचं एक खेडं! कर्नाटकात असणारं! आम्ही त्यावेळी वारणानगरला रहात होतो. आई, बाबा, मी आणि माझा धाकटा भाऊ राहूल. आमची तिकडे जाण्याची वाट म्हणजे... मिरज, मग म्हैसाळ, कागवाड, उगार, ऐनापूर!

मातीच्या भिंतींची घरं! गावात पूर्णतः कानडी भाषा!

आमच्या त्या जुन्या घरापाशी मी आलो. सारं काही बदललेलं होतं! मातीचं सिमेंट झालं होतं! न्हाणीचं बाथरूम झालं होतं! परसदाराची ओपन टेरेस झाली होती!

पण मला मात्र त्यात माझ्या घराचीच माती दिसत होती. ओपन टेरेस मला परसदारच दिसत होतं! डोळ्यांना सिमेंट दिसत होतं, पण नजरेत मात्र पितृभूमीतली मातीच होती, जिने अनेक पिढ्या घडवल्या! रस्ते ओळखीचे होते, पण माणसं ओळखीची नव्हती!

घराच्या समोर असणाऱ्या पाटलांच्या वाड्याची कमान तशीच होती!

त्या कमानीवर एक वडाचं रोपटं उगवायचं. ते कधी वाढायचं नाही. पण ते कधी कुणी उपटलं पण नाही. त्या रोपट्याची ही कितवी पिढी होती कुणास ठाऊक, पण आत्तासुद्धा तेवढेच आणि तसेच रोपटे तिथे होते!

जमलं की! आमच्या इतिहासाचा एक तरी साक्षीदार होता! सूर्य मावळतीचा प्रकाश सोडत होता. त्या प्रकाशात मला दरवाज्याच्या उंबऱ्यावर आणि पायऱ्यांवर बसून गप्पा मारणाऱ्या काकवा, आत्त्या, आज्ज्या दिसू लागल्या! मला ऐनापूर जसं आठवतं, तसं ते माझ्या नजरे समोर आलं!

२. ऐनापूर: इतिहास आणि भूगोल

ऐनापूर हे एक खेडं गाव! उगार पासून ७-८ किलोमीटर, आणि इकडे श्री क्षेत्र मंगसुळीपासून १०-१२ किलोमीटर. तालुका अथणी. गावाच्या बाहेरून कृष्णा नदी.

मला जे आठवतंय ते १९६५ नंतरचंच!

पण त्या आधीचा इतिहास पण माहिती करून घेण्याचा प्रयत्न होताच!

गावात जैन समाज अधिक. त्यानंतर लिंगायत. आणि मग बारा बलुतेदार. आणि ब्राह्मणांची ५-७ च घरं. मुस्लिम पण होते.

गाव आणि त्यातल्या त्यात खेडेगाव म्हणजे राजकारण आणि भांडणं ओघानं आलीच!

सगळे काही गुण्यागोविंदानं रहात अशी परिस्थिती मुळीच नव्हती. पण अगदीच खून वगैरे पडत नसत. आता मी हे फार म्हणजे…. फारच पूर्वीचं बोलतोय…!

म्हणजे सुमारे सन १९०० च्या आसपास!

त्या काळी असणारी सामाजिक, राजकीय, धार्मिक, स्वातंत्र्य चळवळ, अशा स्वरूपाची परिस्थिती, यावरच गावातले संघर्ष अवलंबून असत.

त्या मानाने ऐनापुरात फार काही सामाजिक आणि जातीय तेढ नव्हती. जात आणि धर्म या बाबतीत संघर्ष नव्हता. पण भिन्नतेच्या संवेदना मात्र नक्कीच होत्या. त्यावेळी संवादाची साधनं अत्यंत तुटपुंजी होती, आणि बहुतांशी लोक निरक्षर असल्यामुळे कोणताही विचार, घडलेला प्रसंग, स्वातंत्र्य चळवळीच्या बातम्या, इतर घडामोडी गावातल्या लोकांपर्यंत पोचायला अफाटच उशीर लागायचा.

ऐनापूर हे पंचक्रोशीतील श्रीमंतांचं गाव म्हणून ओळखलं जाई. म्हणजे त्या काळी तरी या गावातील प्रत्येक व्यक्तीची ओळख ही `ऐनापूरचे सावकार... किंवा ऐनापूरचे मालक `अशी होती. कालानुरूप गावात अनेक सामाजिक, राजकीय, सांस्कृतिक वगैरे बदल होतच गेले.

मी सुरुवात करतोय ती मला जेव्हापासून आठवतंय तेंव्हापासून!

म्हणजे सुमारे १९६५.

माझ्या बालपणीचं जे ऐनापूर होतं, त्यावेळी एस टी नं गावात शिरलं, की ती जिथे `स्टॅन्ड` म्हणून थांबे, तिथे एक दोन छोट्या खोल्यांची कौलारू इमारत होती. बाहेर व्हरांडा होता. त्याला चावडी म्हणत. तेच बस स्टॅन्ड पण होते! तिथून पुढे कुडचीला जायचा रस्ता होता. चावडी च्या त्या खोल्या आम्ही जेव्हा जेव्हा बघू तेंव्हा बंदच असायच्या. कधी कधी त्या व्हरांड्यात काही गलिच्छ काका पत्ते खेळताना दिसत. कधी कधी दोघे तिघे सतरंजी अंथरून घोरत असायचे. काही मजूर दिसणारे लोक दोन पायांवर उकिडवे बसून बिडीचा धूर सोडत बसलेले असत.

चावडीच्या समोर डावीकडे जरासं लांब नवीनच बांधलेली शाळा होती. ते बांधकाम अनेक वर्षं चालू होतं. आणि उजवीकडे ओपन टुरिंग टॉकीज होतं. (आम्ही ५ वी ६ वीत गेल्यावर ते चालू झालं असावं).

बसनं ऐनापुरात उतरलं, की उजवीकडे चावडी. त्यालाही उजवीकडे ठेवून उजवीकडे वळले, की आराध्ये मास्तरांचे घर. हा आराध्ये मास्तरांच्या घराचा परिसर म्हणजे गांधी चौक. कधी काळी तिथे गांधी येऊन गेले होते असे म्हणतात. त्या चौकात एक ध्वज स्तंभ होता. तिथे राष्ट्रीय ध्वजाचे ध्वजारोहण होत असे. त्यावेळी गावातील नागरिक उपस्थित असत.

(१५ ऑगस्ट आणि २६ जानेवारी हे दोन्ही दिवस शालेय कामकाजातलेच होते. त्यामुळे या दिवशी आम्ही तिथे कधीही नव्हतो. पण खास निमंत्रण देऊन एकदा माझ्या बाबांच्या हस्ते आणि एकदा माझे धाकटे काका, जे भारतीय सैन्यात अधिकारी होते आणि जे १९७१ च्या पाकिस्तान लढाईत सहभागी असून सेना मेडल प्राप्त शूर वीर होते, त्यांच्या हस्ते ध्वजारोहण करण्यात आले होते.)

चावडीकडून येणारा रस्ता गांधी चौकातून सरळ पुढे व्यापार पेठेत जात असे.

पण आम्हाला घराकडे जाण्यासाठी मात्र त्या चौकातून डावीकडचा रस्ता धरावा लागे.

या डावीकडच्या रस्त्याने वळून थोडे पुढे गेले की ऐनापूरचे सुप्रसिद्ध तळे.

या तळ्याचे सौन्दर्य अपरंपार होते. आम्ही हे तळे आटलेले पाहिले, पण अगदी कोरडे पडलेले मात्र कधीच पहिले नाही. अत्यंत संथ लहरी. शांत पाणी. तळ्याच्या पूर्ण गोलाकार काठावर काही रानटी आणि बहुतांशी बाभळीची आणि चिंचेची झाडं. संपूर्ण गावाला पाणी पुरवणारं हे तळं! तळया भोवती फेरी मारता यावी यासाठी वरती भरपूर रुंदीचा काठ.

तळ्यातल्या पाण्याची खोली कळावी म्हणून त्याच्या मध्यभागी एक लाकडी खांब रोवलेला.

पूर्ण गाव याच तळ्यातून पाणी घेऊन घरी भरून ठेवायचे. त्या काळी नळ नव्हते.

आणि म्हणूनच त्या तळ्याचे पावित्र्य जपले गेले. तिथे कुणीही कसलीही घाण करत नसे.

तळ्याच्या काठावर देशपांडे मास्तरांचे घर.

म्हणजे,आराध्ये मास्तरांच्या घरापासून डावे वळण घेतले की थोड्या अंतरावर देशपांडे मास्तरांचे घर. मग तिथून तो रस्ताच उजवीकडे वळायचा. उजवीकडे वळून रस्ता जाईल तसं जात रहायचं.... वाटेत मुतालिक वाडा. ते पिढीजात डॉक्टर होते. मुतालिक वाड्याला पार करून सरळ पुढे गेले की हा रस्ता उजवीकडे वळायचा. त्या कोपऱ्यावरच आमचे घर. त्याच कोपऱ्यात मुख्य दरवाजा. उजवीकडे वळलेल्या रस्त्याच्या पलीकडे सुतारांची घरे. दरवाज्याच्या समोर पाटलांचा वाडा.

घर रस्त्यापासून पाचेक फूट उंच. त्यामुळे पायऱ्या होत्या.

आमच्या घराला लागून पाठीमागे जैन. अशी अठरा पगड समाजाची माणसं होती.

सुतारांच्या घरावरून त्या उजवीकडच्या रस्त्यानं पुढे गेले की वाटेत पीजी मास्तरांचे घर.

पण मुतालिकांच्या वाड्यापासून जसे आम्ही पुढे येऊ, आणि आम्हाला आमचं घर दिसू लागे, तशी आमची पावले झपा झप पडत असत.

घराची ओढ!

असं काय होतं त्या घरात?

काहीही नसूनही सगळं काही होतं!

अनेक वर्षे वीज नव्हती. म्हणजे घरी विजेचे दिवे नव्हते. सुमारे १९७० च्या आसपास त्या घरात ट्रान्झिस्टर आला. त्यावर फक्त पुणे आणि मुंबई स्टेशन लागे. प्रचंड खरखरीच्या आवाजात बातम्यांचे नेमके शब्द शोधून काढणे हे मोठ्या कौशल्याचे काम असे.

पाण्याचे नळ नव्हते. सार्वजनिक नळ पण नव्हते. तळयावरून घागरी भरून आणायच्या.

झोपायला गादी उशी वगैरे चैन नव्हती. खाली एक जाड सतरंजी. आणि उशाला आपले कपडे, टॉवेल हे गरजे प्रमाणे घ्यायचे. अंघोळीच्या पाण्याला चुल्हाण पेटवायचे. तेवढ्या वेळेत जमले, तरच अंघोळ!

धुणं आपापलं धुवायचं.

स्वयंपाकाला अनेक वर्षे गॅस नव्हता. चुलीवरचा स्वयंपाक. चहा सारख्या गोष्टींना बारकी चूल. मग मध्यम आणि मग मोठी.

आणि सगळयात महत्वाचे म्हणजे याला लागणारे इंधन... म्हणजे लाकूड! ते लाकूड वखारवाला घरी आणून टाकायचा. मग ते कुऱ्हाडीने बारीक करायचं. कधी कधी यासाठी गडी यायचे. आमची न्हाणी म्हणजे आत्ताच्या एखाद्या बंगल्यातील हॉल एवढी मोठी होती. म्हणजे तिथे जर रेन डान्स ठेवला, तर किमान २५ जण व्यवस्थित नाचू शकतील, एवढी न्हाणी होती. त्यात पाणी तापवायला एक मोठं चुल्हाण होतं. सरपण साठवायला जागा होती. तळ्यातून भरून आणलेले पाणी साठवायला मोठे मोठे हंडे होते. कपडे धुवायला एक चौकोन होता. त्यावर एक पाट्यासारखा मोठा घडीव दगड होता. भांडी घासायला वेगळी जागा होती. वाळलेले कपड ठेवायला आणि ओले कपडे ठेवायला अशा दोन वेगवेगळ्या जागा होत्या.

सकाळी उठल्यावर सर्व विधींसाठी हंड्यांत साठवलेले पाणी वापरायचे!

निम्म्याअधिक गावातल्या घरांत संडास नव्हता. पण आमच्या घरात होता.

पण तो त्या काळच्या पद्धतीने बांधलेला होता.

घराच्या प्रांगणातच पण मागच्या बाजूला बाहेरच्या कोपऱ्यात चार फूट उंचीच्या भिंतीचा एक हौदासारखा चौकोन होता. तोच संडास. भारतीय पद्धतीने विधी करण्यासाठी दोन पायऱ्या. आणि त्या दोन पायऱ्यांच्या मध्ये केलेला विसर्ग जाण्यासाठी उघडीक. खाली एक मोठी खोलीच होती... हे सगळं साठवण्यासाठी!

ती खोली कधी भरायचीच नाही!

मला जरा मोठं... म्हणजे पाचवीत वगैरे गेल्यावर अशी शंका येत असे की, पावसाळ्यात तरी यात पाणी जाऊन हे भरले, तर काय?

पण तसेही कधी झाले नाही ही गम्मत आहे.

बऱ्याच वर्षांनी मला कळलं की घराच्या बाहेर एका आडोशाला त्याला खालच्या बाजूला एक अवघड दरवाजा होता....

असो....

थोडक्यात काय... तर... शून्य सुविधा असणारं ते घर होतं!

आणि तरी सुद्धा त्या घराची ओढ होती.

आमचंच असं होतं असं नव्हे. तर अख्ख्या गावातल्या सगळयांचंच तसंच होतं.

आणि या असुविधांबद्दल कुणाचीही अज्जिब्बात तक्रार पण नव्हती.

'परिस्थितीशी जमवून घेतलेच पाहिजे' हे तत्व सर्वमान्य होते.

आणि म्हणूनच कुटुंबात, शेजाऱ्यांत, समाजात, जाती धर्मात, गावा गावात, सधन निर्धन यांच्यात कधीही तेढ निर्माण झाली नाही. कटू प्रसंग आले असतील. संघर्ष पण झाला असेल. पण शत्रुत्व कधीच निर्माण झाले नाही.

३. ऐनापूर: गंधवाटा

गावातले रस्ते हे रस्ते नव्हतेच मुळी! नागरिकांनी बांधलेल्या इमारती सोडल्या, तर जो भाग शिल्लक राही, तो रस्ता होता. रस्ता हा पण बांधावा किंवा घडवावा लागतो, हे कुणाच्याही गावी नव्हतं.

रस्ते म्हणजे दगड, धोंडे, मुरूम, धूळ, खड्डे, चढ, आणि पावसाळयात चिखल याचे संमेलन होते. पण तशाही अवस्थेत आम्हाला त्यावरून चालत जायला काहीच वाटत नसे. बैलगाड्या तर खडाक धडाक असा आवाज करत जात. एखादा श्रीमंत माणूस सायकल वरून पण जाई. हे मी १९६५ सालच्या सुमारासचं सांगतोय बरं!

बऱ्याचशा कुटुंबांत गाई म्हशी किंवा शेळया असायच्या. त्यांना याच रस्त्यावरून कुठेतरी चरायला न्यावं लागे. त्यांच्या शेणानं आणि लेंडक्यानी पण रस्ता भरलेला असे.

कुठे कुठे एखादया जागी एखाद्या म्हशीला मुतायची लहर आली, की ती थांबून तिचा कार्यक्रम करे. तो संसर्ग इतर म्हशींना पण होई. बिन पावसाळयाचा चिखल पहायला मिळे.

पण कुठे कुठे काही वाड्यांच्या अंगणात सुवासिक फुलं पण फुललेली असत. मोगऱ्याची झुडुपं, रातराणीचा वेल, अनंताची फुलं...हे पण नजरेस पडत असे.

अशा अंगणांत आम्ही बिनदिक्कत घुसत असू.

आतल्या दरवाज्यातून कुणी आज्जी किंवा काकू आम्हाला ओळखत असे. ओळखले, तर मराठीत (त्यांना अवगत असणाऱ्या मराठीत) विचारपूस करत.

पण बहुतांश वेळी आम्ही जिथे शिरू, त्यांची आमची ओळख नसे. पण म्हणून काही अपरिचित आपल्या घरात घुसलेत असा काही त्यांचा आविर्भाव नसे. मग संवाद चालू होई:

“निनू यार मगा?” (तू कोणाचा मुलगा?)

आम्हाला हे कन्नडचं जुजबी ज्ञान होतं. पण खरं सांगायचं तर ते नंतर... जरा मोठं झाल्यावर आलं. पण मी हे ज्या काळाचं वर्णन करतोय, तेंव्हा आम्हाला पंधरा वीस च कन्नड शब्द माहिती होते.

पण...आपण यांच्या घरात घुसलोय.... यावरून तर्क करून ते काय बोलतायत इतकं आम्हाला समजत असे.

“तोरो”....

हे उत्तर आमच्या बाल सेनेचा कर्नल... माझा धाकटा भाऊ `राहूल` हा अत्यंत शौर्याने देत असे. त्यावेळी तो असायचा चार पाच वर्षांचा. पण त्याच्या या `बाणेदार` उत्तराने काकू खूष होत असत. त्याचा गालगुच्चा घेत.

कर्नल ला कळत असे की... अब ऊंट पहाड के नीचे आ गया है....
(हे मला तर कधीच समजत नसे....) मग तो एकदा माझ्याकडे मग
माधुरीकडे (माधुरी ही माझी आत्ये बहीण, माझ्याच बरोबरीची) बोट
दाखवायचा... मग त्या मोगऱ्याच्या झाडाकडे बोट दाखवायचा आणि
काकूंना सांगायचा...

"दादा (म्हणजे मी), ताई (म्हणजे माधुरी)....(मग मोगऱ्याच्या झाडाकडे
बोट दाखवून) फुलं कूड"

'कूड' म्हणजे... 'दे'

म्हणजे... 'दादा ताई मोगऱ्याची फुलं मागतायत... तर तुम्ही द्या.'

त्या काकू याच्या आवेशाने केलेल्या मागणीवर इतक्या खूष व्हायच्या,
की स्वतः फुलं तोडून द्यायच्या! आणि त्यानंतर ते कुटुंब आमचं मित्र
व्हायचं. मुक्त प्रवेश असायचा. अगदी स्वयंपाकघरापर्यंत! ना भाषेचा
अडथळा... ना जाती धर्माचा अडथळा... ना इतर कोणत्याही कारणांचा
अडथळा...!

तो रस्ता असा सुगंध आणि प्रेम पण देऊन जायचा.

पण खरं सांगायचं तर... हे रस्ते हा आमचा एक गुरूच होता असं
म्हणायला हवं.

'चालणं सोपं नसतं. वाट तर कधीच सरळ आणि गुळगुळीत नसते.
क्षणोक्षणी निर्बुद्ध दगडांचे अडथळे येतच असतात. पण वाटेवर अनेक

21

सुगंध पण असतात! तिथे रमा. वाटेवरच्या शेण मुतावरून पटापट उड्या टाकून पुढे चला.` अशा अनेक शिकवणी तो देत रहायचा.

४. ऐनापूर: संस्कृती आणि परंपरा

घरातून बाहेर पडल्यावर उजवीकडच्या रस्त्याने म्हणजे सुतार गल्ली ने पी जी मास्तरांच्या घरावरून सरळ पुढे गेले की वाटेत गांधी चौकातून व्यापारपेठेमार्गे येणारा रस्ता उजवीकडून येऊन मिळे. त्याला काही जण व्यापार किंवा पेठ चौक म्हणत. तिथून सरळ पुढे गेले की वाटेत मारुतीचे मंदीर.

या मंदिरात गणपतीची पण एक मोठी मूर्ती होती. (त्याची कथा नंतर सांगतो)

या मंदिराच्या आवारात एक हौद होता. म्हणजे अजूनही असेल! तो सतत पाण्याने भरलेला असे. आमच्या घरापासून हे मंदीर चालत गेले तर पाच सात मिनिटांच्या अंतरावर! साधारण एप्रिल मे महिन्यात कधीतरी ऐनापुरात 'उकळी' नावाचा उत्सव साजरा व्हायचा! हा फारच भारी उत्सव होता.

या उत्सवाला दिनांक अथवा तिथी याची अडकाठी नव्हती. उकाडा असूनही पाण्याचा भरपूर साठा... अशा परिस्थितीतच हा साजरा होई. हौद तर पाण्याने भरलेला असायचाच, शिवाय दोन काहिली पण पाण्याने भरून ठेवलेल्या असत.

उकळी तीन दिवस चाले. राधा आणि कृष्ण यांच्यातील क्रीडेचा हा एक प्रकार मानला जाई. दोन स्त्रिया देवळाकडे तोंड करून रस्त्यावर उभ्या असत. त्यांच्या हातात बाभळीच्या काटेरी काठ्या असत.

सहभागी पुरुष कापडाच्या झोळीतून त्या हौदातून पाणी भरून त्या महिले पर्यंत येत. पण एकावेळी एकच पुरुष येई. आणि त्या स्त्रीवर पाणी फेके. याला ती स्त्री काठीने मारून त्याला विरोध करे.

असे करताना स्त्री मागे मागे जात असे. कधी कधी पुरुष खरंच फटके खात असत. हे बघायला गाव लोटे. रस्त्याच्या दुतर्फा, घरांच्या गच्च्यांवर, रस्त्याच्या कट्ट्यांवर, जागा मिळेल तिथे माणसं उभी असत.

त्या स्त्रीचा वार शिताफीने चुकवून तिला जलाभिषेक घातला तरी, किंवा एखाद्या पुरुषानं फटके खाऊन माघार घेतली तरी, लोक उत्साहाने दंगा करत. टाळया, शिट्ट्या, शेलकी विशेषणे, यांची लयलूट होत असे.

हे सारे देवळापासून सरळ रस्त्याने फार फार तर आमच्या घरापर्यंत येत असे. त्यापुढे पुरुषांच्या झोळीत पाणी टिकत नसे. गळून जाई.

मग त्या दिवशीचा हा खेळ समाप्त होई.

मधल्या पेठेच्या चौकात हलगी आणि पिप्पाणी यांचा धुमाकूळ सुरु होई. दोघेही पावशेर टाकून असत. त्या नादावर आणि तालावर लोकं धिंगाणा घालत! उकळीच्या पाण्याने आधीच चिखल झालेला असे. काहीजण

त्यात यथेच्छ चिखल स्नान करून घेत. कोणी तरी कुणाला तरी उगाचच खांद्यावर घेऊन नाचत असे.

पण माझ्या निरीक्षणानुसार यात सामील होणारे लोक हे कनिष्ठ आर्थिक वर्गातील असत.

पण हे सगळे बघणे म्हणजे अत्यंत मनोरंजन होत असे. सर्वजण याचा आनंद लुटत.

नंतर त्या स्त्रियांचा साडी चोळी देऊन सत्कार करून त्यांची रवानगी केली जाई.

या स्त्रिया ठरलेल्या असत आणि त्या गावातल्या नसत. बहुतेक पुरुषही मजूर किंवा गडी म्हणून काम करणारे असत.

रात्री त्या व्यापारी चौकात 'पारिजात' हे नाटक होई.

श्रीकृष्ण, महाभारत, यातील प्रसंग गुंफून त्याचे सादरीकरण होई.

तेही बघायला ऐनापूरच काय... पंचक्रोशीतली माणसे येत. पण श्रीकृष्णाची एन्ट्री मात्र पहाटे होई. त्यामुळे अनुभवी गावकरी रात्री एक झोप काढत आणि त्याच्या एंट्रीच्या वेळी प्रेक्षकांत येऊन बसत.

या नाटकाच्या घोषणेसाठी गावात दवंडी पिटायला येणारा माणूस पण श्रीकृष्णाच्या एन्ट्रीची वेळही त्याच वेळी जाहीर करत असे.

त्याच्या प्रवेशानंतर मग रुक्मिणी आणि सत्यभामा यांच्या पारिजातकाच्या भांडणाचा प्रवेश सादर केला जाई. श्रीकृष्णाची आणि नारदाची भूमिका करणाऱ्यांना मात्र मान होता.

पी जी मास्तरांच्या घराच्या अलीकडे डावीकडे एक रस्ता फुटला होता. त्याने सरळ गेले की विश्वेश्वराचे मंदिर होते. खिद्रापूरच्या मंदिराप्रमाणेच याही मंदिराची हेमाडपंथी रचना होती. अति प्राचीन असेच वर्णन करता येईल असेच ते होते. खांबांवर सुंदर नक्षीकाम होते.

याला आम्ही महादेवाचा माळ म्हणत असू. हे एक टेकाड होते, आणि वस्ती त्या मानाने तुरळक होती. इथून नदी खूपच जवळ होती. त्यामुळे पूर आल्यावर इतस्तः पाणी पसरे, पण हे ठिकाण उंचावर असल्यामुळे इथे मात्र पाणी येत नसे. पण या मंदिराकडे फारसे कोणी फिरकत नसे. त्या परिसरात कट्टी कुटुंबीयांनी घर बांधायला काढले. तर पाया खोदताना तिथे गणपतीची मोठी मूर्ती सापडली. ती बघायला सगळा जिल्हा यायचा. लांबून लांबून पण अनेक तज्ज्ञ यायचे.

सर्वानुमते आणि सर्वसंमतीने त्या मूर्तीवर अनेक सोपस्कार करून ती मारुतीच्या मंदिरात प्रस्थापित केली.

विश्वेश्वराच्या देवळाच्या मागे काहीच अंतरावर कृष्णा नदी. पण त्या ठिकाणच्या प्रवाहात मगरी आणि पाणसाप असत. म्हणून त्या ठिकाणी कोणीही फारसे जात नसे.

हीच नदी गावाला डावीकडे टाकून पुढे जाई. आम्ही नदीकडे जाताना तळ्यावरून जात असू. कारण नदीचा तिकडचा भाग सुरक्षित होता. मगरी वगैरे नव्हत्या.

या विश्वेश्वराच्या देवळाच्या मागे कृष्णेचे जे पात्र होते, तिथे मार नावाची एक ओढ्यावजा छोटी नदी येऊन मिळते. त्या संगमावर तुरळक वस्ती होती.

ऐनापूर आणि आजूबाजूला सगळी काळी जमीन होती. पूर्णतः काळी जमीन! ती शेत जमीन होती, आणि त्यातील विशिष्ट पिकांसाठी ती उपयोगी व्हायची. पण या मार नदीच्या पलीकडे मर्यादित क्षेत्रात मात्र पांढरी.....म्हणजे अगदी चुन्यासारखी माती होती. चार पाच पिढ्यांआधी असे निदर्शनास आले की ही माती चिकट आहे. अगदी सिमेंट सारखी! मग या मातीचे उत्खनन करून ती बांधकामासाठी वापरण्यात येऊ लागली.

या कृष्णा नदीच्या निमित्ताने अनेक आठवणी जागृत होतायत!

गावाचे जुने बस स्टॅन्ड म्हणजे चावडी.

तिथून सरळ रस्त्याने पुढे गेले की कुडची नावाचे छोटे खेडेगाव. त्याही पलीकडे काही खेडी पण नव्हेच... वस्त्याच होत्या त्या! मध्ये कृष्णेचे पात्र! हा सगळा परिसर म्हणजे सुमारे चार पाच किलोमीटरचा परिसर बरं का!

तर.... आताची माझी आठवण म्हणजे...

डॉक्टर साबळे हे ऐनापुरातले सुप्रसिद्ध डॉक्टर होते. ब्राह्मण होते.

ऐनापुरातल्या अनेक रुग्णांची तपासणी आणि त्यांना औषधोपचार करून झाल्यावर ते आजूबाजूच्या खेड्यांतील किंवा वसाहतीतील रुग्णांसाठी बाहेर पडत.

ते ऐनापुरातून सकाळी गावातल्या रुग्णांशी संवाद साधून बाहेर पडत. सायकलवरून जात.

येताना दोन टेकड्यांच्या चढावर सायकल चालवताना कुणालाही धाप लागेल... किंबहुना सायकल हातात धरूनच चढावं लागेल अशी स्थिती! पण डॉक्टर साबळे नित्य नेमाने दररोज तिकडे जात. उपकरणांच्या आणि औषधांच्या बॅगेसकट! तो चढ सायकलवरूनच चढून येत! आणि सगळयात गमतीची गोष्ट म्हणजे त्यांच्या सायकलच्या हँडलला एक उघडी पिशवी असे. त्यात शेंगदाणे असत. येता येता ते मूठ मूठ भरून शेंगदाणे खात येत!

गावातून मंगसुळीला जाणाऱ्या रस्त्यावर सिद्धेश्वराचे मंदिर होते. त्यावेळी मंदिराचे आवार बंदिस्त आणि खूपच छोटे होते.

सिद्धेश्वराचा चांदीचा मुखवटा मला तरी फार आवडायचा! त्या देवाकडे पहात राहावंसं वाटे. त्यावर मुकुट असे. आणि त्या मुकुटावरून खाली

झिरमिळ्या सोडलेल्या असत! मंदिराला बंदिस्त कुंपण होतं. आणि त्याबाहेर अंगण! अंगणात प्रशस्त चिंचेची झाडं होती.

सिद्धेश्वराची अलीकडेच जत्रा भरू लागली. पूर्वी मात्र त्याची जत्रा नसे.

(सिद्धेश्वर मंदिर)

गावात काही विशिष्ट कार्यक्रम किंवा घटना घडली तरच... किंवा कोणी कोणी नवस बोलले असतील तर.... किंवा देवाचे काही उत्सव असतील तर... सिद्धेश्वराची पालखी निघे!

आमच्या समोर जो पाटलांचा वाडा होता, त्याची प्रवेशद्वाराची कमान घरासमोरच दिसायची. ते नेमगोंडा पाटील. ते गावाचे पाटील होते. माझ्या आधीच्या पिढी पर्यंत त्या सर्व कुटुंबियांना पालखीचा मान होता.

त्यांच्यातील सर्व स्त्रिया पडद्याच्या पालखीतून प्रवास करत. त्यांना आम्ही कधीच बघितले नाही.

तर सिद्धेश्वराची पालखी सूर्यास्तानंतर निघत असे. पालखी येतेय हे आम्हाला ती खूप लांब असतानाच ढोलांचा आवाज ऐकून कळायचे. मग आम्ही सगळे आवरून सावरून दारात वाट बघत बसायचो. कुणीतरी खाली उतरून उजवीकडच्या रस्त्यावर नजर टाकून,

“पी जी मास्तरांच्या पुढे आली” अशा वार्ता देत असे. घरात आत कुणी आवरत बसले असेल, त्यांना या सूचना नेमस्त बाल संदेशवाहक आत जाऊन दारातूनच “पी जी मास्तर!” एवढेच सांगत असे आणि पुन्हा पळत येऊन वाकून येत गर्दीत सर्वात पुढे येऊन उभा रहात असे.

पालखीचं देखणेपणच तसं होतं!

पुढे भालदार असत.

ठिकठिकाणी मशाल धारक!

त्यावर अधून मधून रॉकेल ओतलेल्याचा वास. मग उडालेला भडका आणि उजळलेला आसमंत!

अत्यंत शिस्तबद्ध असलेला धनगरी ढोल!

राकट मदमस्त पिळदार शरीरयष्टीचे सावळे काळे धिप्पाड धनगर पुरुष.

डोईवर धनगरी फेटा. त्यांच्यातील नायकाच्या फेट्याचा शेमला डोकीमागे सरळ लोंबायचा. आणि त्याचं स्थान बहुतेकदा मध्यभागी असे. उघडे शरीर. खांद्यावर घोंगडी. खाली धनगरी धोतर. पायात धनगरी वहाणा! या वहाणा रेड्याच्या चामड्याने बनवलेल्या असत. चामड्याचे एकावर एक असे तीन चार थर असत. म्हणजे यांच्या पायताणाची जाडी सुमारे बोटाच्या दोन पेरांएवढी असे. वरती जाडेजाड़ अंगठा आणि वादी. त्यावर केलेले गोंड्यांचे केलेले नक्षीकाम!

या वहाणा पायात घालून चालणे हा एक शक्तीयुक्त प्रयत्न असे. अनेक वर्षं ते पायताण झिजतच नसे. गळ्यात अडकवलेला धनगरी ढोल. आणि हा ढोल चामड्याचा आणि लाकडी बांध्याचा! म्हणजे वजनदार! हातात ढोल वाजवायला जाड ढोलकाठी. कपाळाला भंडारा लावलेला.

आणि ढोल बडवताना एका संथ लयीत सुरुवात करून द्रुत लयीत यायचे. त्या लयी आणि तो ताल अंगावर शहारे आणायचा. ढोलाच्या गजरा शिवाय दुसरा कोणताही आवाज नसे.

एखाद्या चौकात... किंवा एखाद्याने नवस बोललेला असेल, तर त्याच्या दारात मात्र हे ढोलकरी रंगात येत. रिंगण धरून नाचत नाचत ढोल बडवीत! त्यांचं नाचणं हे इतकं प्रेक्षणीय असे की जगाच्या जागी आमचा देह पण थरथरू लागे. मर्दानी नृत्य असे ते!

या रिंगणानंतर ते घामाने थबथबत. पण थांबत नसत.

या ढोल पथकामागे सिद्धेश्वराची पालखी असे. पुढे दोन आणि मागे दोन अशा भोयांनी ती तोललेली असे.

जागोजाग आजूबाजूचे नागरिक पालखी थांबवत. महिला त्या भोयांच्या पायावर घागरी भरून जलाभिषेक करत. दुसरी त्यांच्या चरणावर हळद कुंकू वाहे. केवढी ही अपार श्रद्धा!

देवा बद्दल तर काही बोलायलाच नको... पण त्याच्या सहवासात असलेल्या आणि त्याला वाहून नेणाऱ्या माणसाचे पण तेवढेच पावित्र्य आहे असे मानून त्याची पण पूजा करणारे हे श्रद्धावान होते.

मग देवाला हळद कुंकू, कधी कधी प्रसाद ठेवला जायचा. काहीवेळा तो त्या परिसरात लगेचच वाटला पण जायचा.

येणारी पालखी ही बहुतेक वेळा शेवटी आमच्या समोरच्या पाटलांच्या वाड्यात जाई आणि तिथे तिची यथासांग पूजा होऊन पालखीची सांगता होई.

त्यामुळे आमच्या घराचा चौक हा त्यांचा शेवटचा थांबा असायचा. त्यामुळे घरासमोरच ढोल पथकाचं रिंगण व्हायचंच. शेजारचे सुतार पण पाणी घालून पूजा करायचे. आम्ही खाली उतरून देवाचे दर्शन घ्यायचो. सिद्धेश्वराची पालखी हा एक प्रेक्षणीय भाग असायचा!

काही वेळा उकळीला जोडून किंवा कधीतरी अधे मधेच इतरही स्पर्धा आयोजित केल्या जात.

कुस्ती हा त्यातला एक अति लोकप्रिय खेळ! यासाठी आजूबाजूच्या गावांतूनही मल्ल यायचे. चावडीच्या समोरच्या शाळेच्या मैदानात माती टाकून मैदान तयार व्हायचे.

आजूबाजूला अनेक पैलवान लंगोट बांधून घुमत रहायचे. मधूनच कुणीतरी बैठक मारायचा, शड्डू ठोकायचा. त्याचे सहकारी त्याला कुठे तेल लाव, कुठे अंगावर माती टाक, कुठे मालिश कर... असे काहीबाही करत रहायचे. एखादा बुलडोझर गावात कामाला आल्यावर त्याचं काम बघायला जसे गावकरी आजूबाजूला जमतात, तसे या पैलवानांभोवती ते जमायचे. बहुतांशी प्रेक्षक हे पंचा, धोतर, किंवा टॉवेल गुंडाळून आलेले असत. अंगात बंडी किंवा नेहेरु शर्ट, आणि डोक्याला गांधी टोपी किंवा टॉवेल किंवा गुंडाळलेलं फडकं.

फड सकाळी लवकरच चालू होई. पण त्यात कसलेही नियोजन नव्हते. विविध वयोगट किंवा वजन गट असे काही नव्हतेच. ज्याला कुस्ती लढायचीय, तो आखाड्यात येई. त्याच्याशी लढत कोण देणार...याची

विचारणा झाल्यावर काही मल्ल पुढे येत. त्यातील एकाशी तो आव्हान देणारा मल्ल लढे. किंवा त्यांना नकार देत असे.

असं चालूच असे. आणि मग त्यात उप उपांत्य, उपांत्य, अंतिम... असले कसलेही प्रकार नव्हते. डोळयापुढची कुस्ती.... ती खरी चालू कुस्ती. ती जिंकली, की त्याचा कार्यभाग इति संपूर्णम!

माझे काका... आप्पा काका.. म्हणजे माझ्या बाबांचे पाठचे बंधू हे व्यायाम पटू होते. त्यांनी त्या मैदानात अनेक कुस्त्या मारल्या.

आणखीही इतर अनेक क्रीडा स्पर्धा होत्या.

उभा दोरखंड लावायचे आणि तो कमीतकमी वेळात चढून उतरणे ही स्पर्धा. झाडावर चढण्याची स्पर्धा असायची. वजनदार बैलगाडी ओढत नेण्याची स्पर्धा असायची.

गावात जैन वस्ती अधिक होती, त्यामुळे जैन मंदिर पण होते. भगवान महावीरांची मूर्ती तेथे होती. त्यांचेही काही सण उत्सव होत असावेत. आम्ही त्या मंदिरात अनेकदा जाऊन दर्शन घेत असू. त्या मंदिराच्या आवारात एक जास्वदींचं मोठं झाड होतं, आणि ते सतत फुललेलं असे. त्याची फुलं तोडून आम्ही भगवानांना वहायचो.

गावात अनेकदा सत्पुरुष वंदनीय दिगंबर स्वामी येत असत. ते गावातून भ्रमण करून आपल्या भक्ताच्या घरी प्रवेशत. त्यांची महानता आम्हाला थोडे मोठे झाल्यावर कळली.

मुस्लिमांची एक मशीद पण होती.

मागे म्हंटल्याप्रमाणे, हे वर्णन सुमारे १९६५ च्या पुढे मागे आहे.

त्यातील काही परंपरा, कार्यक्रम, उद्देश... यात बदल होत गेला. तो पुढे येईलच!

पण एक न बदलणारी गोष्ट म्हणजे भूगोल!

चावडी, आराध्ये मास्तरांचे घर, गांधी चौक, डावीकडे तळे, देशपांडे मास्तरांचे घर, मुतालिकांचा वाडा, सुतार गल्ली, मारुतीचे मंदिर, विश्वेश्वराचे मंदिर, सिद्धेश्वर, व्यापारी पेठ चौक... हे मात्र या क्षणी सुद्धा जसेच्या तसेच आहे!

सांगायची गोष्ट अशी की ऐनापुरात विविध समाजाचे लोक रहात. ते त्यांच्या त्यांच्या परंपरा सांभाळत. त्याला कोणीही अडवत नसे. गावात भांडणं होती! पण ती जाती धर्मावरून नव्हती! वैयक्तिक कारणांवरून होती.

५. ऐनापूरचं घर:

आमचं घर सुमारे शंभर फूट लांबीचं आणि ५० फूट रुंदीचं असेल. सुतार गल्लीच्या दिशेत रुंदी. आणि तिथून काटकोनात वळल्यावर मुतालिकांच्या दिशेने लांबी. ऐनापुरातील बहुतांशी घरं ही दगड मातीच्या बांधकामातली!

दगड म्हणजे घडीव किंवा घोटीव चौकोनी दगड नव्हे, तर... एक दगड घ्यायचा. वडर त्यावर घणाचे रट्टे मारायचा. मग त्याचे जे जे, जसे जसे तुकडे होतील, ते यांचे बांधकामाचे दगड बनत. मग त्यात बारक्या बारक्या चिपऱ्या पण अनेक असत. एखादा मोठा धोंडा पण असे. पण गवंड्याला बांधायला सोपे जावे म्हणून वडर मोठा धोंडा ठेवतच नसे. बारके तुकडेच जास्त असत.

घराच्या बांधकामाला तेंव्हा इंजिनियर वगैरे प्रकार अस्तित्वातच नव्हता.

एके वेळी आमच्या थोड्या अंतरावर मागच्या बाजूस एक बांधकाम चालू होते. आम्ही ते बाजूला उभे राहून तासनतास बघत असू. अधून मधून ते मालक येत असत.

मुकादम यायचा. सोबत हत्यारांसकट मजूर.

(मुख्य प्रवेशद्वारातून आत आल्यावर असलेल्या अंगणात आक्का उभी आहे. तिच्या मागे असणारी भिंत हे घराचे कुंपण. पण अशाच पद्धतीने इतर भिंती बांधलेल्या होत्या. या कुंपणाच्या मागे रस्ता. सुतार गल्ली. आणि त्यामागे दिसतायत ती सगळी सुतारांची घरं. कुंपणाला काटकोनात जी भिंत उभी आहे, ती शेजारच्या जैनांच्या घराची भिंत.)

मल्लप्पा नावाच्या मजुराच्या खांद्यावर कुदळ असायची. त्याच्या सोबत त्याची बायको खोरं आणि पाटी घेऊन असायची. मल्लाप्पाच्या कमरेला

पंचा. बाकी उघडा बंब. हडकुळा देह. नखशिखांत काळा मिट्ट. बायको नऊवारीत. कपाळाला आडवं भस्म. ती पण सावळी.

मुकादम एके ठिकाणी उभा राहून मल्लाप्पाला सांगायचा की, “समोर दगड लावलाय बघ... तिथं पर्यंत पायासाठी चार फूट खुदाई करायची!”

तो फक्त दिशा दाखवायचा. आणि मल्लाप्पा आणि त्याची बायको कामाला लागायचे.

पायाचे खड्डे तयार! मग जागेवर मोठाले दगड येऊन पडायचे. ते फोडायला वडर कामाला लागायचे. विश्वेश्वराच्या पलीकडून पांढरी माती यायची, जी सिमेंट सारखी वापरली जायची. मग बांधकाम सुरु!

मालकाला कुठे कुठल्या खोल्या हव्यात, त्यात काय सुविधा हव्यात.... याचा काही संबंधच नसे. कारण त्यावेळची वास्तू रचना ही ठरलेलीच असे.

आमचेही घर असेच होते. दगडांच्या खापऱ्या, कपच्या, काही छोटे मोठे दगड आणि त्यात सिमेंट म्हणून वापरलेली पांढरी माती, यांनी घडवलेले बांधकाम!

मुतालिकांच्या घरासमोरून पुढे आल्यावर उजवीकडे आमच्या घराची शंभर फूट लांबीची भिंत. आणि मग उजवीकडे वळणाऱ्या रस्त्यावर म्हणजे... सुतार गल्लीच्या कोपऱ्यावर आमचे प्रवेशद्वार.

पाचेक फूट वरती चढायला पायऱ्या नव्हत्याच! दगड रचून ठेवलेले होते. खूप नंतर तिथे पायऱ्यांचे बांधकाम झाले. आत शिरल्यावर समोर मोकळे अंगण. डावीकडे सुतार गल्लीला सहा फूट उंचीची भिंत. कुंपण असल्यासारखी. त्यामुळे अंगण बंदिस्त होते.

दरवाज्यातून आत आले की समोर आमच्या पलीकडील जैन वाड्याची भिंत.

दरवाज्यातून प्रवेश केला की अंगणातून उजवीकडे अगदी मध्यभागी घराचे प्रवेशद्वार. आत आल्यावर बाहेरची बैठकीची खोली. त्याला आम्ही चौक म्हणत असू. अंदाजे ३० फूट लांबी आणि रुंदी असणारी खोली होती ती! आणि त्याच्या केंद्रस्थानी एक ४ फूट लांबी रुंदी आणि तीन फूट खोल असणारा दगडांचा बांधीव चौक होता, आणि त्यावरचे छत उघडे होते. छताच्या ठिकाणी फक्त आडव्या सळया टाकलेल्या होत्या वरती. त्यामुळे प्रकाश आणि पावसाळ्यात पाऊस... हे सगळेच त्यातून मुक्त आणि मनसोक्त प्रवेश करत असत.

त्याच्या चार कोपऱ्याला चार लाकडी खांब होते, आणि तीन फूट उंचीचे लाकडी कुंपण होते, जेणे करून कोणी अनवधानाने आत चौकात पडू नये.

घराच्या या दरवाज्यातून आत आल्याबरोबर डावीकडे आणि उजवीकडे भिंतीत निम्म्या कपाटाएवढी म्हणजे सुमारे चारेक फूट उंचीची बारकी

बिन दरवाज्याची कपाटे होती. काही वर्षांनंतर त्यात मध्ये फळ्या टाकल्या. डावीकडचे कपाट चपला ठेवण्यासाठी होते.

तिथे चपलांचा ढीग असे. जो सर्वात उशिरा येईल, त्याच्या चपला सर्वात वर! एखाद्याला कधी चप्पल हवे असल्यास त्याला सारा ढीग उपसावा लागे. तिथेच वर खाली करून आपली जोडी बाहेर काढायची. आणि दरवाज्या बाहेर जाऊन घालायची. घरी आल्यानंतर चपला मुख्य दरवाज्याच्या बाहेरच काढायच्या. त्या हातात घेऊन डावीकडच्या कपाटात फेकून द्यायच्या. पण जेंव्हा बाहेर जायचा प्रसंग यायचा, तेंव्हा बऱ्याच वेळी झुंडच बाहेर पडत असे. म्हणजे.... तळ्यावर फिरायला जायचे, तर सगळी बाल सेना बाहेर पडत असे. मग तिथे चपलांच्या कपाटाजवळ जो कोणी पोचे, तो मुलांच्या आकाराचे सगळे चप्पल जसे हाताला लागतील, तसे तसे बाहेर फेके. मग सगळे जण आपापल्या चरणांना सुरक्षित आवरण करून बाहेर पडत.

टेनापूरचे घर.
सुतार कुटुंबे
पाटलांच्या वाड्याची कमान
सुतार गल्लीचा रस्ता
→ पुढे PG मास्तरांचे घर
मुख्य प्रवेशद्वार
अंगण
तुळस
बोळ
जैन यांच्या घराची भिंत
कट्टा
चुल्हाण
कपाट
कपाट
मुसळ
उखळ
न्हाणी
हौद
हंडे
जातं
बाळंतिणीच्या खोल्या
चौक
चुली
स्वयपाक घर
आक्काचे कपाट
ओपाळा
आतली खोली
माजघर
देवघर
खोली
पडवी
(वरती कौलारू छप्पर)
ओटा
संडास
गोठा
तळ्याकडून येणारा रस्ता
मागील दरवाजा.

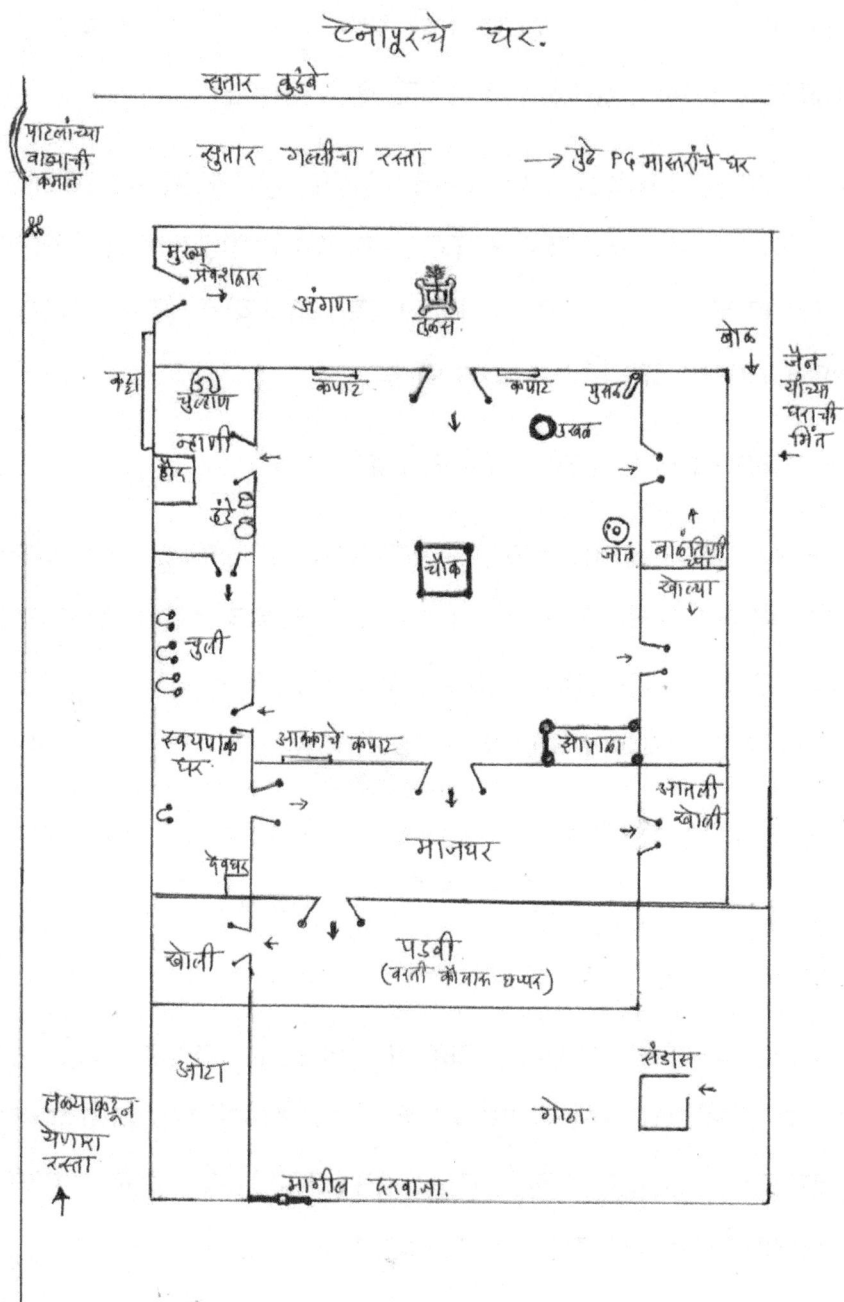

उजवीकडच्या कपाटात विविध गोष्टी ठेवल्या जात. चिपटं, मापटं, शेर अशी मापं, काथ्या, सुतळी, बुट्ट्या असं बरंच काही...!

भिंतीत थोड्या उंचीवर जागोजाग अनेक कोनाडे होते. समोरच्या भिंतीवर सगळ्यांचे फोटो फ्रेम करून लावलेले. मध्यभागी माझी आज्जी... तिला आम्ही आक्का म्हणत असू. आणि माझ्या आजोबांचा (त्यांना `मामा` म्हणत.) यांच्या दोन मोठ्या फ्रेम्स होत्या.

त्या खाली आतल्या माजघरात जायचे प्रवेशद्वार.

या दोन फोटोंच्या डावीकडे माझे सगळे काका आणि काकू यांचे जोडीचे आणि माझ्या आत्या आणि त्यांचे पती यांचे जोडीचे असे फोटो क्रमाने लावलेले होते. उजवीकडे ज्या क्रमाने आमची पिढी जन्मली, त्या क्रमाने आमचे सगळयांचे बाळ असतानाचे फोटो होते.

चौकातल्या समोरच्या डाव्या कोपऱ्यात एक प्रशस्त झोपाळा ठेवला होता. त्यावर घोंगडी, चादरी वगैरे अंथरून एक बैठक व्यवस्था तयार केलेली होती.

समोरचा उजवा कोपरा हा आक्काचा! आक्का तिथेच झोपायची. त्या भिंतीत खाली एक उघडं छोटं कपाट होतं. आणि वरती एक कोनाडा पण होता. त्या कोनाड्यात आलेली सगळी पत्रे (टपाल) असे. अक्षरशः पंधरा पंधरा वर्षांचा पत्रव्यवहार तिथे पहायला मिळे.

खालच्या कपाटात आक्काचं अंथरूण पांघरूण, उशी, इत्यादी सर्व असे. कालांतराने तिची काही औषधेही तिथे असत.

मुख्य दरवाज्यातून आत आले, की उजवीकडे न्हाणीचा दरवाजा होता.

आणि उजवीकडेच त्याच भिंतीत थोडं पुढे स्वयंपाकघराचा दरवाजा होता. न्हाणीतूनही आतून स्वयंपाकघराला दरवाजा होता.

डाव्या भिंतीच्या बाजूला दोन लहान खोल्या होत्या. त्या अंधाऱ्या होत्या. त्यातल्या फक्त एका खोलीला वरून बारका झरोका होता. त्या दोन्ही खोल्यांना बाळंतिणीच्या खोल्या म्हणत. आम्ही बघत असू तेंव्हापासून तरी त्या बहुतेक वेळा रिकाम्याच असत. कधी कधी काही पोती असत. त्या खोल्यांत कुणाचाच वावर नव्हता. पण आमच्या धाकट्या भावंडाना भीती दाखवायला त्याचा उत्तम उपयोग होत असे.

त्या पहिल्या बाळंतिणीच्या खोलीच्या दरवाजातच धान्य दळायचं जातं होतं. बऱ्याचदा त्यावर पीठ दळताना आम्ही पाहिलेलं आहे. खेळताना त्या जात्यावर आपटून काही जणांची डोकी पण फुटली आहेत. दळपाच्या आधी एक दिवस ते जातं धुवून वाळवायचं असे. तो एक मोठा कार्यक्रमच असायचा.

जात्याच्या खुंट्याला धरून ते कुणी फिरवायला लागलं, की आम्ही तिथे मांडी घालून बसत असू. मग... 'जरा ते फडकं आणून दे बघू' असं सांगितल्यावर तत्परतेने उठून फडकं आणून देणे वगैरे जबाबदारीची कामं आम्ही करत असू. आणि मग सगळं झाल्यावर आमच्या डोक्यावर

हात फिरवून `किती मदत केली ग बाई!` असा कौतुकाचा वर्षाव होत असे.

समोरील भितींवरील फोटोंच्या खाली असणाऱ्या दरवाजातून आत गेलं, की माजघर. चौकाच्या लांबी इतकंच माजघर होतं. पण रुंदी लहान होती. दहा बारा फूट असेल. इथे जमिनीत पेव होतं. वरचा दगड काढला की खाली आठेक फूट खोलीची जागा. त्यात काही धान्य वगैरे साठवत असत असे म्हणे. पण आम्ही त्याचा वापर झालेला कधी पाहिला नाही. मी मात्र एकदा शिडी वरून खाली उतरलो होतो. अलिबाबाच्या गुहेत आल्यासारखंच वाटत होतं. माजघराच्या डावीकडे आणखी एक खोली होती. बहुतेक वेळा त्याचा वापर महिला कपडे बदलायला करत असत.

माजघराची उजवी बाजू म्हणजे सलग आलेले स्वयंपाकघरच होते.

माजघरातून तीन पायऱ्या खाली उतरल्या की पडवी. मोकळी जागा. फक्त वरती कौलारू छप्पर.

पडवीच्या उजवीकडे दोन खोल्या होत्या. त्या कुणा कुणाला तरी भाड्याने दिल्या जायच्या.

पडवीतून डावीकडे वरती गेले की तो अजरामर संडास.

पडवीच्या डावीकडून वरती संडासला जायला वाट होती.

मग त्या डाव्या कोपऱ्यात एक तुटका फुटका, अष्टावक्र आकार प्राप्त झालेला हंडा ठेवलेला असायचा. शेजारी भरपूर मार खाल्लेला जर्मनचा तांब्या. आमच्या घरी हे एकमेव पात्र जर्मनचं होतं!

तिथेच खाली एक चपलांचा जोड असायचा. त्याच्या अंगठ्याची नेहेमीच त्रेधा उडालेली असायची. आणि ते चप्पल कधीही कुणीही दुरुस्तीला देऊन अंगठा जोडून आणलेला मला आठवत नाही. ते चप्पल घालण्याचा आणि पायाच्या मापाचा सुतराम संबंध नव्हता.

आमचा पाय तर त्याच्या निम्म्या भागातच मावे. आणि पाय आतल्या आत आडवा पण फिरवायला भरपूर जागा असे. मग ते घालून चालताना सटाक्क फटाक्क असा आवाज येत असे. त्याही पेक्षा अवघड गोष्ट म्हणजे हे अवाढव्य चप्पल सांभाळत संडासात गेल्यावर त्या दोन पायऱ्यांवर पाय ठेऊन तोल सांभाळणे!

पुढे पुढे त्या चपलांचे सर्वच अवयव निकामी झाले की मगच तिच्यावर अंत्य संस्कार होत.

त्याच्या आधीच कुणाची तरी जुनी किंवा निकामी झालेली जोडी तयारच असे.

त्या आमच्या संडासानं कधीही नवी चप्पल बघितली नाही!

संडासात कुणी गेले आहे, हे पडवीतल्या तांब्या आणि चपले वरून ओळखायचे. दुसरा मार्ग नव्हता. नंतर तो हंडा पिचला.

तेंव्हापासून न्हाणीतून तिथल्या तांब्याने पाणी आणून पडवीतल्या जर्मन तांब्यात ओतायचे अशी प्रथा चालू झाली.

पडवीच्या समोर भरपूर मोकळी जागा होती आणि मग कम्पाउंडची उभी भिंत. आणि उजव्या बाजूस मागचे दार. ते बहुतेक वेळा बंदच असे. पण ही सगळी पडकी जागा होती, आणि इथे कुणाचाच फारसा वावर नसे.

वास्तविक रचना अशी होती की, हे पाठीमागे असणारेच खरे प्रवेशद्वार होते. मग पडवी... पण हे गेटवे ऑफ इंडियाच्या ताज हॉटेल सारखे झाले होते.

या कंपाउंड लगतच एक नुसतेच छप्पर होते. तो गोठा होता. खूप पूर्वी म्हशी होत्या, आणि एक घोडं पण होतं. त्याला घोडा म्हणता येणार नाही. तळयावरून पाणी आणणे, कधी कधी धान्याची पोती ने आण करणे, यासाठी ते वापरत. पण जसे आम्ही थोडेसे मोठे झालो, तसे ही गुरे दिसायची बंद झाली.

मग गोठा पडला. आता तिथे मातीचे ढीग, बाभळीची झाडे वगैरे होते.

पडवी वरची कौलं सोडली तर पूर्ण घराला धाब्याचं छप्पर होतं. खालून लाकडाचे कडीपाट आणि त्यावरून दगड माती!

चौकात डाव्या बाजूला छताला झोपाळयासाठी चार कड्या होत्या. बऱ्याचदा त्यावर झोपाळा अडकवलेला असे. किंवा दोन दोऱ्या अडकवून त्यात कापडाची झोळी घालून झोपाळा तयार होई.

सगळी जमीन शेणानं सारवलेली असे. अनेकदा आम्ही स्वतः सुद्धा सारवलेली आहे. संपूर्ण घराला एकही खिडकी नव्हती.

पलीकडे जैनांच्या घराच्या भिंतीत आणि आमच्या घराच्या भिंतीत तीन फुटाचा एक बंदिस्त असा बोळ तयार झाला होता. पुरुष मंडळी त्याचा वापर लघुशंकेसाठी करत.

६. तोरो: मूळ आणि कूळ - गणेश दीक्षित पणजोबा

आमचं हे घर कुणी आणि केंव्हा बांधलं, त्याचा कसलाच इतिहास उपलब्ध नाही. पण ते अंदाजे १८५० च्या आसपास असावे. इंग्रज आणि संस्थानिक यांच्या संघर्षाचा तो काळ होता.

त्याच्याही आधी इतिहासात थोडे डोकावले तर असे दिसते की मुघल, आदिलशाह, कुतुबशाह या सगळ्यांशी टक्कर देणारा आणि हिंदवी स्वराज्य स्थापणारा एक छत्रपती शिवाजी राजे हा महापुरुष होऊन गेला. त्यांच्या पश्चात या हिंदवी स्वराज्याच्या महाराजांनी आणि महाराणींनी उत्तम राज्य केले. नंतर सातारा गादीच्या छत्रपती शाहू महाराजांच्या अधिपत्याखाली पेशव्यांनी हिंदवी स्वराज्याचा भगवा जरी पटका अटकेपार नेला. पण या सगळया धामधुमीत, जो प्रदेश हिंदवी स्वराज्यात नव्हता, आणि जिथे अजूनही अल्प प्रमाणात का होईना, पण त्या `शाही` सत्ता होत्या, त्यांनी हिंदूंचा अनन्वित छळ आरंभला.

आणि अशा परिसरातून अनेक जाती धर्माचे सामान्य लोक आपली शेती वाडी, घर दार सोडून कुटुंबासह पलायन करू लागले. त्यांच्या साठी अनेक संस्थानिकांनी आणि सोबतच इंग्रजांनी पण आसरा म्हणून काही योजना जाहीर केल्या.

या योजने अंतर्गत अनेक कुटुंबे अनेक ठिकाणांहून ऐनापुरात आली. (खरे तर अनेक गावात आली) स्थानिक प्रशासनाने त्यांना पोटाला आधार म्हणून काही निनावी जमिनी कसण्यासाठी दिल्या. त्यांना इनामी जमीन म्हणत.

त्यावेळच्या त्या सरकारी कार्यालयात ही त्रस्त कुटुंबे गेली, आणि आवश्यक माहिती (कागदपत्रे नव्हेत) दिली, की याना कोणती आणि कुठली जमीन द्यायची ते ठरवले जाई. त्याचे निकष मला माहिती नाहीत.

त्या काळात ऐनापूरच नव्हे तर अनेक... म्हणजे अगदी महाराष्ट्रातील संस्थाने सुद्धा अशा प्रकाराने व्यवहार करत होती. परकीय सत्तेत भरडल्या जाणाऱ्या 'आपल्या' माणसांना आपल्याशिवाय कोण आधार देणार? ही शिवरायांची कल्पना त्यावेळच्या सत्ताधाऱ्यांनी राबवली.

तर ऐनापूर पुरते बोलायचे तर... अशी कुटुंबं तिथे वर्षानुवर्षे येत राहिली, आणि ऐनापूरने ती सांभाळली. हा आपला... हा परका.... हा आत्ता आत्ता आलाय... याचा धर्म भिन्न आहे.... हा मूळचा मराठी भाषिक आहे... अशी भिन्नता या गावाने कधी पाळलीच नाही आणि अनुभवलीच नाही.

आमच्या घरात मराठी आणि कन्नड या दोन्ही भाषा होत्या. त्यामुळे पहिली गोष्ट म्हणजे आम्ही मूळचे तिथलेच, की स्थलांतरित आहोत, ते समजण्यास मार्ग नाही.

आमच्याकडे काही आमच्या स्वतःच्या जमिनी होत्या. आणि काही इमानी जमिनी पण होत्या. त्यामुळे आमचे मूळ कुठले, याचा शोध घेण्यात काही अर्थ नाही.

आम्ही मूळचे ऐनापूरचेच असेच आम्ही मानतो!

आमचं मूळचं आडनाव दीक्षित! तोरो नव्हे! दीक्षित या शब्दाचा अर्थ तज्ज्ञ असा आहे. आम्हाला ज्ञात असणारे कुटुंब प्रमुख म्हणजे धोंडो.

त्यांच्याही आधी 'मारुती' नावाचे होते, असे पुसट माहिती आहे, पण त्याची खात्री नाही.

धोंडो दीक्षितांचा पुत्र अण्णाजी.

यांच्या पत्नीची नावे, त्यांचे माहेर, कोणी आत्या मामा होते का... ते काहीही माहिती नाही. अण्णाजी पत्रिका वगैरे तयार करत आणि त्यांना वैद्यकीय ज्ञान पण होते असे म्हणतात. काही सरकार दरबारच्या लोकांना त्यांनी औषध पाणी करून बरे केले होते. त्या बदल्यात त्यांना काही जमीन पण इनाम म्हणून मिळालेली होती.

अण्णाजींचा पुत्र म्हणजे गणेश दीक्षित.

गणेश दीक्षित हुशार होते. भिक्षुकी करत. भिक्षुकी म्हणजे भटजी. पण साधे सुधे भटजी नव्हते. वेद शास्त्र संपन्न होते. पूर्ण पंचक्रोशीत त्यांचे नाव आदराने घेतले जायचे. पण कमाई मात्र बेताचीच!

ऐनापुरातला कोणताही तंटा बखेडा यांच्याकडे येत असे. गणेश दीक्षितांचा शब्द शेवटचा मानला जाई. ते बरोब्बर निवाडा करत. खूप लांबून लांबून लोक त्यांच्याकडे निवाड्याला येत. नुसते तंटेच नव्हे, तर गावाच्या म्हणून काही समस्या असतील, तरी ते यांच्याकडे घेऊन येत. सरकार पुढे काही म्हणणे मांडायचे असेल, तरी ते कसे मांडावे, हे विचारायलाही गावकरी येत.

यातून लोक कधी कधी आपण होऊन काहीबाही भेट देत असत. पण गणेश दीक्षितांनी मात्र कधीही कुणाही कडे काहीही मागितलं नाही. ते एखादी पूजा किंवा क्रिया कर्म करायला गेले तरी दक्षिणा मागत नसत. पूजे पुढे ठेवलेली प्रसादाची फळं, लोकांनी टाकलेले पैसे यालाही ते कधी हात लावत नसत. काही वेळा लोकच त्यांना ते सर्व घरी आणून देत. अनेक जण तेही करत नसत.

पण गणेश दीक्षित खाऊन पिऊन सुखी होते. शेतीचे काही उत्पन्न येत असे, त्यावर त्यांचे छान भागत असे.

त्याकाळी सोनं अतीच स्वस्त होतं. १ तोळा सोनं म्हणजे सुमारे १२ ग्रॅम. १९०० साली १० ग्रॅम सोन्याचा भाव अंदाजे बारा पंधरा रुपये असेल!

त्यामुळे त्या काळी सुखवस्तू लोकांकडे अगदी सहज दीड दोनशे तोळे सोनं असायचं! त्यात विशेष काही नव्हतं! पैशाच्या गुंतवणुकीचे इतर मार्ग नव्हते. त्यामुळे साठलेल्या पैशाचं सोनं घेऊन ठेवत. सोनं मौल्यवान झालं ते स्वातंत्र्या नंतर.

पी जी मास्तरांच्या घरा जवळ एक विशाल असा पिंपळाचा वृक्ष होता. त्या खाली दगडी पार बांधलेला होता. गणेश दीक्षितांची ती बसायची जागा. ते घरातून निघाले की त्यांच्या साठी पारावर घोंगडं अंथरून बैठक व्यवस्था केली जायची. मागे लोड. समोर लोक. जेंव्हा निवाडा नसे, तेंव्हा कुठल्या तरी मुद्द्यावर चर्चा होत असे. अवती भोवती पन्नासेक लोक त्यांना ऐकायला जमलेले असत.

साधारणतः सन १९०० च्या आसपासचा काळ होता तो!

देशभर स्वातंत्र्य लढ्याचं वारं वहात होतं. टिळक आगरकरांसारखे समाज सुधारक नवनवीन संकल्पना घेऊन पुढे येत होते. केसरी वृत्तपत्र चालू झाले होते. या सगळ्याचा ऐनापूरला गंधही नसता, जर गणेश दीक्षित नसते तर! गणेश दीक्षितांचा या लढ्यात सक्रीय सहभाग होता की नाही ते माहिती नाही.... असेलही किंवा नसेलही! पण स्वातंत्र्य लढ्याच्या आणि तत्सबंधी इतर घडणाऱ्या रोजच्या घडामोडी ते गावकऱ्यांना सांगत असत, आणि त्यावर भाष्य करत असत.

आमचं दीक्षित वरून तोरो हे नाव कसं झालं, या बद्दल कोणतीही ठोस माहिती उपलब्ध नाही. जुने पुराणे लोक ज्या ज्या कथा सांगतील, त्या त्या आम्ही ऐकत आलो. त्यातल्या त्यात एकच कथा थोडीशी तर्क संगत होती.

गणेश दीक्षितांचा गावात उगाचच पोलीस पाटला सारखा दरारा मुळीच नव्हता, पण त्यांच्या शब्दाला अत्यंत मान होता.

निवाडा झाल्यावर, गावाची एखादी समस्या सुटल्यावर, सामाजिक व्यवस्थे बद्दल एखादा सल्ला दिल्या बद्दल, काही धार्मिक तंटे सोडवल्या बद्दल अशा अनेक गोष्टींबद्दल जेंव्हा गणेश दीक्षित आपला अंतिम शब्द टाकत, तो खरंच अंतिम असे! आणि त्याने कधीही कोणाचेही नुकसान तर सोडाच...पण सर्वांचाच फायदा होतं असे.

त्यामुळे त्यांच्या पाठीमागे लोक त्यांचे वर्णन हे `थोर ओ...` असे करू लागले म्हणे!

एक संवाद आम्हाला याचे उदाहरण म्हणून सांगितला गेला....

प्रसंग असा होता म्हणे की एका एकत्र कुटुंबात तीन भाऊ आणि एक बहीण असे होते. सर्वांची यथावकाश लग्नं झाली. त्यातील एका सुनेचं नणंदेशी पटेना. ती नणंदेला माहेरी येऊच द्यायची नाही.

बाकी काहीही प्रश्न नव्हता.

त्या सुनेचं इतर जावांशी, सासू सासऱ्यांशी उत्तम जमत होतं. तिचा घर कामातला उरकही उत्तम होता. पण नणंद म्हंटलं की तिचं टाळकं सणकायचं! बरं.... नणंद पण खरं तर छान वागायची. इतर जावाना ती बहिणच मानायची.

गणेश दिक्षितांनी हे सगळं ऐकून घेतलं. त्यांच्या असं लक्षात आलं की या दोघींचे ग्रह अत्यंत शत्रू ग्रह आहेत. यांचे कधीच सहमीलन होऊ शकणार नाही.

याना समजावून सांगण्यात पण अर्थ नाही. यांचं आयुष्यभर जमणारच नाही! मग आता कौटुंबिक स्वास्थ्य कसे टिकवावे?

यावर तुम्ही आम्ही काय विचार करू?

विविध उपाय आपल्या मनात येतील... की... त्या सुनेनं वेगळं रहावं... वगैरे!

पण गणेश दिक्षितांनी असा निवाडा दिला की,

'नणंद या घरी यायच्या आधी सुनेला माहेरी पाठवावे. म्हणजे तिला माहेरपण पण मिळेल. नणंदेला पण माहेरपण मिळेल. आणि नणंद परतली, की सुनेनं घरी परतावं!'

सगळेच खूष!

'गणेश दीक्षित थोर ओ...'

'गणेश थोरओ...'

'गणेश थोरो...'

असं होत होत....... ते 'तोरो' झालं अशी पण एक ऐकीव कथा आहे.

सत्य माहिती नाही.

गणेश दीक्षितांचे गणेश तोरो झाले. पण कागदोपत्री त्यांचे नाव दीक्षित असल्यामुळे त्यांनी आपले आडनाव अधिकृत रित्या बदलले नाही. पण पुढील पिढी म्हणजे आमच्या आजोबांपासून मात्र दीक्षितांचे तोरो झाले.

आणि मग काय... पुढे सगळे 'तोरो' च झाले!

गणेश दीक्षितांचा प्रवास हा 'दीक्षित भटजी'...... 'गणेश दीक्षित'... यावरून 'गणेश तोरो' वर येऊन पोचला होता.

पण खरी परिस्थिती अशी होती की, गावात आणि पंचक्रोशीतही त्याना मान होताच! पण त्यांचे शिक्षण फारसे नव्हते, त्यामुळे बुद्धिमत्ता असूनही त्यांच्या बौद्धिक दर्जा एवढा सन्मान त्यांना कधीच मिळू शकला नाही. जगाच्या नजरेत ते एक भटजीच होते. समाजाने आपल्याला सन्मानित करायचे असेल तर समाजाने दिलेल्या प्रमाणपत्रांचीच आवश्यकता असते हे त्यांनी जाणले होते. समाजाने दिलेल्या म्हणजे... काही मान्यवर शैक्षणिक संस्थांनी!

गणेश पणजोबांकडे मात्र दुर्दैवाने असले कोणतेही प्रमाण पत्र नव्हते. त्यामुळे त्यांनी गावभर सगळ्यांना सांगितले की पोरांना शिकवा!

समाजातील अशिक्षितपणा दूर व्हावा, महिलांना किमान साक्षर तरी करावे अशा अनेक सामाजिक सुधारणांसाठी त्यांनी प्रयत्न केले. या बद्दल त्यांना विरोधही खूप झाल्याचे ऐकिवात आहे.

पण त्याचे तपशील उपलब्ध नाहीत. गावात गणेश दीक्षित हे काही एकमेव आदरार्थी पुरुष नव्हते. त्या काळाच्या प्रथेनुसार गावचा पाटील... (आमच्या समोरचे नेमगोंडा पाटील) आणि इतर अनेक कारभारी पण आदरार्थी होते. त्यांच्या शब्दाला सुद्धा मान होता. अनेकांना पालखीचा मान होता. गावच्या पाटलाचा निवाडा (खटल्याचा निर्णय) हा अंतिम मानला जात असे, आणि तो सर्वांना बंधनकारक राही. गावातल्या शाळांत असलेले मास्तर हे बहू शिक्षित मानले जात. त्यांना पण बहुमान असे.

अशा सगळ्या आदरयुक्त माणसांच्या समवेत गणेश दीक्षित सभा भरवत!

मध्यम उंची आणि बांधा. शुभ्र धोतर आणि अंगात बाराबंदी, डोईवर पगडी. कुठला तरी समारंभ असेल तेंव्हा झिरमिळया असलेली पगडी, जरी काठाचे धोतर असा वेष. कपाळावर गंध, कानाच्या पाळया आणि गळा इथे पण गंध.

त्याकाळचे टिपिकल व्यक्तिमत्व होते आमचे हे पणजोबा!

त्यांची पत्नी (म्हणजे आमची पणजी) विजापूरची. विजापूरचे सांगलीकर. तिचं नाव सरस्वतीबाई... आमची पणजी हे तिच्या वडिलांच्या पहिल्या पत्नीचे अपत्य होते. त्यांच्या त्या पत्नीच्या मृत्यूनंतर त्यांचा दुसरा विवाह झाला. पणजीला सावत्र आई आली. आणि ती अफाटच सावत्र होती. पणजीला तिने शत्रूपेक्षाही अधिक छळले. तिचा गणेश दीक्षितांशी

विवाह झाला. पण नंतर ती कधी माहेरी गेलीच नाही. माहेरचेही कोणी नातेवाईक तिच्याकडे फिरकले नाहीत. नाही म्हणायला एक सावत्र भाऊ पुढे मोठा सरकारी अधिकारी बनला. त्याने एक दोनदा संपर्क केला.

एकदा त्यांना भेटायला माझे आजोबा गेलेले. ती कथा पुढे येईलच! पण त्या घराण्याचा काहीही संपर्क राहिला नाही. पणजीला माहेरापेक्षा सासरच अधिक जिवलग वाटले.

७. गणेश पणजोबांचा संसार:

पणजी अत्यंत सोशिक आणि मायाळू होती. गणेश पणजोबांनी पण तिला तशाच मायेने सहचारिणी म्हणून स्वीकारले. या दाम्पत्याला पहिली पुत्रप्राप्ती झाली. हे बाळंतपण माहेरी म्हणजे विजापूरला झाले की ऐनापूरलाच झाले याची कल्पना नाही.

यांचे नाव कृष्णा ठेवले. दुसरे अपत्य म्हणजे आमचे आजोबा. रामचंद्र. तिसरी कन्या झाली तिला सगळेजण गंगुताई म्हणत. आणि चौथे अपत्य मल्हार. ही चार अपत्ये त्यांच्या पोटी जन्माला आली.

सर्वांचे प्राथमिक शिक्षण ऐनापुरातच झाले.

कृष्णा काका आजोबा अत्यंत कुशाग्र बुद्धिमान होते. महाविद्यालयीन शिक्षणासाठी ते पुण्याला फर्ग्युसन कॉलेजला गेले. कारण त्यावेळी सांगलीचे विलिंग्डन सुरु झाले नव्हते. (ते १९१९ साली सुरु झाले.). त्यांनी गणित विषयात पदवी, आणि त्यानंतरची पदव्युत्तर पदवी पण मिळवली. आणि आंतरराष्ट्रीय तोडीच्या गणिताच्या 'रँग्लर' या पदवीचा अभ्यास करत होते. भारतात रँग्लर अत्यंत नगण्य होते. त्या परीक्षेसाठी पात्र ठरणारे उमेदवारच मुळी हाताच्या बोटावर मोजावे लागतील असे होते.

कृष्णा आजोबा त्यांतील एक होते. त्यांच्यावर साऱ्या देशातील ज्ञानोपासकांचे लक्ष लागले होते. ते रँग्लर होणारच ही काळ्या दगडावरची रेघ होती.

पण या नियतीने मारलेल्या रेघा कधीकधी इतक्या खोलवर रुतून बसतात की काळ्या दगडाच्याच ठिकऱ्या पडून माणसाला काळे ठिक्कर पाडतात.

परीक्षेच्या आधी कृष्णा आजोबा आजारी पडले. बातमी ऐनापुरात आली. गणेश पणजोबांनी आमच्या राम आजोबाना त्यांच्या सेवेला पुण्याला पाठवले.

या सर्वच भावांभावांत अत्यंत प्रेम. आजोबानी कृष्णा आजोबांची मोठ्या प्रेमाने सेवा केली. पण कृष्णा आजोबा गेले. त्यांच्यावर पुण्यातच अंत्यसंस्कार करण्यात आले.

ऐनापूर सारख्या खेड्यातून भिक्षुकी करणारा पण विद्वान असणारा आणि कनिष्ठ मध्यम वर्गात मोडणारा, एक सामान्य माणूस `त्या` काळात कोणत्याही सुविधा, साधने उपलब्ध नसताना आपल्या मुलाला पुण्याला पाठवण्याचा निर्णय घेतो. आर्थिक भार सोसतो.... हे सगळेच कौतुकास्पद वाटते.

ज्याच्यावर आपल्या सगळ्या अपेक्षा आहेत असा अत्यंत बुद्धिमान तरुण मुलगा डोळ्यादेखत जावा... या दुःखाची तीव्रता इतर कोणी जाणूच शकत नाही!

गणेश पणजोबांच्या सगळ्या अपेक्षा, सगळी स्वप्नं, मुलगा `रँग्लर` झाल्यामुळे मिळणाऱ्या मान सन्मानाची स्वप्नं आता चिरडून चूर झाली होती!

चारातून एक वजा झालं होतं. तोरोंच्या आधी लागली गेली असणारी `रँग्लर` ही उपाधी पुसून गेली होती. बीजाचा वृक्ष होता होता, आता तो आकाशाला भिडणार; इतक्यात तो वृक्ष मुळासकटच छाटला गेला होता!

गणेश पणजोबांचं दुःख अपार होतं!

पण आपल्या ज्ञानाच्या बळावर गणेश पणजोबा यातून सावकाशीने बाहेर पडले.

पणजीबाईचे काय? पोटचं पोर गेलेलं! त्या काळाच्या प्रथेनुसार तिला आपलं दुःख किती व्यक्त करायला मिळालं असेल, ...किंबहुना त्याही पलीकडे जाऊन तिला आपल्या मुलाचं अंत्य दर्शन तरी मिळालं असेल का याबद्दल शंकाच आहे!

पण या सगळ्याच धक्क्यातून गणेश पणजोबांनी सर्वांना बाहेर काढले. त्याची गरजच होती.

काही कालांतराने रँग्लर ही पदवी परांजपेंना मिळाली. ते कृष्णा आजोबांचे सहाध्यायी होते की नाही याची कल्पना नाही. पण रँग्लर परांजपे हे जागतिक दर्जाचे गणित तज्ज्ञ म्हणून नावाजले गेले. (नंतर ते फर्ग्युसनचे

प्राचार्य असताना त्याच कॉलेजातील विद्यार्थी स्वातंत्र्यवीर सावरकर यांनी पुण्यात परदेशी मालाची होळी केल्यावरून त्यांना दहा रुपयाचा दंड ठोठावून काही काळासाठी निलंबित केले होते... हे आपले सहज आठवले.)

अथणी हे तालुक्याचे गाव. तिथे अनेक सुविधा. अनेक शासकीय कचेऱ्या.

अथणी मध्ये कुलकर्णी म्हणून एक सरकारी डॉक्टर होते.

त्याकाळी १८८५ साली स्थापन झालेली, स्वातंत्र्य चळवळीची संस्था म्हणजे काँग्रेस! त्यामुळे त्याकाळी जे जे स्वातंत्र्य लढ्यात सहभागी होत, ते काँग्रेसचेच असत! नंतर त्याला अनेक वाटा फुटल्या, तो इतिहास सर्वांना ज्ञात आहेच.

अथणीचे हे सरकारी डॉक्टर कुलकर्णी स्वातंत्र्य चळवळीतील काँग्रेसचे खंदे समर्थक होते.

अथणीच्या जवळच एक 'हुलूगबाळी' नावाचे गाव आहे. तिथले हे कुलकर्णी. गावाकडे त्याचा वाडा होता. शेती होती.

गणेश पणजोबांच्या मनात त्यांची कन्या 'गंगुताई' हिच्यासाठी हे स्थळ म्हणून मनात आले. लग्न ठरले.

गंगुताई आपल्या सासरी अथणीला संसारात रममाण झाली. इतका जुना काळ असूनसुद्धा तिचं नाव लग्नानंतर बदललं नाही.

आमचे आजोबा (रामचंद्र) यांचे आपल्या गंगुताई वर अतिशय प्रेम होते. तिला भेटण्यासाठी ते अनेकदा अथणीला जात.

डॉक्टर कुलकर्णी हे अत्यंत कोपिष्ट होते. खरं तर त्यांचा संताप हा तिरसटपणा म्हणूनच ओळखला जाई. आमचे राम आजोबा पण संतापी होते! पण आजोबांच्या दसपट संताप डॉक्टर कुलकर्ण्यांना होता. त्यामुळे राम आजोबा हे फक्त गंगुताईशी संबंध ठेवत. त्यांचं आणि डॉक्टरांचं अजिबात जमत नसे. डॉक्टर कुलकर्ण्यांना चार मुलं आणि दोन कन्या. जे माझे आत्त्ये काका वगैरे होते. त्यांच्याशी अजूनही आमचा संबंध आहे.

गंगुताई ही त्यांच्या घराण्यात ज्येष्ठ होती, त्यामुळे तिचे धाकटे दीर, नणंदा तिला वैनी म्हणून हाक मारत. गंगुताईंचा पहिला पुत्र म्हणजे बाळण्णा. बाळण्णा लहान असताना आपल्या आईला पण वैनी म्हणूनच हाक मारायचे. पण तो शब्द त्यांना म्हणायला यायचा नाही. वैनीचा उच्चार इन्नी असा करायचे. आणि मग गंगुताईचं रूपांतर कायमस्वरूपी इन्नी असंच झालं. पण तिला गंगुताई हेच नाव अधिक जवळचं वाटायचं.

तिचे भाचे, म्हणजे माझे बाबा, काका वगैरे...आणि तिची स्वतःची मुलं सुद्धा तिला इन्नीच म्हणायचे. पण राम आजोबा मात्र जेंव्हा तिला गंगुताई म्हणून हाक मारत, तेंव्हा तिचा चेहेरा खुलायचा!

त्या काळी मुलींच्या शिक्षणाला फारसे महत्व नव्हते. पण कृष्णा आजोबा आणि राम आजोबा याना मात्र इन्नीने शिकावे असे वाटायचे. मग ती

कधी शाळेला जायची, तर कधी महिनोन्महिने दांडी मारायची. त्यामुळे तिचे शिक्षण फारसे झालेच नाही.

पण तिला वाचनाची खूप आवड होती. भरपूर मराठी साहित्य तिने वाचले होते. तिचा आवाजही गोड होता. भजनं वगैरे म्हणायची.

पणजोबांचे शेंडे फळ म्हणजे मल्हार. इन्नीच्या पाठचे. पण इन्नीत आणि यांच्यात सात आठ वर्षांचं अंतर होतं. मल्हार आजोबा म्हणजे अतिशय सज्जन आणि शांत स्वभावाचा माणूस. नात्याला जागणारा माणूस. व्यवहार फारसा न जपणारा आणि त्यामुळे गोत्यात येणारा माणूस. मनानं निष्पाप.

शिक्षणात फार काही भरीव कामगिरी नसली, तरी बेता बेताने प्रगती होत होती. गणेश पणजोबांनी मग त्यांना अधिकृत पद्धतीने शिक्षक बनवले आणि त्यांना सोलापूरला शाळेत शिक्षकाची नोकरी मिळाली. आयुष्यभर ते तिथे त्याच पदावर राहिले. त्यांचं इंग्रजी अतिशय उत्तम होतं. सुमारे १९६५ च्या आसपास त्यावेळचे राष्ट्रपती डॉक्टर सर्वपल्ली राधाकृष्णन काही निमित्ताने सोलापूरला यायचे होते. त्यांना एक मानपत्र द्यायचे होते. कितीतरी दिवस अनेकांच्याकडून ते लिहून घेऊन रद्द करावे लागले होते. शेवटी जिल्हाधिकाऱ्यांना कुणीतरी मल्हार आजोबांचे नाव सुचवले. त्यांनी ते उत्तम लिहून दिले, ज्याचे राष्ट्रपतींनी पण कौतुक केले होते. त्यांचे आणि आमच्या आजोबांचे एकमेकांवर अतिशय प्रेम होते. गावात त्यांना राम-लक्ष्मणाची जोडी असे म्हणत. आणि ते खरेच होते.

काकांचे लग्न कर्नाटकातील बेळगाव जवळच्या गोकाक गावाच्या `जकाती` या कुटुंबातील कन्येशी झाले. आम्ही त्यांना काकू आज्जी म्हणायचो. त्या पण बाळबोध वळणाच्या होत्या. जकाती हे तिकडे सुप्रसिद्ध वकील होते.

मल्हार काका आणि काकूनी विवाहानंतर सोलापूरला किल्ल्यासमोरील सावली बिल्डिंगमध्ये बिऱ्हाड थाटलं. सावली बिल्डिंगचे मालक होते रिसबूड. ते खालच्या मजल्यावर रहायचे. वरच्या मजल्यावर चाळीसारख्या खोल्या. त्या घरात बाहेर एक कॉट आणि एक दोन खुर्च्या मावतील असा सोपा. माजघरात पण तशीच अवस्था. आणि त्या नंतर स्वयंपाकघर. त्याकाळी तिथे एक बैठा ओटा होता, आणि त्यावर चुली. उजवीकडे न्हाणी. खाली एकच सार्वजनिक संडास.

त्या काळाच्या प्रथे नुसार पती पत्नी यांचे संभाषण अत्यंत अल्प असे. जोडीने कुठे फिरायला जाणे हे सुद्धा त्या काळी लोकांच्या चर्चेचा विषय होत असे. काकू आज्जीला तिच्या माहेरी सोडणे आणणे हे कार्य मल्हार काका आजोबांऐवजी आमचे राम आजोबाच करत असत. धाकट्या भावाचा संसार प्रेमाचा आणि सुखाचा व्हावा, हा त्यामागचा उद्देश होता.

काकू आज्जीला दिवस गेले. पण गर्भ टिकला नाही.

दुसऱ्यांदा दिवस गेले. पण पुन्हा तेच.

असे तीन चार वेळा झाले. कधी गर्भ टिकायचा नाही, तर कधी बाळ टिकायचं नाही!

आमच्या राम आजोबानी मग त्यांच्या पत्नीला म्हणजे आमच्या आक्काला सांगितलं की, “तुला देवांच्या आशीर्वादानं पुत्रप्राप्तीचं वरदान आहे. आता तिचं पुढचं बाळंतपण तू कर.”

आक्काला कन्या प्राप्ती होऊन एक महिना झाला होता. ती कन्या होती, आमची सुमा आत्या. तिचे मूळ नाव सुमन. सगळे तिला सुमा म्हणत. तिचा जन्म अथणीचा! तर, सुमा आत्या एक महिन्याची असताना, आणि एका अर्थाने आक्का ओली बाळंतीण असताना, काकू आज्जीच्या बाळंतपणासाठी आक्का ऐनापूरला आली. मला याचं विशेष वाटतं की, वडील भावानं म्हणजे आमच्या राम आजोबानी सांगितलेलं मल्हार आजोबानी `आज्ञा` म्हणून स्वीकारलं. मनात केवळ वडील भावाबद्दल श्रद्धा ठेवून त्यांनी काकू आज्जीला ऐनापुरात आणलं.

यथासमय काकू आज्जीला पुत्रप्राप्ती झाली. त्याचं नाव पांडुरंग ठेवलं.

नंतर काकू आज्जीला एक कन्या आणि दोन पुत्र झाले. ते सोलापूरलाच झाले.

त्यातील कन्या दुर्दैवाने ऐन तारुण्यात अकस्मात गेली.

काकू आज्जीचा भाऊ गावात काही फारशी प्रगती दाखवेना. मग त्याला सोलापूरला यांच्याकडे ठेवलं. त्यानं तिथे पण काही प्रगती केली नाही. पण असे अनेक जण वेगवेगळया वेळेला सोलापुरात वर्षानुवर्षे मुक्कामाला असत! काका आजोबांचा त्यावेळचा पगार घराच्या किराणा मालातच संपत असे; किंबहुना उधारी रहात असे. तसा व्यवहार कधी

काका आजोबाना जमलाच नाही. जमेल त्याला जमेल तसे सांभाळणे, एवढेच त्यांचे तत्व होते. पण त्या नादात आर्थिक व्यवहार सांभाळताना मग ते तोट्यात येत. अनेकदा त्यांना नुकसान सोसावं लागे. अनेक जण त्यांना व्यवहारात गंडा घालत.

सोलापूरची सावली बिल्डिंग ही काका आजोबांमुळे अनेक जणांची जीवनदात्री होती, हे मात्र नक्की!

८. माझे आजोबा: राम आजोबा...... आणि त्यांचे जीवन.

माझे आजोबा, म्हणजे रामचंद्र गणेश तोरो. हे बुद्धिमान होते. आपल्या वडिलांवर म्हणजे गणेश दीक्षितांवर त्यांची अपार श्रद्धा होती. सर्व भावंडांत प्रेमपूर्वक सलोखा निर्माण करून तो टिकवणे हे त्यांचे वैशिष्ट्य होते. वडील बंधू कृष्णा आजोबांची अंत्य समयीची शुश्रूषा असो, की धाकट्या बंधूंसाठी त्याला जमेल तसे शिक्षण देऊन त्याला नोकरीला लावणे असो, की बहिणीच्या संसारात मदत करणे असो... कुटुंबाला एकत्र ठेवणे हा त्यांचा गुणधर्म वादातीत होता.

आजोबा त्या काळचे बी.ए. झाले. काळ होता सुमारे १९२० च्या आसपासचा.

त्या काळी ग्रॅज्युएट होणं हे अफाटच होतं! कारण बहुतांशी लोक आपली शैक्षणिक पात्रता चौथी पास वगैरे सांगत... आणि ते खूपच मानाचे शिक्षण मानले जाई.

गणेश पणजोबा आता थकत आले होते. त्यांना राम आजोबांबद्दल खूप अभिमान आणि अपेक्षा पण होत्या.

आजोबांचं लग्नाचं वय झालं होतं. स्थळं सांगून येत होती. आजोबांची शरीरयष्टी उत्तम होती. उंच होते. मध्यम बांधा. गोरेप्पान होते. काच्या

मारलेलं धोतर. वरती नेहेरु शर्ट, त्यावर जाकीट. डोकीवर काळी टोपी. त्यांच्या धोतराच्या निऱ्या म्हणजे भूमितीतील रेखीव आकृत्या वाटाव्यात!

माझे बाबा मला सांगत की, ते जेंव्हा धोतर नेसायचे, तेंव्हा ते फक्त निरीक्षण करत रहायचे. त्यांचे दोन निऱ्यांमधले अंतर बदलत नसे. आजोबानाही आपला मुलगा हे सगळे काळजीपूर्वक पहातोय याचे कौतुक वाटत असे.

आजोबा देखणे होते. बुद्धिमान होते. कुटुंबवत्सल होते. शैक्षणिक पात्रतेमुळे भवितव्य उज्ज्वल होते. त्यामुळे त्यांना विवाहासाठी उत्तम स्थळे येत असत.

त्याकाळी मुली शिकूच शकत नसत. पण तरीही आजोबाना पत्नी म्हणून अशी मुलगी हवी होती की जी किमान साक्षर असेल, पुढे जरी नाही शिकली, तरी तिची वैचारिक पातळी चांगली असेल, जी बुद्धिमान असेल... आणि त्या उप्पर, ती संसार उत्तम रीतीने चालवू शकेल!

या सगळ्या अपेक्षांमधून जुगुळ या गावाचे अण्णा कुलकर्णी म्हणून जमीनदार होते, त्यांची ज्येष्ठ कन्या चंद्राक्का या मुलीबद्दल चर्चा चालू झाली. दाखवण्याचा कार्यक्रम झाला असावा. आजोबाना ही जुगुळाची चंद्राक्काच पसंत पडली.

जुगुळ हे खिद्रापूर, नरसोबा वाडी, यांच्या परिसरातील खेडेगाव. कृष्णा नदीच्या काठचं गाव. नदी ओलांडली की पलीकडे खिद्रापूर. त्या ठिकाणी कृष्णा नदी ही कर्नाटक आणि महाराष्ट्राची हद्द होती. कृष्णेच्या

अलीकडच्या काठावरचे खिद्रापूर महाराष्ट्रात. आणि नावेतून नदी ओलांडून पलीकडे गेले की जुगुळ कर्नाटकात! हीच नदी पुढे ऐनापुरातून पुढे जायची.

म्हणजे, जुगुळाचं आणि ऐनापुराचं पाणी एकच होतं!

आण्णा कुलकर्णींची त्या गावात जमीन होती. एक घर होतं. त्याला वाडा म्हणता येईल.

जुगुळाचे अण्णा हा एक सज्जन माणूस होता. त्यांच्या पहिल्या कन्येचा विवाह रामचंद्र गणेश तोरो या बुद्धिमान माणसाशी व्हावा ही त्यांची पण मनोमन इच्छा होती.

चंद्राक्का नाकी डोळी नीटस होती. गोरी होती. सुंदर होती.

दोन्हीकडून पसंती झाली. लग्नाच्या बोलणीला वडील मंडळी बसली. गणेश पणजोबांनी दीड हजार रुपये हुंडा मागितला. सुमारे १९२५ सालचे दीड हजार. जेंव्हा सोने अंदाजे पंधरा रुपये १० ग्रॅम असावे! पण त्या काळची प्रथाच होती तशी!

जुगुळाच्या अण्णांना हा व्यवहार काही पटेना. अण्णांच्या पदरी अजून पाच मुली होत्या. त्यांचाही विचार डोक्यात असेल! अण्णा काही तयार होईनात. विवाहाचं घोडं काही पुढे सरकेच ना!

अण्णांना राम आजोबा हे जावई म्हणून पसंत होतेच होते, शिवाय घराणं पण उत्तम होतं. हे स्थळ त्यांना हातचं जाऊ द्यायचं नव्हतं. मग

अण्णांनी गणेश पणजोबांना ऑफर दिली ती दोनशे रुपयांची. दोनशे हा आकडा ऐकल्या बरोबर पणजोबा भरल्या बैठकीतून उठलेच! आणि त्यांनी तडक ऐनापूर गाठलं.

आठवडा गेला असेल...... गणेश पणजोबा ऐनापुरात पारावर बसलेले. आजूबाजूला काही लोकांचा गराडा होताच. अण्णा जुगुळाहून आले, ते पारावरच आले भेटायला. दोघांची नजरा नजर झाली. अण्णांनी गणेश पणजोबांना हाताची चार बोटं दाखवली. म्हणजे चारशे रुपये देतो.... गणेश पणजोबांनी नकारार्थी मान हलवली. अण्णा आल्या पावली परत गेले.

पुढच्या आठवड्यात तीच कथा! फक्त अण्णांचा एका हाताचा पूर्ण पंजा फुलवलेला, आणि दुसऱ्या हाताचं एक बोट म्हणजे एकूण सहा बोटं.

अण्णा सहाशेवर पोचलेले. पणजोबांची पुन्हा नकार घंटा!

अण्णा आठवड्याला दोन दोनशे वाढवत वाढवत शेवटी पंधराशे ला येऊन टेकले.

मगच रीतसर लग्न झालं. गणेश पणजोबांनी आपल्या पहिल्या सुनेला मोठ्या मायेने भरपूर सोन्याने मढवले. आणि विशेष म्हणजे ते सगळे सोने त्यांनी या नव्या सूनबाईच्या ताब्यात दिले. चंद्राक्का कुलकर्णीची जानकी रामचंद्र तोरो बनली.

तिला सगळेजण आक्का म्हणू लागले.

राम आजोबाना सगळे मामा या नावानेच हाक मारत असत. त्यांची सर्व मुले पण त्यांना मामा म्हणूनच बोलवत.

आजोबाना तेंव्हा कोल्हापुरातील प्रायव्हेट हायस्कूल मध्ये शिक्षकाची नोकरी सांगून आली.

आजोबा मग आक्काला घेऊन कोल्हापूरला आले. गंगावेशीत एक घर भाड्याने घेतलं. आत्ताचा भाऊसिंगजी रस्ता, भवानी मंडप, खासबाग असे करत ते चालत शाळेत जात. वरच्या वर्गाना ते इंग्रजी शिकवत. तिथे आक्काला दिवस गेले. पण गर्भ राहिला नाही.

गणेश पणजोबांना वाटू लागले की राम आजोबांची अजून उच्च शिक्षण घेण्याची पात्रता आहे. त्याने आयुष्यभर या शिक्षकी पेशात अडकून राहू नये.

विचारांती असा निर्णय झाला की, त्यांनी वकिली करावी.

कोल्हापूरला वर्षभराची नोकरी करून आजोबानी राजीनामा दिला. आक्काला ऐनापुरात सोडलं आणि स्वतः पुण्याला जाऊन लॉ कॉलेजला प्रवेश घेतला. दरम्यान त्यांचे ऐनापूरला येणे जाणे चालू असायचेच!

आजोबा एल एल बी झाले. ऐनापुरात त्यांचा सत्कार झाला. गणेश आजोबा धन्य झाले.

`आता मरायला मोकळा झालो` असे ते त्यावेळी बोलून गेले.

कोर्ट अथणीला होते. त्यामुळे साहजिकच आजोबाना आपलं बिऱ्हाड अथणीला न्यावं लागलं. अथणीला इन्नी होतीच. राम आजोबा आणि इन्नीचे यजमान यांच्यात एका वर्षाचेच अंतर होते. त्या दोघांचे फारसे एकमत होत नसे, अनेकदा रागही येत असे, पण इन्नीच्या प्रेमाखातर आजोबा गप्प बसत असत.

इन्नीच्या घराच्या मागच्याच देशपांडे गल्लीत आजोबानी एक घर भाड्याने घेतले.

म्हणजे होतं असं की, इन्नीच्या परसातून बाहेर पडून गल्ली ओलांडली की आजोबांच्या घरात घुसता येत असे. त्यामुळे माझ्या बाबांच्या पिढीतील मुलं कोणत्याही घरी जेवायला आणि झोपायला असत. किंबहुना रात्री कोणी झोपायला नसेल तर पलीकडे झोपला असेल म्हणून समजून घेत असत.

खरं तर ऐनापुरातून अथणीला काही शासकीय कामासाठी येणारे काही लोक हे पहाटे उठून भाकरी बांधून घेत. आणि चालत चालत अथणीला येत. कधी कधी त्यात एखादीच्या काखेत तान्हं पोर असे.... तिच्या डोक्यावर एक गाठोडं... आणि धन्याच्या डोक्यावर एक ओझं असे.... त्या रस्त्यावर फारशी झाडी नव्हती. पण जिथे झाड असे, त्याच्या सावलीत शिदोरी सोडून बसलेली माणसं हे दृश्य नेहेमीचंच होतं.

हे लोक मग जिथे काम असे, तिथे जात. बहुतेक वेळा त्यांचे तिथले साहेब जागेवर नसत किंवा कुठल्यातरी कामानिमित्त बाहेर असत. मग यांचा

मुक्काम त्याच व्हरांड्यात होत असे. यातील काहीजण आमच्या घराचे दरवाजे खटखटावत. आपला माणूस इथे आहे, या एकमेव आशेवर हे लोक दारात येत. आलेल्या अभ्यागताला तोरोंचा दरवाजा या आधीच्या पिढ्यांपासून आजतागायत कधीही बंद नव्हता.

दिवसभर त्या शासकीय कचेरीत काहीही होऊ शकलेले नाही, आणि आता आपल्याला मुक्काम करायलाच हवा, म्हणून.... किंवा, कदाचित तोरो वकिलांच्या (आजोबांच्या) ओळखीने काही जमेल का... अशा अर्थाने पण लोक अवेळी अथणीच्या घरात येत.

यात सर्व धर्मांचे आणि जातीचे लोक असत. जैन, लिंगायत, मराठा, ब्राह्मण, हे तर होतेच. पण सुतार, लोहार, कुणबी, धनगर हे पण असत.

आमच्याकडे (आणि खरंतर अनेकांकडे) जात आणि धर्म हे वैयक्तिक मर्यादितच होते. या सगळयांना आमच्या घरात अनिर्बंध प्रवेश असे. एकाच पंगतीत जेवण असे. पण यातील काही जण स्वतःलाच अपात्र मानून वेगळे बसायचे.

अथणीला असे पाहुणे वेळोवेळी आणि अनेकदा अवेळीच यायचे. आपण कुणाला तरी त्रास देतोय हे त्यांच्या ध्यानीमनी सुद्धा नसायचे. त्यांना तो आपला हक्कच वाटायचा. आक्का सगळयांसाठी एकच जेवण बनवायची. एकत्रच पंगत बसायची.

त्या काळी बहुतांश शिक्षित समाजाने ही जात पात मानण्याविरोधी भूमिका घेतलेली आणि स्वीकारलेली होती. हा शिक्षित समाज हा सवर्ण होता. विविध जातींत होता.

पण मी जे माझ्या बाबांकडून शिकलो, जे खरं तर त्यांना पण वडिलोपार्जित आणि वंश परंपरागत शिकवलं गेलं होतं आणि संस्कारित केलं गेलं होतं ते असं की....

`आपलं घर हे आपलं वर्तुळ. त्याला उंबरा हवा. प्रत्येक विचारसरणीला, प्रत्येक प्रवृत्तीला एक उंबरा हवा. आपल्या कौटुंबिक वर्तुळाच्या उंबऱ्याच्या आत आपण आपलं कुटुंब आणि आपल्या परंपरा जपायच्या. आणि त्या जपायच्याच! पण तो उंबरा ओलांडला की समाजाचं वर्तुळ सुरु होतं. तिथे समाजाच्या परंपरा जोपासायच्या. पुढचं वर्तुळ प्रादेशिकतेचं येतं. शेवटचं वर्तुळ मातृभूमीचं म्हणजे देशाचं येतं. यातल्या एकाही उंबऱ्याला छेद करायचा नाही`

हे सगळं बाबांना वरच्या पिढीतून आलेलं होतं! आणि ते आमच्या पिढी पर्यंत झिरपलेलं होतं. त्यामुळे आमचे धर्म, आमच्या श्रद्धा, आमचे पूजा पाठ हे आमच्या उंबऱ्याच्या आतच असत. जेंव्हा उंबरा ओलांडू, तेंव्हा आम्ही समाजाचे एक घटक होऊन जात असू. तिथे कुठलाही जातीय भेदभाव पाळला जात नसे.

अर्थात, हे मागे सांगितल्यानुसार काही थोडक्या लोकांचेच वर्तन होते. पण त्या काही थोडया लोकांत आम्ही मात्र नक्कीच होतो. अर्थात त्याचे

काही दुष्परिणामही आम्हाला भोगावे लागले होतेच. पण तिकडे तूर्तास जरा दुर्लक्ष करू.

पण अशा वेळी अवेळी आलेल्या सगळ्या पाहुण्यांचे राम आजोबा मनःपूर्वक आदरातिथ्य करत. आक्काची (माझी आज्जी) मात्र पंचाईत व्हायची. संघ्याकाळच्या वेळेला घरात कधीतरी कुणीच दिसायचं नाही. मग ती दोघांचाच स्वयंपाक करायची. आणि ऐन वेळेला जेवणारी तोंडं कधी दुप्पट तर कधी तिप्पट व्हायची. पुन्हा चूल पेटवायची, थापलेल्या भाकरी तव्यावर टाकायच्या, पिठलं आणि भात! हा तर नेहेमीचा बेत झाला. पण कधी कधी या येणाऱ्या लोकांत `चविष्ट` लोक पण असायचे. ते मुद्दाम म्हणायचे...

“मागच्या वेळी आक्का वहिनींच्या हातची गव्हाची खीर अजून तोंडावर रेंगाळतेय!”

मग आक्का मुकाट्याने गहू शिजवायला घ्यायची.

या सगळ्यांची पंगत उठल्यावर मग आक्काचं जेवण!

पण हे सगळीकडेच होतं. माझ्या आजोळी मुरगूडला पण अशीच प्रथा होती. त्याकाळच्या गृहिणींना यात विशेष काही वाटत नसे. त्यांची त्याबद्दल कधीही तक्रार पण नसे. मुक्कामाला येणारे पाहुणे हे जर का नातेवाईक असतील, तर त्यांच्या मुक्कामाचा कालावधी हा अनिश्चित असे. जोवर त्याचे कपडे दांडीवर वाळत आहेत, तोवर त्याच्या नावच्या

भाकऱ्या बडवायच्या. दांडीवरचे त्याचे कपडे गुल झाले की समजायचं की या पठ्ठयानं त्याच्या घरचा रस्ता धरलाय!

आजोबा कोर्टातून किंवा त्यांच्या हापिसातून घरी आल्यावर या दोघांचे... म्हणजे आक्काचे आणि आजोबांचे काय संभाषण होतं असेल, त्याबद्दल मला तर अत्यंत कुतूहल होते. कारण त्या काळी पती पत्नी यांचे संभाषणच नसे. किंवा अत्यल्प असे.

राम आजोबा आणि आक्का अथणीला आले, पण गणेश पणजोबा आणि पणजी ऐनापूरलाच होते. याच दरम्यान धाकटे मल्हार काका आजोबांचे शिक्षण पूर्ण झाले, आणि सोलापुरात शिक्षकाची नोकरी मिळाली. ते ऐनापुरातून सोलापूरला गेले. त्यांचा पण विवाह पुढील दोन चार वर्षात झाला.

राम आजोबा कोर्टात जाताना रुबाबात जात असत.

अथणीच्या कोर्टात आता `तोरो वकीssssल `... अशी पट्टेवाल्याची आरोळी घुमायला सुरुवात झाली होती. आजोबांची वकिली चांगली चालत होती. पण उगाच खोट्या केसेस घेत नसत. ज्या प्रामाणिक असत, अशाच केसेस घेत असत.

माझ्या बाबांकडून ऐकलेली ही एक कथा आहे:

राम आजोबांकडे एकदा एक व्यक्ती आपले गाऱ्हाणे आणि काही कागदपत्रे घेऊन आली.

त्याचं म्हणणं असं होतं की.... ते तिघेजण भाऊ.आणि दोन बहिणी. सगळे विवाहित. तीन भावांपैकी थोरले दोघेजण विजापुरात नोकरी व्यवसायात होते. आणि हा थोडा कमी शिकलेला, म्हणजे जवळ जवळ अशिक्षितच; म्हणून तो वडिलांच्या आज्ञेनुसार गावाकडे शेती पहायचा. गावाकडे जे वडिलोपार्जित घर होतं, तिथे रहायचा. आई वडील बहुतांशी विजापुरातल्या दोन मुलांकडे रहायचे आणि अधून मधून या धाकट्याकडे यायचे. सगळे उत्तम चालले होते. सगळ्यांचे संबंध उत्तम होते. गावाकडे २२ एकर शेती होती. विजापुरात १० गुंठे जमीन रहिवासी क्षेत्रात होती. (अंदाजे, १ गुंठा = १००० स्क्वेअर फूट).

आता झालं असं की, त्यांचे वडील आजारी पडले. अंतिम काळ जवळ आला असे समजून त्यांनी तिन्ही भावांच्या वाटण्या केल्या.

या धाकट्याचं म्हणणं असं होतं की, शेताच्या वाटण्या केल्या. त्यात थोरल्या दोन भावांना पण शेत मिळालं. तसंच विजापुरातल्या प्लॉटच्या पण तीन वाटण्या व्हायला हव्यात. पण वडिलांनी प्लॉटच्या दोनच वाटण्या केल्या. याला त्यातलं काहीच मिळालं नाही!

आणि आता त्याला त्यातला पण हिस्सा पाहिजे होता.

आजोबानी सर्व कागदपत्रे तपासली.

त्यात शेताच्या तीन भावांच्या तीन वाटण्या. गावातलं घर पण तीन भावांच्या नावानं. आणि विजापुरातला प्लॉट मात्र दोनच भावांत वाटलेला.

`ती सगळी शिकलेली हैत ओ...! अप्पा (वडील) गेल्यावर हेन्नी बसून माझ्या सारख्या अडाण्यावर डाव टाकला बघा! तेंनी सांगतील तिथं अंगठा मारलो ओ! आणि आता बघतोय तर माझ्या वाट्याला फक्त शेतीतला वाटा! घर नाय...काय नाय!` डोळ्यात पाणी आलं बिचाऱ्याच्या!

त्यानं अगदी अजीजीनं आजोबाना विनंती केली, `पाया पडतो वकील साहेब तुमच्या.... मी असा अडाणी. किती पण फी घ्या ओ वकीलसाहेब! पण कोर्टात केस घाला आणि मला अडाण्याला न्याय मिळवून द्या साहेब!`

आजोबाना त्याची दया आली.

पण त्यानं असं म्हंटल्या बरोबर त्याच्या सोबत आलेल्या माणसानं फी द्यायला रक्कम काढावी अशा उद्देशानं सदऱ्याच्या खिशात हात घातला.

तो सोबतचा माणूस काही आजोबाना ठीक वाटला नाही. आजोबाना त्याचा संशय आला.

आजोबानी त्या अशिलाच्या भावांचे विजापुरातले पत्ते काढून घेतले. आपला माणूस विजापूरला त्यांच्या पत्त्यावर पाठवला. त्यानं सगळी कागदपत्रं आणि माहिती आणली.

प्रत्यक्षात होतं असं की... या माणसाला नको ते सगळे घाणेरडे नाद होते. त्यात त्याला कर्ज झाले. वडील आणि दोन्ही भाऊ विजापूरला असत, आणि म्हणून याला गावाकडे शेती करताना काही अडचण येऊ नये

म्हणून त्याच्या नावाने सगळ्यांनी वटमुखत्यारपत्र लिहून दिले होते. तर ते कर्ज फेडण्यासाठी त्याने त्या सावकाराला १२ एकर जमीन कसायला दिली. त्याचेही काही हिशोब नव्हते. पण गावातले सगळे लोक साक्षीदार होते, कारण तो निवाडा चावडीवर पंचानी केलेला होता. पंचांकडे त्या निवाड्याची कागदपत्रे होती.

म्हणजे २२ पैकी १२ एकर जमीन सावकाराची होती, आणि ते कर्ज फिटले, तरच ती परत मिळणार होती.

गावाकडचं घर पण त्यानं असंच कुणाकडे तरी गहाण ठेवलं होतं. वाटण्या करताना हे वडिलांच्या आणि भावांच्या सगळं लक्षात आलं!

मग दोन्ही थोरल्या भावांनी मिळून रक्कम भरून पहिल्यांदा शेत ताब्यात घेतलं! त्यासाठी एका भावाने त्याची एक व्यावसायिक जागा विकली.

नंतर पुढे दोन एक वर्षांनी घरही सोडवलं. पण हे सगळं त्या दोन मोठ्या भावांनी केलं!

मग वडिलांनी हिशोब मांडला. १२ एकर जमीन आणि घर हे दोनीही नवीन विकत घेतल्या सारखेच होते. आणि ती सगळी गुंतवणूक या दोन भावांनी केली होती.

हे सगळं आजोबाना जेंव्हा कळलं, तेंव्हा त्यांनी अशिलाला बोलावलं.

कागदपत्रं त्याच्या तोंडावर फेकून त्याला हापिसातनं हाकलून काढलं!

वास्तविक सगळे दाखले हे त्या अशिलाच्याच बाजूने होते. थोरल्या भावांनी सावकाराला दिलेले पैसे हे हातात दिलेले असणार हे उघड आहे. त्यामुळे त्याची कुठे नोंद असणे शक्य नव्हते. त्यामुळे कदाचित अशील ही केस जिंकलाच असता!

निकाल काहीही लागो... पण आजोबाना केस लढविण्याचे मजबूत पैसे मिळालेच असते!

पण आजोबाना असले पैसे कधीच मान्य नव्हते. कुठल्याही अप्रामाणिक हेतूंना त्यांचा सतत विरोधच असे.

केवळ न्याय्य बाजूंनाच त्यांनी समर्थन दिले आणि त्यासाठी त्यांची बाजू मांडली.

राम आजोबा अत्यंत तत्वनिष्ठ होते. प्रामाणिक होते. न्याय्य बाजूचे समर्थक होते. पण अशा मुळे त्यांचा व्यवसाय धोक्यात येणं साहजिकच होतं.

आणि त्या मुळेच की काय... आजोबांच्या मनात असत्याच्या आणि अन्यायाच्या विरोधात संताप उसळत असावा. त्यांमुळे आजोबा बहुतेकदा अस्वस्थ असत. त्यांच्या मनात संताप उत्पन्न होई.

पण मग त्यातला काही संताप हा घरात प्रकट होत असे. तो संताप आक्काला भोगायला लागायचा. अशा वेळी आजोबा घरी आल्यावर काही बोलत नसत.

त्यांच्या कपडे काढण्याच्या पद्धतीवरून आक्का ओळखत असे की... आज हे नेहेमीप्रमाणे आहेत... की सटकलीय!

त्यावरून मग आक्का जेवणाचा मेनू, वेळ, बोलण्याचे विषय हे ठरवत असे. यात साहजिकच कधी कधी आक्काचे आडाखे पण चुकत असत. अशा वेळी आक्काला पण याचा प्रसाद मिळत असे.

त्यामुळे सगळेच नातेवाईक, संबंधित लोक, हे सगळे आजोबांपासून जरा लांबच असत.

मागे सांगितल्या नुसार आजोबांच्या आजोळकडचे कुणीच संपर्कात नव्हते. पण एक सावत्र धाकटे मामा अधून मधूनच संपर्कात असायचे! म्हणजे...... कधीतरी चार पाच वर्षातून एकदा वगैरे! पण त्यांच्या अशा भेटी गाठीत प्रेमाचा आणि जिव्हाळयाचा अभावच होता. ते मोठे सरकारी अधिकारी होते. वयाने आजोबांपेक्षा थोडेसेच मोठे असावेत.

ही घटना सांगतोय तेंव्हा ते मामा कुठल्या तरी जिल्ह्याच्या ठिकाणी होते. त्याच ठिकाणी कोर्टात आजोबांचे एक काम निघाले. अपेक्षित वेळेपेक्षा काम लवकर आटोपले. आजोबांच्या मनात आले की, आता वेळ आहेच, तर मामाला भेटून जाऊ!

आजोबा मोठ्या उत्साहाने मामाच्या घरी गेले. आजोबा आल्याचे मामींनी आत जाऊन मामाला सांगितले. मामा जेवत होता.

"त्याला बाहेर बसायला सांग. माझं जेवण उरकलं की येईन मी बाहेर म्हणावं!"

आजोबानी ते ऐकलं.

आपला भाचा आलाय, आणि त्याला हा बाहेर बसायला लावतो आणि आत बसून आपण जेवण करतो; आपल्याला साधे चहा पाणी पण विचारत नाही.... याचा आजोबाना भयानक म्हणजे भयानकच संताप आला!

तत्क्षणी आजोबा उठले आणि घरातून चालू लागले. मागून मामींनी "अरे राम, ऐक तरी" अशी सारवा सारव करण्याचा प्रयत्न केला... पण आजोबांच्या मनातला संताप त्यावर मात करू शकला नाही! आपल्या मामानं आपल्याला भिकाऱ्यासारखं वागवलं ही त्यांची भावना त्यांच्या मनातून कधीच निघून गेली नाही.

मरेपर्यंत त्यांनी या घराण्याचं आणि मामाचं तोंड तर बघितलं नाहीच, पण कोणताही संबंध सुद्धा ठेवला नाही!

९. जुगुळ आणि अण्णा:

अथणीला बिऱ्हाड केलं, आणि आक्काला दिवस राहिले. पहिल्या बाळंतपणाला ती तिच्या माहेरी म्हणजे जुगुळाला गेली. पहिला पुत्र झाला. तोरोंच्या पुढच्या पिढीचा जन्म झाला. जुगुळातही हाच पुत्र पहिला नातू ठरला. नाव अनंत ठेवले. मोठे मोठे समारंभ साजरे केले गेले. दोन्ही घरातल्या पहिल्या सुपुत्राचा आनंद होता तो!

हे माझे बाबा. बाबांचा जन्म १९३० सालचा.

वाहतूक, संदेश, वैद्यकीय असल्या सुविधा तेंव्हा उपलब्धच नव्हत्या. गावात तर सोडाच, पण तालुक्याच्या ठिकाणी सुद्धा एखादाच डॉक्टर उपलब्ध असे.

गावातली सगळी बाळंतपणं घरातच एखादी अनुभवी स्त्री करत असे. पुढील सगळे उपचार आणि सोपस्कार हे त्या अनुभवी स्त्रीच्या सल्ल्यानेच होत असत. आणि हे चित्र सर्व ठिकाणीच होते.

जुगुळाच्या घरातला पण हा पहिला नातू असल्याने अण्णांनी (आक्काचे वडील) तर बारशाचा जोरदार घाट घातला. बारशाच्या दिवशी गावात कुणाचीही चूल पेटू दिली नाही. गाव जेवण झालं! नुसतं गावच नव्हे, तर पंचक्रोशीतली माणसं पण येऊन गेली.

अण्णांचा पहिला नातू `अनंत रामचंद्र तोरो` याचं नाव पंचक्रोशीत पसरलं.

त्याच दिवशी कुणी ज्योतिषानं अण्णांना सांगितलं की `हा मुलगा कीर्तीवान होईल`.

अण्णा ते गावभर सांगत सुटले.

जुगुळाच्या अण्णांची पत्नी म्हणजे बाबांची आज्जी तर दिसायला (आणि वागायला पण) अतिशय सुंदर होती. ती नरसोबा वाडीची. तिथले प्रमुख पुजारी- `गेंड्रे` पुजाऱ्यांच्या घराण्यातली. गोरीप्पान आणि नाजूक. अत्यंत मितभाषी आणि मृदू स्वभावाची. क्वचितच स्वयंपाक घराबाहेर येणारी. आम्ही तिला `जुगुळाची आई` म्हणत असू.

जुगुळाची आई दर एक दोन वर्षांनी बाळंत होत असे. तिला सहा मुली आणि शेंडे फळ म्हणजे मुलगा. आमच्या आक्काला पण ४ मुलं आणि तीन मुली अशी सातच अपत्यं.

गमतीची गोष्ट अशी की जुगुळाच्या आईची आणि आक्काची काही मोजकी बाळंतपणं ही एकाच कालखंडात झाली होती.

अण्णा हे जुगुळ आणि आसपासच्या गावांतील वजनदार व्यक्तिमत्व होते. त्यांच्या शब्दाला मान होता.

भरपूर शेती होती. शेती वाडीत शेत गड्यांचा भरपूर राबता असायचा. काही गडी परगावचे असत. त्यांची रहाणं, जेवण खाण, दवाखाने, शिक्षण

इत्यादी सर्व व्यवस्था करायला लागायची. काही गडी हे आजूबाजूच्या परिसरातील असत. त्यांची फार काही व्यवस्था पहावी लागत नसे. आणि काही गडी मात्र खास गच्च्यातले असत, ज्यांना अण्णांच्या वाड्यातच मुक्काम करावा लागत असे. असे गडी हे काहीही करायला तयार असत. शेतातली कामं, घरातली कामं, पाहुण्यांना नेणं आणणं, गुरांना चारा पाणी करणं, छोट्या मुलांना खेळवणं, इथपासून ते अंत्यविधीच्या तयारी पर्यंत सगळी कामं ते गडी करत! अत्यंत विश्वासू! मालकासाठी जीव द्यायची तयारी असणारी ही जमात होती!

आणि त्यावेळी त्या गड्यांच्या स्तरामध्ये, अशा प्रकारचा गडी असणं हा त्याच्यासाठी उच्च सन्मान असे!

१९०० सालच्या आधीचा कालखंड!

ब्रिटिश काळात तेंव्हा वतनं देण्याची पद्धत होती. जुगुळाच्या घराण्यात कुलकर्णी वतन होते. जमीन जुमला, स्थावर मालमत्ता, शेती वाडी, वाटण्या, आणि त्यांची खरेदी विक्री हे सगळे कुलकर्ण्याला सांभाळावे लागत असे. त्याचे कागदपत्र, असणारे तंटे, खरेदी खत, मालकी हक्क इत्यादींची सगळी जबाबदारी कुलकर्ण्यांवर असे. आणि हे सगळे वरती सरकारला कळवणे आणि त्याचे कर भरणे हे सुद्धा काम असे. अण्णांच्या अधिपत्याखाली कागवाड, जुगुळ, शिरगुप्पी आणि आसपासचा परिसर एवढा प्रांत होता.

अठरा पगड जातीचे आणि धर्माचे, विविध आर्थिक स्तरातले, विविध राजकीय संबंधित असे लोक अण्णांच्या कचेरीत आपापल्या समस्या घेऊन येत असत. कधी त्या गोडीने पटकन सुटत असत, तर कधी समोरच्या दोन्ही एकमेकांविरोधी पक्षांमध्ये हाणामारीच्या वेळा येत असत. अण्णा त्यांना समजून घेत. समजावून सांगत. काही तोडगा काढून मामला निष्कर्षाला आणून संपवत असत. त्यानेही समाधान न झालेले लोक मग कोर्टाचा दरवाजा खटखटावत.

कधी कधी एखादा बलदंड मवाली एखाद्या विधवेला `अब्रू लुटीन, पोराबाळास्नी उघडं पाडीन` अशी धमकी देऊन तिची इस्टेट आपल्या नावावर करायला आलेला असे. अशा वेळी अण्णा त्या ठिकाणी जाऊन खातरजमा करून घेत. त्या असहाय महिलेशी सन्मानानं बोलून परिस्थिती जाणून घेत आणि आपला निर्णय देत.

अशा अनेकांवर होणारे अत्याचार, होणाऱ्या बळजबऱ्या, होणारी दादागिरी अण्णा चालूच देत नसत.

त्यामुळे अण्णांना देव मानणारे अनेकजण होते. पण अशामुळे अनेक खलनायकांचा मात्र तिळपापड व्हायचा.

प्रांतात जसे कुलकर्णी असत, तसेच पोलीस पाटील पण असत. ते बंदोबस्त, संरक्षण, गुन्हे, आरोपी, कायदेशीर सुव्यवस्था... म्हणजे थोडक्यात आजचे पोलीस दल... असे असत.

यातील काही लोक हे एखाद्या गुन्ह्यातील आरोपीला सूट देण्यासाठी त्याच्याकडून काही मालमत्ता स्वतःच्या नावावर करून घेत. ही त्यांच्यातल्या खलनायकाची पहिली पायरी. पुढची पायरी म्हणजे एखाद्या दुर्बल घटकाला शोधून त्याला भीती दाखवून त्याची मालमत्ता हडप करणे!

पण हे जेंव्हा अण्णांच्या कचेरीत येई, तेंव्हा अण्णा सहज ओळखत, की ही सरळ सरळ बळजबरी आहे. आणि ते त्या पोलीस पाटलाला हटकत आणि ते सगळेच फेटाळून लावत.

अर्थात, सगळेच पोलीस पाटील असे खलनायक मुळीच नव्हते. पण जुगुळाचा पोलीस पाटील मात्र तशा प्रकारचा माणूस होता.

ओरबाडून घेणे, हाच त्याचा एकमेव उद्देश होता. आणि त्याच्या या सगळ्या वृत्तींना अण्णा कडाडून विरोध करत.

अण्णांची महती, कीर्ती, आणि त्यांचे अधिकार इतके महान होते की पोलीसपाटील चडफडत बसायचा! पण या अशा निमित्ताने अण्णांचे शत्रू निर्माण होऊ लागले.

हे शत्रू पण विशिष्ट अधिकार असणारे होते. मग ते उगाचच काही कारस्थानं रचायचे. काही निमित्ताने समाजाला अण्णांविरोधी भडकवायचे. पण अण्णांनी हे सगळं अत्यंत व्यवस्थित हाताळलं.

या सगळ्याच व्यापक अनुभवांमुळे कदाचित अण्णांना आपल्या पहिल्या कन्येसाठी म्हणजे माझी आज्जी- आक्का साठी आलेले तोरो वकिलांचे स्थळ अत्यंत योग्य वाटले असावे. या व्यतिरिक्त, गणेश पणजोबा पण निवाडा करत!

अण्णांचा हा आडाखा योग्यच होता, आणि पुढे त्याची सगळ्यांनाच प्रचिती आली.

अण्णांची नजर काळाच्या पुढे होती.

मी जेंव्हा आमच्या `तोरो` घराण्या संबंधी लिहितो, तेंव्हा बाबांच्या पिढी पासून जसे ऐनापूरच्या घराण्याचे वरदान आहे, संस्कार आहेत, वैचारिक वारसा आहे, तसाच त्यातील निम्मा हिस्सा हा जुगुळ घराण्यातील अण्णांचा आहे हे उघडच आहे. म्हणूनच इथे जुगुळाचा इतिहास आवश्यक वाटतो.

अण्णांनी पहिला जावई वकील म्हणून जरी निवडला असला तरी त्यांची स्वतःची कार्यक्षमता अफाट होती. कुलकर्णी पद सांभाळून ते शेती पहात होते. घर संसार पहात होते. समाजातील भले बुरे अभ्यासून त्यातून समाजाचा उत्कर्ष साधत होते.

अण्णा भारीच होते!

त्यांच्या केवळ शेतीवर पन्नासेक कुटुंबं अवलंबून होती. त्यांना ते जगवत होते.

त्यांच्याकडे कुठल्याही जाती धर्माच्या माणसाला `त्या काळी` प्रवेशाला निर्बंध नव्हता. त्यांनी कधीही जात पात पाळली नाही.

एकदा तर एक प्रसंग असा घडला की, एके दिवशी एक (त्या काळी समजल्या जाणाऱ्या) कनिष्ठ जातीतील तरुण जोडपे वाड्यावर आले.

पुरुषानं पंचा नेसलेला. अंगावर बंडी. डोक्याला मळकट मुंडासं. महिला गरोदर. गरगरीत पोट आलेलं. ठिगळं लावलेली नऊवारी गुडघ्यापर्यंतची साडी. कपाळावर आडवं भस्म! दोघांच्याही चेहेऱ्यावर विश्व दैन्य! दरवाज्यातून ते आतच येईनात!

`बामणाच्या घरात आमी कसं यावं?` असं म्हणून ते उंबऱ्याच्या बाहेरच!

अण्णांनी स्वतः जाऊन त्यांना हाताला धरून आत आणलं. जुगुळाच्या आईनं त्यांना गूळ पाणी दिलं. त्यांची समस्या निवारण होणार इतक्यात त्या महिलेला पोटात वेदना सुरु झाल्या.

लगेच सगळी व्यवस्था झाली.

प्रवास आणि मानसिक ताण यामुळे ते सगळे होते हे समजले. अण्णांनी त्यांच्या अडचणी समजून घेतल्या. काही कागद पत्रे करून दिली. जेवण दिलं, आणि महिलेची खणा नारळानं ओटी भरून साडी चोळी देऊन निरोप दिला. त्यांनी अण्णांच्या पायावर डोकं ठेवलं!

एकदा कागवाडचा `चंदू खुरपे` नावाचा सहा फूट उंचीचा आणि अडीचेक फूट रुंदीचा आडदांड माणूस अण्णांपुढे उभा राहिला. चेहेरा दाढी आणि

मिशानी पूर्ण झाकलेला. लाल रंगाचे तारवटलेले डोळे. गादीवर बसला तरी गादीला खड्डा पडावा इतका भारदस्त!

आणि अण्णा म्हणजे सव्वा पाच फूट!

त्यानं अण्णांपुढं काही कागद फेकले.

`कुलकर्णी सायब, ही जमीन आपल्या नावावर आहे. पण पष्ट सांगतो... दादागिरी करून आणि दहशतीनं माझ्या नावावर केलीय. आता माझ्यावर कोर्टात क्येस केलीय. वकील म्हणतायत की यात मी अडकणार! शिक्षा हुनार! काय पण करा, पण मला यातून सोडवा!`

पाया पडला.

सव्वा पाच फुटासमोर सहा फूट आडवा!

अण्णांनी सगळी कागदपत्रं पाहिली. चंदू दोषी होताच! अण्णांनी त्याला सांगितलं की जी जमीन तू हडप केलीयेस, ती त्या मूळ मालकाला परत कर. त्याच्या नावाने कर.

चंदूनं ते केलं. केस मागे घेतली गेली. चंदू सुटला.

आणखीही दोन प्रकरणांत अण्णांनी चंदूला तत्वनिष्ठता पाळून बाहेर काढलं.

अण्णा म्हणजे चंदूचे देव होते!

अण्णा अशा अनेकांचे देव होते. पोलीस पाटील अण्णांच्या विरोधी कारवाया करत असला तरी अण्णा तिकडे दुर्लक्ष करत. आपण आपले सत्कर्म करत रहायचे, हेच त्यांचे तत्व होते.

गावातीलच नव्हे, तर प्रांतातील अनेकांना त्यांनी न्याय मिळवून दिला होता. त्यामुळे त्यांना समाजात आदरयुक्त मान होता. त्यांच्या शब्दाला वजन होते.

सुमारे १९३५ सालच्या आसपास काही कारणाने अण्णांना कुलकर्णी पदातून काही महिने रजा हवी होती, म्हणून त्याकाळच्या प्रथेनुसार अण्णांनीच वरिष्ठांच्या कानावर घालून त्यांचेच मित्र विश्वनाथ कुलकर्णी याना बदली म्हणून नेमले. आठ नऊ महिने त्यांनी कुलकर्णी म्हणून काम पाहिले. त्याकाळात त्यांनी एका मयत व्यक्तीच्या नावे काहीतरी घोटाळा केला, आणि त्या मयताच्या वारसाला मिळणारी जमीन दुसऱ्या कुणाच्या तरी नावाने केली.

आणि जबाबदार म्हणून अण्णांवर कोर्टात फसवणुकीचा आणि भ्रष्टाचाराचा गुन्हा दाखल झाला. बेळगावच्या कोर्टात केस लागली. ही केस आमच्या राम आजोबानी लढवली. अण्णांचा यात काहीच सहभाग नव्हता, पण ते तसे सिद्ध करणे फार अवघड होते. कारण बदली विश्वनाथ कुलकर्णींनी अण्णांचेच सगळे शिक्के वापरून कागदपत्रे तयार केल्यामुळे गुन्ह्याचा ठपका अधिकृत रीत्या अण्णांवरच येत होता.

पण राम आजोबानी सगळे पुरावे गोळा करून, अण्णा यात कसे सहभागी नाहीत हे सिद्ध केले!

अण्णा निर्दोष तर सुटलेच सुटले! पण या केसचा अभ्यास करताना राम आजोबांच्या एक गोष्ट लक्षात आली होती की, यात विश्वनाथ कुलकर्णी पण दोषी नाहीय! त्याला भीती दाखवून दोन ब्रिटिश अधिकाऱ्यांनी त्याला तसे कागद करायला भाग पाडले आहे.

राम आजोबानी गुप्तपणे त्याचेही सगळे पुरावे गोळा केले, आणि ऐन वेळेला कोर्टासमोर सादर केले!

कोर्टाने पुराव्यांची सत्यता तपासली. स्वातंत्र्यपूर्व काळ होता तो! ब्रिटिश अधिकाऱ्यांना आरोपी म्हणून कोर्टासमोर उभं करणं ही एक क्रांतीच होती!

अण्णांचा विषय कधीच संपला होता. पण राम आजोबाना या ब्रिटिशाना धडा शिकवायचा होता.

राम आजोबानी कोर्टाला साळसूदपणे विनंती केली की,

"कायद्याची आणि म्हणूनच न्यायाची अशी अपेक्षा असते की, शंभर गुन्हेगार सुटले तरी चालतील, पण निरपराध्याला शिक्षा होता कामा नये! न्यायाधीश महाराज, आपण योग्य न्याय दिला आहे. निरपराध खोट्या आरोपातून मुक्त झाला आहे. पण, असा अपराध किंवा गुन्हा पुन्हा घडू नये, याची दक्षता आपल्यासारख्या महनीय व्यक्तीच घेऊ शकतात. त्यामुळे माझी आपल्याला अशी विनंती आहे की, यातील खरा अपराधी

कोण आहे, हे आपण तपासून पहावे. आणि त्या संबंधी माझ्याकडे काही पुरावे आहेत!”

राम आजोबानी ते सनसनाटी पुरावे कोर्टापुढे ठेवले.

ब्रिटिश अधिकाऱ्यांना कोर्टाने समन्स बजावले.

काहीही संबंध नसताना, राम आजोबानी आपल्या एकट्याच्या बळावर ती केस लढवली.

त्यांच्या मनातलं हे ब्रिटिशांविरुद्धचं युद्धच होतं.

प्रत्येकजण त्यावेळी आपापल्या पद्धतीनं ब्रिटिशांशी लढत होता.

कोणी सशस्त्र! कोणी मोर्चे काढून! कोणी परदेशी मालावर बहिष्कार टाकून! कोणी त्यांच्या शस्त्रांवर दरोडा टाकून! विविध मार्ग होते! सगळयांनाच अत्यंत आदरपूर्वक अभिवादन!

मला माहिती नाही.... पण ब्रिटिश अधिकाऱ्यांवरच केवळ स्वतःच्या हिमतीवर गुन्हेगारीचा खटला दाखल करणारा रामचंद्र गणेश तोरो हा कदाचित पहिला वकील असेल!! राम आजोबानी हे अत्यंत धाडसाचं पाऊल टाकलेलं होतं!

आजोबांचा स्वभावच तसा होता!

आणि `टर्नर` आणि `रिंग` या दोन ब्रिटिश अधिकाऱ्यांवर खटला दाखल केला गेला. त्यात ते दोषी आढळले आणि त्यांना शिक्षा झाली आणि इंग्लंडला परत पाठवले गेले.

लगेचच दुसरा एक खोटाच खटला पोलीसपाटलाने अण्णांवर घातला. राम आजोबानी तो ही प्रयत्न हणून पाडला. तो प्रयत्न पोलिसपाटलाच्या अंगाशी आला. खोट्या खटल्या बद्दल त्यालाच कोर्टाने झापले. त्याची पार नाचक्की झाली. पण यामुळे तो अण्णांवर अधिकच खार खाऊन राहिला. अण्णांची वाढती लोकप्रियता आणि महत्व हे या पोलिस पाटला सारख्या दुष्ट प्रवृत्तीला सहन होत नव्हतं.

आधीच्या सहा मुलींनंतर १९४१ साली अण्णांना पुत्र प्राप्ती झाली. मल्हार नाव ठेवलं. हे अण्णांचं शेवटचं अपत्य. नात्याने, हे माझ्या बाबांचे मामा लागत होते, पण बाबांपेक्षा ११ वर्षांनी लहान होते. पण सगळेच त्यांना मल्हारी मामा म्हणू लागले.

१९४३ साली राम आजोबा म्हणजे अण्णांचे ज्येष्ठ जावई गेले. अण्णांना त्यांची खूपच मदत झालेली. दोघांचं खूप प्रेम होतं. कन्येच्या पदरात सात मुलं असताना तिचा कमावता धनी गेला, याचा अण्णांना धक्काच बसला.

दिवस जात होते. अण्णा शेती वाडी सांभाळतानाच कुलकर्णी वतनही सांभाळत होते. पण आता सरकारी नियम आणि यंत्रणा हळू हळू बदलू

लागल्या होत्या. त्यामुळे कुलकर्णी पदाची जबाबदारी हळू हळू कमी होत गेली.

अण्णांचं बहुतांशी लक्ष संसारात लागलं.

जुगुळाचा त्यावेळचा जुना वाडा सुद्धा दुमजली होता. पण मातीच्या भिंती होत्या. जुना झाला होता. व्याप वाढत होता, त्यामुळे वाड्याचा विस्तार पण आवश्यक होता.

१९४८ साल उजाडले.

मजल्याला मातीच्या धाब्याऐवजी सागवानी कडीपाट करायचे म्हणून अण्णांनी दांडेलीहून सागवानी मोठे मोठे ओंडके आणून त्याला जवसाचे तेल लावून ठेवले होते.

वाड्यात दोन गोडाऊन होती. तिथे आणि अंगणात आलेलं धान्य पोत्यात साठवलेलं असायचं. त्यावेळी विकायला तयार असणारी अडीचशे पोती ज्वारी, हरभरा, गहू वाड्यातल्या गोदामात ठेवलेली होती.

अण्णांचा 'आप्पालाल' म्हणून एक गडी हे सगळे विक्रीचे व्यवहार बघायचा. पॅकिंग, लोडींग, डिस्पॅच, हमाली, अशी सर्व व्यवस्था तोच पहायचा. अण्णा त्यात अजिबात लक्ष घालत नसत. आप्पालाल हा अण्णांचा अत्यंत विश्वासू!

पुढच्या आठवड्यात ही सगळी विक्रीची योजना आप्पालालने केली होती.

95

अण्णांचे एक मित्र होते, त्यांचे किराणा मालाचे दुकान होते. ते 'वाणी' होते. सरकार कडून नुकतीच त्यांना रॉकेलची एजन्सी मिळाली होती, आणि त्यातील दहा लिटरचे शंभरेक डबे त्यांच्या कडे आले होते. त्यांच्याकडे ते ठेवायला जागाच नव्हती. त्याची तजवीज ते करत होते, आणि म्हणून तात्पुरते ते डबे त्यांनी अण्णांच्या वाड्यात दुसऱ्या गोदामात ठेवले होते.

१९४८ ला गांधी हत्या झाली. अनेक नतद्रष्टानी ब्राह्मणांची अपरिमित हानी केली. तो सगळा इतिहास अतिशय क्रूर आणि दुःखद आहे. देश भर ही जाळपोळ अनेक दिवस सुरु होती. त्या विषयी मला इथे काहीच बोलायचे नाहीय. मला इथे फक्त अण्णांवर आलेला प्रसंग सांगायचा आहे.

मल्हारी मामा त्यावेळी सात वर्षांचे होते.

नरसोबा वाडी हे त्यांचे आजोळ. तिथून ते रस्त्याने १३ तर एरियल डिस्टन्स ११ किलोमीटर होते. आणि मध्ये पूर्ण पठार. त्यामुळे जुगुळाच्या घरावर उभं राहिलं की पुसट आकृतीत वाडी दिसत असे.

मल्हारी मामा त्या दिवशी सकाळी गच्चीवर गेले, आणि खाली पळतच आले आणि आईला म्हणाले, "आई, वाडी मधून आग लागल्यासारखा धूर येतोय बघ!"

आईनं तिकडे दुर्लक्ष केलं. दुपारी एक गृहस्थ येऊन "सावध रहा"... एवढंच सांगून गेले.

दिवेलागण झाली, तसा गावात दंगा ऐकू आला.

घरात अण्णा, आई, प्रेमा मावशी, सुधा मावशी आणि मल्हारी मामा होते.

प्रेमा मावशीनं पहिल्यांदा कागदपत्रांच्या कपाटाकडे धाव घेतली. एकूण एक कागदपत्रं तिनं आपल्या ओट्यात घेतले. थोडे सुधा मावशीच्या ओट्यात घातले. ती तर लहानच होती. परकरातली पोर होती. काही तिच्याकडे दिले, आणि त्या दोघी घराच्या बाहेर पडल्या. त्या बाहेर पडत असतानाच दोनशेचा जमाव घरात शिरू लागला. एका गड्यानं मल्हारी मामाला खांद्यावर घेतलं आणि बाहेर पळत सुटला.

आईला पण कुणीतरी ओढतच बाहेर आणलं. अण्णा हताश आणि विमनस्क अवस्थेत वाड्यात उभे होते.

जमाव अण्णांपर्यंत पोचला. हातात शस्त्रे होती.

आणि त्यांचा पुढारी होता, कागवाडचा 'चंदू खुरपे'!

तसेच ते तारवटलेले डोळे! तोंडाला गावठी दारूचा दर्प!

आपण ज्याला आयुष्यात उभारी दिली, तोच आपली राख करायला आलाय हे बघून तर अण्णांना काय वाटले असेल, याची कल्पना न केलेलीच बरी!

"कुलकर्णी, सोनं दागिनं कुठं हैत?" - चंदूनं दरडावून विचारलं.

अण्णा 'माहित नाही' म्हणूच शकत नव्हते, कारण घर त्यांचंच होतं. आणि जमाव इतका पाशवी आणि हिंसक होता, की त्यांनी एका क्षणात अण्णांचा मुडदा पण पडला असता!

अण्णा निमूटपणे त्यांना वरच्या मजल्यावर घेऊन गेले.

ते सगळे सोने, चांदी, चांदीची भांडी, हे सगळे त्या लोकांनी लुटले!

हो!! अक्षरशः लुटले!

आणि दिला पेटवून वाडा!

तेल लावलेले सागवानी ओंडके, रॉकेलचे शंभर डबे, धान्याची अडीचशे पोती,

या सगळ्यांची आहुती पडली त्या गांधींच्या निमित्ताने होणाऱ्या ब्राह्मण विरोधी यज्ञात!

अपराध्याला शिक्षा व्हायलाच हवी!

पण हे काय चाललं होतं? अनेक ठिकाणी तर उभी पिकं जाळून टाकली होती

तीन दिवस वाडा जळत होता!

गम्मत अशी की, धान्याची पोती माणसं आपल्या पाठीवरून आपापल्या घरी पळवून न्यायला लागली. आणि त्यात जुगुळाचे गावकरी, ज्यांना अण्णांनी जीवापाड जपून मदत केली होती, ते पण होते!

अर्धवट जळालेली भांडी कुंडी सुद्धा त्यांनी शिल्लक ठेवली नाहीत!

जळणाऱ्या वाड्याकडे अण्णा हताश नजरेने पहात होते!

राख तर सगळ्याचीच झाली होती, पण त्याही पेक्षा, आपण ज्यांच्यावर उपकार केले, ज्यांचे उध्वस्त झालेले संसार योग्य मार्गावर आणले, ज्यांना गुंडांच्या तावडीतून वाचवले, ज्यांना वेळोवेळी अनिर्बंध मदत केली, ज्यांच्या कडून कोणत्याही अपेक्षा पण कधीच ठेवल्या नाहीत, अशांनी पण आपल्या विरोधात उभे राहावे, याचे त्यांना अत्यंत वैषम्य वाटले.

जळिताच्या दुसऱ्या दिवसाची सकाळ उजाडली.

अण्णा विमनस्क अवस्थेत वाड्याशी आले. वाडा अजूनही धगधगत होता. सांत्वनाला किंवा अण्णांना सांभाळून घेणारं कुणीही नव्हतं!

त्याही स्थितीत काही लोक लपून छपून तिथे येऊन काही बाही घेऊन जात.

अण्णांनी कुणालाच विरोध केला नाही.

त्यांचे जिवाभावाचे गडी मात्र त्यांच्या सोबत होते.

अण्णांच्या मनात संताप, नैराश्य आणि कुटुंबा बद्दलची भीती हे सगळेच एकवटले होते.

काय करावं? यातून सुटका करायला कुठून सुरुवात करावी? हे प्रश्न सुद्धा त्यांच्या मनात निर्माण होत नव्हते.

डोकं बधीर होऊन गेलं होतं!

स्मशानात एखाद्या जळत्या चितेकडे पहातात, तसे अण्णा त्या जळत्या वाड्याकडे पहात होते.

कुणीतरी एका गड्याने त्यांना भानावर आणलं.

पहिल्यांदा कुटुंबाची व्यवस्था सुरु झाली.

मल्हारी मामांना त्या दिवशी एका धनगराच्या घरात लपवलं होतं. ते तिथे दोन दिवस होते. इतरांना शेजारच्याच शहापूर गावातल्या पाटलांकडे ठेवलं होतं. दोन दिवसांनी आक्का ऐनापूरहून आली आणि सगळयांना ऐनापूरला घेऊन गेली.

कुटुंब सुरक्षित राहिलं.

कालांतराने अण्णांची दुसरी कन्या (ताई मावशी) ही साताऱ्याला दीक्षितांकडे दिलेली. तिचा मोठा मुलगा (दादा ठकार म्हणायचो त्यांना) कोल्हापुरात ठकारांना दत्तक दिलेला होता. या ठकारांचा कोल्हापुरात प्रिंटिंग प्रेस होता. यथा तथाच चालायचा. हाता तोंडाची गाठ पडेल इतपतच धंदा मिळायचा. दादा हा अत्यंत सज्जन आणि पापभिरू माणूस!

अण्णांनी मल्हारी मामा, सुधा मावशी, याना शिक्षणासाठी कोल्हापूरला पाठवायचे ठरवले.

ठकारांची परिस्थिती फारशी बरी नव्हतीच! पण त्या काळी कुठल्याही परिस्थितीत घरात आणखी कुणाही नातेवाईकाला सामावून घेणे हे कुठल्याही प्रकारचे ओझे वाटत नसे...

आणि त्यामुळे कोणताही शिष्टाचार आणि पूर्व परवानगी न घेता कोणीही कोणालाही कुठेही सोडून येत असे. असे पाहुणे कुठल्याही घरी कितीही दिवस राहू शकत असत!

हे दोघे नंतर अनेक वर्षे कोल्हापूरला शिक्षणासाठी राहिले.

मुलांची तर सोय झाली.

पण आत्ता या क्षणी मात्र अण्णांच्यापुढे प्रश्न होता तो असा की जुगुळाला रहायचे, की जुगुळ सोडायचेच.... आणि एखाद्या शहरात रहायला जायचे?

होतं असं की त्या क्षणी अण्णांची संपत्ती शून्य होती. केवळ जमीन हीच मालमत्ता होती.

डोक्यावर छप्पर नव्हतं. अन्न धान्य जाळून टाकलेलं. जनावरं पळवून नेलेली. दाग दागिने पळवलेले. त्या पळवलेल्या दागिन्यांत दुर्दैवाने विवाहित मुलींनी श्रद्धेने आणि विश्वासाने बापाकडे ठेवायला दिलेले दागिने पण होते.

ज्यांना आपण आपलं मानत होतो, त्यांनी पण आपल्याला लुटलं!

कशाला रहायचं ना इथं मग?

विमनस्क अवस्था म्हणजे काय.... ते अण्णांकडे बघून समजावे... अशी परिस्थिती होती!

अण्णांचे अत्यंत विश्वासू सहकारी म्हणजे आमचे राम आजोबा पण त्यावेळी नव्हते. त्यांची अण्णांना खरंच त्यावेळी खूपच कमतरता भासली असणार!

तो जळका ढिगारा उपसायला अण्णांनी कोणीही मजूर लावले नाहीत! की गावातले कोणी त्यांना मदत करायला आले नाही.

सगळे सकाळी उठून ढिगाऱ्यासमोर येऊन एखाद्या चित्रपटाचे शूटिंग पहात असल्या सारखे उभे राहून अण्णांचा हताश चेहेरा पहात रहायचे.

घराचे आणि शेतातले विश्वासू गडी मात्र न सांगता कामाला लागले होते. अण्णांना गूळ पाणी आणून देत होते.

सोडून दिलेली गुरं आपल्या आपण तिथे येऊन अण्णांच्या मागे उभे राहून हंबरू लागली.

अण्णा त्यांच्याकडे बघेनात!

एक गाय तर सतत हंबरून अण्णांना हाका मारून बोलवायला लागली.

शेवटी न रहावून अण्णा उठले. जाऊन गायीच्या गळयाला मिठी मारली. अण्णांच्या डोळयातले पाणी समोरच्या ज्वाळांनी उडवून टाकले होते. पण गायीच्या डोळयातून गंगा स्रवली.

अण्णांचं सहज लक्ष गेलं, तर गायीची कास तटतटलेली होती. मग इतर गुरांचं पण बघितलं तर, सगळ्यांचंच तसं होतं. अण्णांनी भराभर दुधाच्या कासंड्या आणायला सांगितल्या. गेले दोन दिवस त्यांनी दुधाची धारच दिली नव्हती! गड्यांनी धारा काढल्या.

एकानं त्या गायीचं दूध अण्णांना एका पेल्यातून आणून दिलं.

अण्णांनी ते पहिलं अन्न तिथे प्राशन केलं!

गायीच्या चेहेऱ्यावरचे स्मित जाणून घेण्या इतपत कुणाचीच झेप नाही.

जमा झालेलं दूध सगळ्यांना वाटलं. जे लुटालूट करण्यात सामील होते, त्यांनाही वाटलं!

अण्णांच्या मागे त्यांच्यावर निरपेक्ष प्रेम करणारी निःशब्द आणि निरागस गुरं उभी होती. आणि समोर मात्र अण्णांनी ज्यांच्यावर प्रेम केलं, त्या माणसांच्यातल्या जनावरांनी केलेला राखेचा ढिगारा उभा होता!

मागे प्रेमाचा 'क्षीर'सागर होता, आणि समोर प्रेमाची रक्षा होती!

अण्णा 'जुगुळात राहू नये' या विचाराप्रत आले होते. पण इथे शेती वाडी होती. गुरं ढोरं होती. गडी माणसांचे संसार होते!

पण ज्यांनी पलटवार केला, अशांच्या सहवासात रहाण्यात आपल्या जगण्यातला आनंदच निघून जाईल असे त्यांना वाटत होते.

जुगुळाची आई म्हणजे अण्णांची पत्नी, हिचे माहेर म्हणजे नरसोबाची वाडी. तिथे तिचे बंधू मंदिरातले प्रमुख पुजारी होते. आम्ही सर्वजण त्यांना 'विठू मामा' म्हणत असू. त्या जळितात तर वाडीची एकूण एक घरं भस्मस्थानी पडली. हे सगळे ब्राह्मण होते, एवढाच यांचा दोष!

असो!

तर... अण्णांच्या सासुरवाडीची पण राख झाली होती!

विठुमामांचं घर जाळायला नतद्रष्ट मंडळी जेंव्हा आली, तेंव्हा त्यांनी सगळे सोने नाणे, दागिने हे घराच्या परसात असलेल्या पाण्याने भरलेल्या हौदात टाकून दिले. तेवढे मात्र वाचले.

पण.... घर, साठवलेलं अन्न धान्य, भांडी कुंडी सगळं गेलं! भग्न अवस्थेतील पडके आणि काळवंडलेले भिंतींचे तुकडे तेवढे शिल्लक राहिले.

विविध जातींतील अनेक दत्त भक्त वाडीला येऊन विठू मामांकडे घरी मुक्काम करायचे. त्या भक्तांनी मात्र विठू मामांकडे मदतीचा ओघ लावला. गमतीची गोष्ट अशी की, जेवढं जळून गेलं होतं, त्यापेक्षाही कितीतरी जास्त मदत त्यांना मिळाली, आणि लवकरच त्यांचं घर पुन्हा उभं राहिलं!

अण्णा सल्ला घ्यायला म्हणून विठू मामांकडे वाडीला आले. सुख दुःखांची देवाण घेवाण झाली. अण्णांनी त्यांना सल्ला विचारला.

"हे बघा अण्णा, तुम्ही कुठं तरी शहरात जाऊन रहायचं म्हणताय! म्हणजे तिथे पुन्हा नवीन घर बांधणं आलंच! तुमची सगळी शेती वाडी इथं जुगुळाला. आणि शेती हा लांबून करण्याचा विषय नाही! त्यामुळे जुगुळ सोडू नका."

"पण विठू मामा, ज्या समाजा सोबत आपण दिवस काढायचे, तो समाजच आपला नसेल तर तिथे रहायचेच कशाला म्हणतो मी?"

"समाजाला अक्कल नसते हो! कुणीतरी त्यांचे कान भरतं, आणि वाम मार्गाला लावतं! तुम्ही गावचे कुलकर्णी. तुम्ही आता तिथे गावासाठी काही धार्मिक कार्य करा, आणि त्यात सगळ्यांना सामावून घ्या. लोकांना सद्वर्तन शिकवायला तिथे काहीतरी आयोजित करा. समाज नक्की सुधारेल!"

अण्णांनी विठुमामांचा सल्ला मानला.

दत्ताचे दर्शन आणि आशीर्वाद घेऊन जुगुळाला आले, आणि पुन्हा नव्या उमेदीने कामाला लागले.

सगळा वाडा पुन्हा उभा केला. संसार पुन्हा उभा राहिला.

नित्य नेमाची कामे सुरु झाली.

तत्पूर्वी याच जळीताच्या दरम्यान जुगुळात पहाणी करायला म्हणून मोरारजी देसाई आले होते. त्यांच्या स्वागताला गावचे कुलकर्णी म्हणून अण्णा उपस्थित होतेच!

त्या हलकट पोलिसपाटलाने मोरारजींच्या गळयात हार घातला.

स्वागताच्या भाषणाला अण्णा उभे राहिले, आणि त्यांनी पहिलेच वाक्य मोरारजींनी उद्देशून म्हंटले की,

“महोदय, तुमच्या गळयात जो हार घातलाय, तो दिसायला जरी फुलांचा असला, तरी तो चपलांचा हार घातलाय, याची जाणीव ठेवा!”

मोरारजींनी सगळी माहिती काढून घेतली.

पुढच्या सातच दिवसांत चंदू खुरपेला पोलिसांनी गोळया घालून ठार केलं, आणि अशा नतद्रष्टाना दहशत बसावी म्हणून त्याचं मुंडकं गावाच्या वेशीवर अनेक दिवस टांगून ठेवलं! बरीच धरपकड झाली.

पोलिसपाटलाला पण जेल मध्ये टाकला!

काही जण भीतीने रातोरात मुलाबाळांसकट हातात सापडेल ते घेऊन गाव सोडून परागंदा झाले. पुन्हा तोंड दाखवलं नाही. तर काहींनी पळवलेले सामान गुपचूप वाड्यासमोर आणून ठेवायला सुरुवात केली.

जुगुळात नवा वाडा उभा राहिला आणि एक नवा अध्याय सुरु झाला.

अण्णांना मधुमेह होता. एकदा ते उपचारासाठी मिरजेच्या मिशन हॉस्पिटल मध्ये गेले होते. तिथे त्यांना रस्त्यावरून अनेक माणसे विशिष्ट वेळेला जाताना दिसली. त्यांनी पाहिले तर तिथे एका लिंगायत स्वामींचे प्रवचन होते. अण्णा तिथे जाऊन बसले. त्यांना ते खूपच भावले. ते गदगचे मल्लिकार्जुन स्वामी होते. अण्णांनी त्यांची भेट घेतली, आणि

जुगुळात येऊन असेच प्रवचन करण्याची विनंती केली. त्यांनी मान्य केली. जुगुळात आल्यावर त्यांनी आपल्या आश्रमासाठी अनेक जागा बघितल्या. पण त्यांना अण्णांची नदी काठी असणारी मळी ची जागाच पसंत पडली. तिथे अण्णांनी त्यांना तात्पुरता आश्रम उभा करून दिला.

गावात त्यांची प्रवचने सुरु झाली. पाच पाच हजार लोक उपस्थित राहू लागले. दर वर्षी अडीच तीन महिने हा उपक्रम चालू असायचा. गावात एक नवी नांदी सुरु झाली. समाजात सदाचार निर्माण व्हायला सुरुवात झाली. अनेकांनी नंतर अण्णांचे पाय धरले. त्या पोलिसपाटलाच्या पुढच्या पिढ्यांशी घरोबा निर्माण झाला.

विठू मामांचे बोल खरे ठरले!

वैशिष्ट्य म्हणजे अजूनही हा उपक्रम अव्याहतपणे सुरु आहे.

अण्णांनी गावाला सद्वर्तनाला लावले आणि त्या अण्णांना निवारा देणारा राखेतून फुललेला वाडा पुन्हा एकदा दिमाखात उभा राहिला!

१०. जुगुळ: एक प्रेमळ आणि संस्कारी आजोळ

जुगुळाच्या या नव्या वाड्याला समोर शंभर एक फूट लांबीची कुंपणाची भिंत. दोन फूट जाड. मध्यभागी सागवानी लाकडाचे भारदस्त प्रवेशद्वार. दाराच्या वरच्या मध्यावर सुतारानं गणपती कोरलेला. आत प्रवेश केला की डावी आणि उजवीकडे सहा एक फूट रुंदीचे दगडी बांधकामाचे अखंड कट्टे. त्याला जोते म्हणत असत. त्यातल्या एकावर छप्पर. त्याखाली गडी लोक बसायचे. येणाऱ्या जाणाऱ्यावर लक्ष ठेवायचे. जुगुळाच्या घराचा हा दरवाजा नंतर कधीच कुणाहीसाठी बंद झाला नाही.

जोत्यापुढे विस्तीर्ण अंगण. शंभरेक लोक सहज बसतील इतकं मोठं. शेणानं सारवलेलं.

मग सोपा. सोप्याच्या एका टोकाला अण्णांचं ऑफिस होतं. बसायला गादी, टेकायला तक्क्या. त्यांच्या उजव्या हाताला दिवाणजी बसत. त्यांच्या समोर लाकडी डेस्क होता. त्यावर शाईची दौत आणि लिहायचा टाक ठेवण्याची सोय होती. टाकाच्या अनेक निब्स पण आम्ही तिथे नंतर पाहिलेल्या आम्हाला आठवतायत.

सोप्यातून वरच्या मजल्यावर जायला जिना. तिथे वरती पण सोप्याएवढीच जागा. वरती कौलं. हा वरचा मजला म्हणजे पाहुण्यांसाठीची व्यवस्था असे. पन्नासेक माणसं तिथे सहज झोपण्याची सोय होती.

सोप्यातून आत गेले की डावीकडे प्रशस्त स्वयंपाकघर आणि उजवीकडे माजघर.

त्या काळच्या प्रथेनुसार सगळे पुरुष सोप्यावर आणि महिला माजघरात किंवा स्वयंपाकघरात झोपत.

स्वयंपाक घराच्या मागे एक दोन खोल्या जळण, वगैरे साठवण्यासाठी होत्या आणि त्यामागे संडास आणि न्हाणी. दहा बारा जणांनी लपंडाव खेळावा इतका मोठा वाडा होता.

अण्णांकडे माणसांचे येणे जाणे पण अफाट होते. आणि प्रत्येकाचे आतिथ्य हे अत्यंत काळजीपूर्वक केले जायचे. हे सगळं जुगुळाची आई सांभाळायची.

या सर्वात जुगुळाची आई आपल्या मुलींना पण सामावून घ्यायची.

त्यामुळे आपसूकच सगळ्या मुलींना घराची शिस्त पाळण्याचे शिक्षण मिळत गेले.

माझी आज्जी... आक्का... ही सगळयात मोठी असल्यामुळे साहजिकच तिच्याकडे जरा अधिक जबाबदारी असायची. तिचं लग्न होऊन ती सासरी गेल्यावर दुसऱ्या मुलीवर जबाबदारी आली. असा क्रम चालूच राहिला.

बाबा जन्मल्या नंतर तर काही महिने त्यांचे जुगुळातच गेले. नंतर अथणी - जुगुळ अशा फेऱ्या चालू असायच्या. दोन वर्षातच बाबांच्या धाकट्या भावाचा... वसंत यांचा जन्म झाला. आम्ही त्यांना आप्पा काका म्हणत

असू. बाबा, आक्का हे दोघेच फक्त त्याना 'वसंता' म्हणून हाक मारत. बाकी सगळे त्यांना 'आप्पा' च म्हणत. त्यांच्या पाठोपाठ 'प्रेमा' ही कन्या झाली. ही आमची प्रेमा आत्या. गोरीप्पान. सुंदर.

या सगळ्या बालकांना सांभाळणे मुश्किल होते.

त्यातल्या त्यात आप्पा काका म्हणजे जन्मजात भीम. शिवाय वांड आणि व्रात्यपणा हे जन्मजात गुण! पण मनाने अत्यंत प्रेमळ. त्यामुळे त्यांना लहान असताना सांभाळणे हा एक मोठाच व्याप होता. प्रेमा आत्या अगदी नाजूक होती. तिला अथणीला ठेवली आणि मग काही महिन्यांसाठी या दोन बंधूंची रवानगी जुगुळाला झाली.

हे असे पुढे अनेक भावंडांच्या जन्मानिमित्त होत राहिले, आणि जुगुळाला जाणे हा या भावंडांच्या जीवनाचा अपरिहार्य हिस्सा बनला.

बाबा आणि आप्पा काका हे बंधुद्वय बालपणी जुगुळाला अनेकदा एकत्र राहिले होते.

बाबा आणि आप्पा काका यांचे स्वभाव दोन टोकाचे होते.

अण्णा जिथे जिथे जात, तिथे तिथे त्यांचे बोट धरून बाबा जात असत. लोकांशी होणारे संभाषण, त्यांच्या समस्या, त्यावरचे उपाय, स्वातंत्र्यपूर्व काळातील घटना... इत्यादी सर्व बाबांच्या कानावर पडत असे.

घरी मुक्कामाला आलेले पाहुणे, कीर्तनकार यांच्याशी होणाऱ्या चर्चा बाबा काळजीपूर्वक ऐकत. स्वातंत्र्य लढ्याबद्दलच्या बातम्या ऐकत. अनेकदा अण्णांना काही प्रश्न विचारत.

आलेल्या पाहुण्यांशी बाबा चर्चा करत. पाहुणे पण समाधानी होऊन बाहेर पडत असत.

हे सगळं घडत असताना बाबा आप्पा काकांना आपल्या सोबत रहायचा आग्रह करत.

पण आप्पाकाकाना यात अजिब्बात रस नसे.

ते गोठ्यात जात. जनावरांशी मैत्री करत. बैलगाडी जुंपून शेतावर फेर फटका मारत. जमिनीतून उगवणाऱ्या प्रत्येक रोपाशी दोस्ती करत. घरी येताना पाय चिखलानं लडबडलेले असत. कधी कुठल्या झाडाला पाणी नाही मिळालं म्हणून दिवसभर हातात कुदळ फावडं घेऊन तिथपर्यंत त्याला पाणी पाजवण्याची सोय करत. शेतात एखाद्या गड्याचं पोरगं आजारी असलं तर त्याला खांद्यावर घेऊन दवाखान्यापर्यंत नेऊन त्या जोडप्याला दिलासा देत असत.

आप्पाकाकांचं विश्वच वेगळं होतं. आणि बाबांचं विश्व वेगळं होतं.

पण दोघांच्यात अत्यंत प्रेम होतं. जे पुढच्या भावंडांत पण प्रेरित झालं.

जुगुळ हे आप्पा काकांचं प्रिय ठिकाण होतं. कारण तिथे त्यांना त्यांच्या आवडीच्या गोष्टी मिळायच्या. शेत, गुरं, बैलगाडी, शेतावरचे गडी, फांद्या

फांद्यांवर लटकलेले फळांचे घोस, खाण्याच्या पैजा, हे सगळं त्यांना इथे मिळायचं!

अथणीला राम आजोबांचा शिस्तीचा बडगा, आणि शाळा! हे दोनीही आप्पाकाकांना अत्यंत अप्रिय!

बाबाना पण जुगुळ आवडे याचे कारण वेगळे होते. एक तर त्यांना अण्णा सगळीकडे घेऊन जात. आणि बाबांना असा जन संपर्क, त्यांच्याशी संवाद असे खूप आवडत असे. मला खूप उशिरा बाबानी सांगितलं की, 'मानवी स्वभावाचे असणारे अनेक पैलू मला तिथे सापडायला सुरुवात झाली!' अण्णांच्या दैनंदिन कार्यक्रमात पण बाबा सहभागी होत. त्यांचे कुलकर्णी म्हणून लोकांशी बोलणे, त्यांच्या चौकशा, माणसांना ओळखणे, निर्भीडपणे बेधडक निर्णय घेणे... हे सगळे बाबा पहात होते!

हे सगळे संस्कार बाबांच्या नकळत त्यांच्यावर होत होते!

या आधी सांगितल्यानुसार बाबांचा जन्म १९३०, तर आप्पाकाकांचा १९३२, प्रेमा आत्याचा १९३४. मुलं मोठी झाली. शाळेत जाण्याच्या वयाची झाली. घर ऐनापूरला असलं तरी हे सगळं कुटुंब अथणीला स्थायिक झालं झालं होतं. बाबा, आप्पाकाका यांची शिक्षणाची सोय अथणीलाच झाली.

बाबांची आत्या 'इन्नी' हिचे घर रस्त्याच्या पलीकडेच होते. त्यामुळे दोन्ही कुटुंबांचा अत्यंत घरोबा आणि एकोपा होता.

राम आजोबा कोर्टात जाताना सकाळी जेवण करूनच बाहेर पडत. बहुतेक त्याच वेळी त्यांच्या पंगतीला बाबा वगैरे पण बसत. कारण त्यांना पण शाळेला जायचे असे. जेवताना आधी ईश्वर स्मरण, स्तोत्र, आजोबांची ताटाभोवती चित्रावती, आणि मग 'जय जय रघुवीर समर्थ' असा आजोबानी घोष केल्या नंतर अन्नाला हात लावायचा, हा शिरस्ता होता. नंतर जेवताना गप्प जेवायचे. पानात वाढलेले सगळे संपवायचे. वगैरे अनेक नियम होते!

आप्पाकाका अत्यंत गमत्या होते. हुबेहूब नकला करत. काही बाही सांगून, काही बाही दाखवून हसवत! आणि स्वतः पण गदा गदा हसत! त्यावेळी बाबा होते सहा ते आठ वर्षांचे आणि आप्पाकाका चार ते सहा वर्षांचे!

जेवायला बसल्यावर आप्पाकाका बाबांना काहीतरी खुसुफुसू करून सांगत; आणि स्वतःच हसून लोळपोट होत! बाबांना त्यांच्या दुप्पट हसू येई! पण राम आजोबांचे लक्ष असले तर बाबा एकतर संयम ठेवत, किंवा शू आली म्हणून उठून जात आणि न्हाणीत हसून घेत! अशा वेळी बहुतेक वेळा आप्पाकाकाच राम आजोबाना सापडत. अशा वेळी आजोबा हाताला येईल ती वस्तू... म्हणजे पाणी प्यायचं भांडं, पाणी भरलेला तांब्या वगैरे पण फेकून मारत असत!

मग शांतता! खाली मान घालून जेवण! आजोबाना राग जरा जास्तच यायचा. त्यामुळे त्यांच्या आसपास मुलं फिरकायचीच नाहीत!

अथणीला बाबांचे मित्र वर्तुळ आणि आप्पाकाकांचे मित्र वर्तुळ भिन्न होते. त्यांच्या त्यांच्या स्वभावानुसार होते. दर सुट्टीला ते जुगुळाला जात असत. अगदी लहान असल्यापासून एकटेच जात असत. एकाच पिशवीत प्रत्येकी एक शर्ट आणि एक चड्डी. एक टॉवेल. इथे सामानाचा विषय संपला.

लहान असल्यामुळे आतल्या कपड्यांचा प्रश्नच नव्हता. नदीत पोहताना नागडंच पोहायचं! कपडे लागतातच कशाला? आणि चुकून लागलेच, तर तिथल्या इतर भावंडांचे घ्यायचे! भावंडे पण नसतील, तर गावातला कुणीतरी यांच्या मापाचा निघायचाच की! अशी सगळी निरपेक्ष अवस्था होती!

जुगुळाला जायचा दिवस ठरलेला असायचा. पण तिकडून परत यायचा दिवस ठरलेला नसायचा. जुगुळाचंच असं नव्हे, तर कुठेही पाहुण्यांकडे ही मुलं गेली, की पाहुण्यांनी गाडीत बसवून देई पर्यंत तिथे रहात!

कुणालाच कुठल्याही माणसाचं 'ओझं' नव्हतं!

कधी कधी हे नरसोबा वाडीला जायचे. विठू मामांकडे मुक्काम ठोकायचे. विठू मामा निपुत्रिक होते, त्यामुळे त्यांना तर यांचं विशेष कौतुक होतं. पण ते याना पहाटे उठवून स्तोत्रं वगैरे म्हणायला लावत, तेवढेच आप्पाकाकाना खटकत असे. विठू मामा अत्यंत गप्पिष्ट. संध्याकाळी त्यांच्या घरी गावातील त्यांचे मित्र पण येत. गप्पांचा फड जमे. बाबा आणि आप्पाकाका त्यात सामील होत. पण त्याकाळी ते

114

लहान असल्यामुळे ते केवळ श्रोते असत. ते सगळे झाल्यावर दुसऱ्या दिवशी आप्पाकाका आलेल्या लोकांची हुबेहूब नक्कल बाबाना करून दाखवत. विशेष म्हणजे, त्यांनी केलेल्या नकलेत केवळ मौजच नसे, तर त्या लोकांचे संवाद पण शब्दशः आप्पाकाकांच्या सादरीकरणात असत. ते बुद्धिमान होते. इथे हसायला पूर्ण मोकळीक होती, त्यामुळे बाबा इथे हसून लोळत.

जुगुळाला गेल्यावर आप्पाकाका शेतावर रमत आणि बाबा अण्णांच्या समवेत. हे अगदी लहानपणापासून ते अण्णांचे निधन होई पर्यंत असेच चालू होते.

विशिष्ट कालांतराने यात पुढे जन्मलेली भावंडे पण समाविष्ट होत गेली. त्यात अण्णांच्या अपत्यांचा पण समावेश होता.

आप्पाकाका सुमारे ७ - ८ वर्षांचे असावेत. दिवाळीला बाबा, आप्पाकाका, प्रेमा आत्या, इतर मावस भावंडं... हे सगळे जुगुळात जमलेले.

एकेदिवशी आप्पाकाका एका म्हशीची धार काढायला गेले, जिची ते नेहेमी काढत असत. तिनं लाथ मारली. पुन्हा गेले. पुन्हा लाथ मारली. आप्पाकाका चिडले. हिची इतकी सेवा करून पण ही मला लाथ मारतीय...! तिला धडा शिकवायला म्हणून आप्पाकाकानी तिच्या शेपटीला फटाक्यांच्या माळा बांधल्या. आणि दिल्या की पेटवून! फाट फटाक करत ती माळ पेटली, तशी म्हैस बिथरली. इतर जनावरं पण दाव्याला हिसडा मारू लागली. हंबरू लागली.

लोक जमा झालेच! प्रसंग कसाबसा निस्तरला गेला.

जुगुळाच्या अण्णांची सहावी कन्या म्हणजे सुधा मावशी. आणि त्या नंतर १९४१ साली अण्णांना सहा मुलींच्या नंतर मुलगा झाला. ते मल्हारी मामा. जुगुळाचे पुढचे वारस. मोठा आनंदोत्सव झाला.

आपल्या मामाला बाबा आणि आप्पाकाका कडेवर घेऊन फिरत असत. तसेच आपल्या काही छोट्या मावशांना पण! असा एकेका पिढीचा फरक वयात पडत असे.

या सगळ्या झाल्या जुगुळाच्या आठवणी! १९४१ पूर्वीच्या! केवळ आप्पाकाका आणि बाबा यांच्याच. कारण त्यांची पुढची भावंडं खूप लहान होती, काही तर अजून जन्माला पण यायची होती!

११. अथणी: भावंडांचं बालपण

मी इथे १९४१ ला एक लेखन बांध घातला आहे, कारण त्यानंतर तोरो कुटुंबात काही दुर्दैवी आघात व्हायला सुरुवात झाली.

१९४१ पूर्वी दहा बारा वर्षं राम आजोबानी अथणीला बिऱ्हाड केलं होतं. तिथेच त्यांची वकिली चालायची. पण अती प्रामाणिकपणा आणि संतापी स्वभाव यामुळं वकिली व्यवसायात जरा अडचणी उद्भवू लागल्या. वकिली हळू हळू कमी होत गेली. सामाजिक आणि ब्रिटिशांच्या दबावामुळे दाखल झालेले काहीजणांचे अनेक खटले ते विनामूल्य करत. ते खटले राज्यभर गाजत! रामचंद्र गणेश तोरो वकिलांचं नाव राज्यभर पसरे! पण आजोबांच्या गल्ल्यात मात्र खणखणाट असे. शून्य आवक!

तत्पूर्वी सुमारे १९३५ च्या आसपास गणेश पणजोबांचं ऐनापूरला निधन झालं. पणजीबाई सोलापूरला मल्हार काकांकडे गेल्या. त्या नंतर तिथेच अंत्यकाळापर्यंत राहिल्या आणि त्या बरेच वर्षे जगल्या. त्या काळी चहा हे पेय निषिद्ध होते. राम आजोबा तर चहाचा वास आला तरी स्वयंपाकघरच उध्वस्त करण्याच्या तयारीत असायचे. आणि पणजीबाईंना मात्र चहाचा अफाट शौक!

ऐनापूर किंवा अथणीला असताना जेंव्हा जेंव्हा राम आजोबा घरी नसत, तेंव्हा तेंव्हा पणजीबाई चुलीवर चहाचे आधण ठेवत. आणि सगळ्या नातवंडांना चहा पाजत. आजोबा घरी येई पर्यंत सगळी भांडी धुवून

पुसून जागच्या जागी जात! का कुणास ठाऊक, पण पणजीबाईंबद्दल आक्कानं आम्हाला फारशा आठवणी सांगितल्याचे आम्हाला आठवत नाही. पण दोघींच्यात मतभिन्नता होती, असेही कधी कुणी सांगितल्याचे आठवत नाही.

गणेश पणजोबांचं निधन झाल्यावर ऐनापूरचं घर कुलूपबंद झालं.

अधे मधे जाणे येणे मात्र होत असे. मागे सांगितल्यानुसार राम आजोबा आणि आक्का यांच्या अपत्यांपैकी पहिले अपत्य म्हणजे माझे बाबा, ज्यांचा जन्म १९३० चा. आणि शेंडेफळ, म्हणजे अंतिम अपत्य म्हणजे कन्या कमल, तिला आम्ही कमा आत्या म्हणतो. तिचा जन्म १९४१ चा.

थोडक्यात, राम आजोबा आणि आक्का यांच्या अपत्यांचा म्हणजेच आमच्या आधीच्या पिढीचा १९३० ते १९४१ या कालावधीत जन्म झाला. बाबा आणि नाना काका यांचे जन्म जुगुळाला, आणि बहुतेक इतर सगळ्यांचे जन्म अथणीलाच झाले.

अपत्यांची मूळ नावं अशी:

अनंत - हे माझे बाबा (आण्णा). वसंत (आप्पा). प्रेमा. माधव (भानू / तात्या). प्रल्हाद (पल्ला / नाना). सुमन (सुमा). कमल (कमा).

माझ्या बाबानी सांगितल्यानुसार, आजोबा ज्या ज्या केसेस लढले, त्या त्या त्यांनी जिंकल्या होत्या. आजोबा कधीच हरले नाहीत, पण असत्य आणि वाम मार्गाचा अवलंब करून एकाही निरपराध्याला त्यांनी

अन्यायाने दोषी ठरवू दिले नाही. न्याय दानाचे मूळ तत्व त्यांनी अखेरपणे जपले.

त्यांचं हे चुकलं की काय? हा प्रश्न अजूनही अनुत्तरित आहे.

पण आजोबांच्या काही तात्विक मतभेदांमुळे वकिली चालेनाशी झाली. आणि त्यामुळे, कुटुंबाचा आर्थिक स्तर हळूहळू खाली येऊ लागला.

१९३६ साली बाबा सहा वर्षांचे झाले, आणि त्यांचं नाव शाळेत घातलं. नाव घालताना जन्म तारीख विचारली गेली. आश्चर्याची गोष्ट अशी की बाबांची जन्म तारीख कुणालाच आठवेना! त्यावेळचा प्रसंग सगळे जण सांगायचे. म्हणजे.... 'आदल्या दिवशी ढग आलेले म्हणून सांडगे घालूया नको म्हणून ठरलेलं बघा!' किंवा,

'पाटावरल्या लक्ष्मीचं पोरगं त्या दिवशी विहिरीत पडून गटांगळ्या खात होतं बघा!' किंवा 'अनुसूयेचं नवऱ्याबरोबर भांडण झालं बघा!' किंवा 'अप्पू स्वामीच्या म्हशीला रेडकू झालं बघा!'.... एवढ्याच आठवणींनी तारीख शोधायचा प्रयत्न झाला. पण एकवाक्यता होईना. मग मास्तरांनी त्याच दिवसाची तारीख पटलावर मांडली. आम्ही पण तीच तारीख ग्राह्य धरतो. पण त्या काळी असे अनेक जणांचे झाले. सगळ्या अपत्यांचं शिक्षण अथणीला शाळेत सुरु झालं. जसे जसे ते मोठे होतील, तसे तसे शाळेत दाखल होऊ लागले.

जुगुळाची आई नरसोबा वाडीची. शुद्ध मराठी. त्यामुळे जुगुळाच्या घरात मराठीचेच साम्राज्य होते. आणि पुढची पिढी सगळी मराठीच बोलायची.

पण बाहेर मात्र कन्नड! त्यामुळे ती पण येऊ लागलीच. त्यामुळे आक्का पूर्ण मराठी. आजोबा मराठी मिश्रित कानडी. पण घरी मराठीच. अथणीची शाळा कन्नड. पण सर्वांना दोन्ही भाषा येत असल्यामुळे काहीच अडचण नव्हती.

आप्पाकाका वयानुसार शाळेत बाबांच्या मागे दोन वर्षे होते. पण ते जेंव्हा शाळेत प्रवेश करते झाले, तेंव्हा पासून घरी आल्यावर एकूण एक मास्तरांच्या, शिपायांच्या, खुळचट मुलांच्या नकला आप्पाकाका करून दाखवत. घरी आक्का, बाबा आणि प्रेमा आत्या असत. (इतर भावंडे सावकाशीने आली, पण ती छोटी होती.) सगळे हसून हसून लोळत! दिवे लागणीला राम आजोबा घरी येत. तो पर्यंत यांचा धांगडधिंगा आवरलेला असे. अंगणात तुळशी कट्टा होता. आक्का देवघरात दिवा लावे. ही तिन्ही भावंडं देवासमोर हात जोडून `शुभंकरोती कल्याणम...` म्हणत. ते म्हणताना पण आप्पाकाका देवापेक्षा इतर ठिकाणीच पहात, आणि कधीतरी शब्द किंवा ताल चुकत. आणि ते शुभंकरोती म्हणताना बाबाना हसू आवरत नसे. बाबा हसायला लागले की आप्पाकाकाना कळत असे की,`कुछ तो गडबड है!` मग ते पुन्हा लक्ष केंद्रित करत!

आता राम आजोबा यायची वेळ झालीय म्हंटले की हे दोघे अभ्यासाला बसत. आप्पाकाका स्वतःच्या गृहपाठा ऐवजी बाबा काय करतायत, यावरच लक्ष ठेवत.

बाबांच्या पुस्तकात असलेल्या चित्रावरून त्यांना वर्णन लिहायचे होते. वीज चमकतीय असे एक चित्र होते.

बाबानी वर्णन लिहिले: `विजांचा कडकडाट झाला`

आप्पाकाकांनी हे वाचलं, आणि घर भर हात वर करून नाचत सुटले , “कडक दाट झालाय.... वीज चम चम चम चम करतीय, आणि कडक म्हणजे एकदम कडक च दाट झालाय!” खरं तर त्यांना याचा अर्थ पूर्णतः माहिती होता. पण त्याचे विनोदात रूपांतर करणे, हाच त्यांचा स्वभाव होता. आणि तो त्यांनी आयुष्यभर सांभाळला. सगळयांना हसवत ठेवले.

शाळेचा कालावधी जरी वर्षभर असला, तरी एकूण सुट्ट्या आणि दांड्या या सहा महिने असत. त्यातच तो स्वातंत्र्यपूर्व काळ! सतत काही ना काही आंदोलनं, चळवळी, असे काही ना काही चालू असल्याने अधून मधून शाळा बंदच असे. सुट्ट्यांमध्ये कधी जुगुळ, कधी नरसोबाची वाडी, कधी ऐनापूर, तर कधी तरीच लांबचे नातेवाईक यांच्याकडे जाणे होई. पुढील भावंडांच्या बाबतीत सुद्धा असेच असायचे.

१९३५ ला बाबांचे चौथं भावंडं `माधव` जन्मले. आधी सांगितल्यानुसार बाबा आणि आक्का त्यांना भानू म्हणत. बाकी सगळे त्यांना तात्याच म्हणत. आम्ही तात्या काका म्हणायचो.

ही भावंडं जशी जन्माला येत, तशी त्यांना सांभाळण्याची जबाबदारी काही अंशी वडील भावंडांवर येणे क्रमप्राप्तच होते. तात्या काका जेंव्हा वर्षभराचे झाले, तेंव्हा बाबा, आप्पा काका, प्रेमा आत्या यांच्यावर त्यांना खेळवण्याची, रडू न देण्याची जबाबदारी आली.

बाबा... पाच वर्षांचे. प्रेमा आत्या तर खूपच लहान!

यातील प्रत्येकाची आपल्या धाकट्या भावाला सांभाळण्याची पद्धत भिन्न होती.

बाबा त्यांना कडेवर घ्यायचे. इकडे तिकडे फिरवायचे. हातात पुस्तक घेऊन त्यांना दाखवायचे, आणि सांगायचे.... "इल्ले नोडाप्पा! अदे बुक्क! येनू? .... बुक्क!"

असं अनेकदा झालं की मग बाबांचे पण दंड दुखाय लागायचे. हे सगळं होत असताना आप्पा काका बाबांच्या समवेत आशेने हिंडायचे की या बाळाला आपण कधी कडेवर घेणार?.... बाबा त्यांना खेळवत असताना आप्पाकाका दोन्ही हात वर करून बाबाना इशारा देत असत की `त्याला माझ्या कडेवर दे की` म्हणून! पण आप्पाकाका जेमतेम तीन चार वर्षांचे होते. त्यामुळे बाबा त्या बाबतीत सावध असत.

प्रेमा आत्या मात्र थोडी मोठी झाल्यावर बाळ मांडीवर घेऊन झोपवणे वगैरे आईच्या भूमिका पार पाडे! हे असेच सगळे पुढील सर्वच भावंडांच्या बाबतीत घडले. आणि त्यामध्ये सांभाळणारी वडील भावंडे पण वाढत गेली.

सुखाचा संसार चालू होता. आता संसार म्हंटला की काही कुरबुरी आल्याच! त्या असतीलही! भावा बहिणींत असतील, नवरा बायकोत असतील, सासू सुनेत असतील, जावा जावांत असतील! पण त्या कधी बाहेर आल्या नाहीत! त्यामुळे मी जेंव्हा जेंव्हा अनेक वडीलधाऱ्यांकडून अनेक आठवणी ऐकायचो, त्यात कधी अशा तक्रारीच्या आठवणी

आल्याच नाहीत. मी अनेकदा उलट तपासणी घेऊनही आल्या नाहीत. पण त्या नसतीलच असे मात्र मला वाटत नाही.

२७ सप्टेंबर, विजयादशमी दिवशी १९२५ साली वंदनीय श्री डॉ. हेडगेवार यांनी राष्ट्रीय स्वयंसेवक संघाची म्हणजेच RSS ची स्थापना केली. आणि संघाचा विस्तार होत होत अथणीला पण आला. अथणीमध्ये संघाच्या शाखा सुरु झाल्या. अथणीला संघ मोठ्या प्रमाणात वाढत होता. राम आजोबांचे या सगळया संघ स्वयंसेवकांशी घनिष्ट संबंध होते. पण ते शाखेवर जायचे टाळायचे, कारण अनेक संघ विरोधक त्यांचे अशील होते, ज्यांना प्रामाणिक न्याय मिळण्यासाठी आजोबा झटत होते. पण आजोबानी बाबांना आणि आप्पाकाकांना मात्र रोज शाखेत पाठवण्याची व्यवस्था केली.

हे दोघेही रोज प्रातः आणि सायं शाखेत जात असत.

शाखेत खेळ असत. लाठी चालवण्याचे प्रशिक्षण असे. लुटुपुटुच्या लढाया असत. आत्मसंरक्षणाचे डाव असत. प्रार्थना असे. शाखा शिक्षकांचे मार्गदर्शन असे. अनेकदा बौद्धिक असे.

घरी आल्यावर राम आजोबा या दोघांना शाखेत काय काय झालं ते विचारत. सगळी माहिती सांगून झाल्यावर राम आजोबा त्यांना बौद्धिकांबद्दल विचारत. बाबा बोलायला सुरुवात करतायत, तेवढ्यात आजोबा बाबांना थांबवत, आणि आप्पा काकांना विचारत...

“तू सांग रे वसंता...”

आप्पा काका बाबांकडे बघत. राम आजोबा नावाचा कठोर परीक्षक समोर असताना कॉपी करणे शक्यच नसायचं. बाबा हाताची घडी घालून गप्प बसायचे.

आता आप्पा काकांची अवस्था `एकाकी` व्हायची! पण त्यावर पण ते मात करायचे! चेहेऱ्यावर केविलवाणे भाव आणून...

"बोलणारं चं आवाज लैच बारीक होतं! मला शेवटाला ज्यागा मिळालं. कुणालाच ऐकणं यीना! अमी सगळेजणी माना वर वर करून प्रयत्न करलो, खरं काय ऐकूच यीना. आता घरी आल्यावर आण्णा कडून समजून घ्याच म्हंटलोय!"

आजोबा खूष!

पण नंतर अंथरुणावर पडल्यावर बाबा आप्पा काकांना ते बौद्धिक थोडक्यात सांगायचे. ते मात्र ते मन लावून ऐकायचे. एवढेच नव्हे तर त्यावर मती गुंग करणारे पण प्रश्न विचारायचे. सगळं झाल्यावर आप्पा काका बाबांना बिलगायचे म्हणायचे, "आण्णा, ते बौद्धिक मला तूच सांगत जा!"

अशी गम्मत होती!

२१ जून १९४० साली डॉ. हेडगेवारांचा मृत्यू झाला. आणि श्री. गोळवलकर गुरुजी हे सरसंघचालक झाले. गोळवलकर गुरुजी हे एक तपस्वी ऋषीच वाटावेत असे व्यक्तिमत्व होते. ते एका प्रवासात अथणीला संध्याकाळी

थांबणार होते. वरिष्ठ स्वयंसेवक अधिकाऱ्यांसोबत त्यांची बैठक होती. बाबा त्यावेळी दहा अकरा वर्षांचे होते. संघाच्या भाषेत 'बाल' स्वयंसेवक होते.

बाबांना आक्कानं केलेले लाडू अत्यंत प्रिय होते. बाबांच्या मनात आले की गुरुजी येतायत, तर त्यांना असे लाडू द्यावेत. बाबानी आक्काला सांगून गुरुजींसाठी लाडू बनवून घेतले. आक्कानं तर ते अत्यंत श्रद्धेने 'प्रसाद' म्हणूनच बनवले.

बाबा तो लाडूंचा डबा घेऊन गुरुजी उतरलेल्या ठिकाणी गेले. तिथे अनेक वरिष्ठ अधिकाऱ्यांची बैठक चालू होती. बाबांना प्रवेश मिळेना.

पण बैठक संपल्यावर मात्र काही वेळाने प्रवेश मिळाला. गुरुजींनी लाडू तर खाल्लेच, पण या 'अनंत तोरो' या बाल स्वयं सेवकांचा मान राखला! बाबा त्यावेळी पाचवी सहावीत असतील! बाबांशी गप्पा गोष्टी केल्या. बाबा धन्य होऊन बाहेर पडले. गुरुजींना लाडू आवडल्याचं बाबानी आक्काला सांगितलं. "गुरुजींनी तुला नमस्कार पण सांगितलाय!" बाबानी असं म्हंटल्या बरोब्बर आक्कानं बाबाना मिठीत घेतलं! हे बघून आप्पाकाका आणि प्रेमा आत्या पण त्या मिठीत सामावून गेले.

राम आजोबा घरी आल्यावर बाबानी भीत भीतच ही हकीगत त्यांना सांगितली. आजोबा काहीही बोलले नाहीत. फक्त बाबांच्या डोक्यावर एक टपली मारली. बाबाना त्या टपलीचा अर्थ पण कळला नाही. त्या

दिवशी रात्री आक्का जेवायला पानं मांडत होती, तेंव्हा आजोबा तिला म्हणाले, “अनंताचं पान माझ्या शेजारी मांड!”

जेवणं झाली. आणि त्या दिवशी आक्काच्या कुशीत झोपायचा मान बाबाना मिळाला. असे प्रसंग फारसे येत नसत! पण जेंव्हा येत, तेंव्हा ते आयुष्यभराची आठवण ठेवून जात! थोरल्या भावंडांचे जसे फायदे असतात, तसे अनेक तोटेही असतात. जशी जशी लहान भावंडं होत जातात, तसं तसं त्यांना आईचा सहवास मिळणं दुर्लभ होत जातं. बालपण पण जरा लवकरच संपुष्टात येतं. आणि प्रामुख्याने, जिथे अपत्यांची संख्या अधिक असेल, तिथे तर हे नक्कीच घडतं!

आप्पाकाका सर्वसामान्यांत अधिक रमत. मोठ्या व्यापाऱ्यापासून ते हमाला पर्यंत त्यांची सगळयांशी दोस्ती होत असे. बाबा मात्र आता संघाच्या कार्यात त्यांच्या वयानुसार पूर्णतः गुंतले होते. त्यामुळे त्यांची मित्र संख्या मर्यादित होती, पण ते सगळे मितभाषी, काही विद्वान तर काही (निव्वळ) कार्यकर्ते, तर काही विचारवंत असे होते. अर्थातच त्यांची संख्या कमी होती. कधी तरी जर अडचणी उद्भवल्या, तर बाबा आणि आप्पाकाका हे दोघेही आपापले मित्र वर्तुळ एकमेकांच्या सहाय्याला आणत. बाबांचे जे आत्येभाऊ होते, त्यातले सर्वात थोरले म्हणजे `बाळण्णा`. ते समवयस्क असल्याने बाबांचं त्यांच्याशीच जरा अधिक जमत असे.

बाबा शाळेत आणि शाखेत जात असताना इतर धाकट्या भावंडांची अवस्था.... कुणी नुकताच बोट धरून चालायला शिकलाय, कुणी प...प...

करून हात दाखवून बोलू पाहतोय किंवा पहातीय...कुणी रांगायला सुरुवात केलीय......तर कुणी अजून पाळण्यातच आहे... अशी असायची. या व्यतिरिक्त, चुलत, आणि आत्ये भावंडं पण असायची.

१२. राम आजोबांचे अखेरचे दिवस आणि एकाकी कुटुंब:

अथणीच्या घरात गोकुळ नांदत होतं. नवरा, बायको, पोरांचा कल्ला, येणारी जाणारी पाहुण्यांची गर्दी, सामाजिक उपक्रमात सहभाग, सगळं उत्तम चाललेलं होतं. अथणीला असतानाच १९४२ साली राम आजोबा आजारी पडले. दुर्दैवाने प्रापंचिक अडचणींना प्रारंभ झाला होता.

राम आजोबांचा आजार बळावत चालला. तब्येत हळू हळू उतरू लागली. स्वतः आक्का, वरिष्ठ अपत्यं, इन्नी, आणखी काही नातलग हे आजोबांच्या सेवेत पाळीपाळीने येऊ लागले. आजोबाना T.B. (क्षयरोग) झाला होता. त्यांची फुफ्फुसे हळू हळू निकामी होत रहाणार होती. स्पष्टच सांगायचं तर त्यांचा अंतकाळ समीप येऊन ठेपला होता. आणि हे सगळयांना समजत होतं, पण बोलून कुणीच दाखवत नव्हतं!

आजोबानी त्यावेळी चाळीशी तरी ओलांडली होती का नाही, याबद्दल मला शंकाच आहे. पण दोन तीन वर्षे पुढे मागे असू शकते. जगाचा निरोप घेण्याचे वय तर हे नक्कीच नव्हते. जवळच्या सगळयांना कळून चुकलं होतं की आता फार दिवस राहिलेले नाहीत!

सगळे एकमेकांना आधार देत होते. समजावत होते.

आजोबांच्या अपत्यांत सर्वात थोरले म्हणजे बाबा होते तेंव्हा बारा वर्षांचे. आणि सर्वात धाकटे अपत्य होते १ वर्षाचे!

सगळयात मोठा आधार होता तो म्हणजे जुगुळाच्या अण्णांचा. आणि सोलापूरच्या मल्हार काकांचा. स्थानिक मदत इन्नीकडून असायचीच. बाकी इतर सगळीच मुलं इतकी लहान होती की, त्यांना मृत्यू म्हणजे काय हे पण माहिती नव्हते.

अथणीला आजोबांचा आजार बळावत चालला. घरात एक अत्यंत गंभीर वातावरण निर्माण झालेलं होतं.

आक्का रोज त्यांच्यासाठी गरम पाणी असेल, त्यांचे कपडे वेगळे काढून ते धुणे असेल, त्यांची जेवणाची भांडी सुद्धा वेगळी घासणे असेल, ते सांभाळून मुलाबाळांचे स्वयंपाक पाणी सांभाळत होती. आणि यात प्रेमा आत्या, आप्पा काका, बाबा यांचा यथाशक्ती सहभाग असे. इतर भावंडं बाळ होती.

१९४३ साल उजाडले आणि अशी अवस्था आली की औषधांचा पण काही उपयोग होईनासा झाला!

एका डॉक्टरांनी सांगितल्यानुसार असा निर्णय झाला की आजोबाना एका शेतात मोकळया वातावरणात ठेवायचे. अत्यंत मोकळी स्वच्छ हवा असलेल्या ठिकाणी!

मिरजेच्या बाहेर असे एक आजोबांच्या मित्राचे शेत उपलब्ध झाले. तिथे जायचे ठरले.

अथणीतून बाहेर पडायचे होते. मग मुलांची काय व्यवस्था करायची हा गहन प्रश्न उपस्थित झाला. जुगुळाचे आण्णा म्हणाले, “चंद्राक्का, सगळी पोरं लहान आहेत. आणि तुझ्या पोरांचं मला गं कसलं ओझं? रहातील की पायजेल तेवढे दिवस! मी घेऊन जातो त्यांना जुगुळाला. काहीही चिंता करू नकोस!”

ते ऐकून सोलापूरचे काका म्हणाले, “अण्णा, सगळाच भार तुम्ही कशाला उचलताय? अनंता, वसंता आणि प्रेमा हे कळणाऱ्या वयातले आहेत. त्यांना मी सोलापूरला घेऊन जातो. बाकी या धाकट्याना तुम्ही घेऊन जा!”

ठरलं! सगळ्यांची पांगापांग झाली.

शेतातल्या घरात आजोबा आणि आक्का राहू लागले. दोघांनाही या अंत्य समयाची जाणीव होती. पण तशा अर्थानं ते दोघेही बोलत नव्हते.

विवाहापासून ते इथे आलेल्या क्षणापर्यंतच्या कालावधीत आजोबा आणि आक्का यांचा जेवढा जिव्हाळ्याचा संबंध आला नसेल, तेवढा या पुढच्या कालावधीत आला. तत्पूर्वी त्यांच्यात संभाषण असे... पण तो संवाद नव्हता.

आजोबांचा आणि आक्काचा `संवाद` तिथे झाला. एकमेकांची मनं तिथे पहिल्यांदा जुळली. कारण तिथे कदाचित दोघांच्यातलाही `मी` गळून पडला होता. त्या दोघांच्यातही आता अस्तित्व होतं ते केवळ आत्मीय संबंधांचं!

सुमारे दीड एक वर्ष त्यात गेलं.

या दीड वर्षाच्या कालावधीत घटना अशा घडल्या की, जुगुळाला गेलेल्या धाकट्यांपैकी सर्वात धाकटी कमा आत्या (त्यावेळी ती वर्षभराची होती.) आपल्या आई... म्हणजे आक्का शिवाय काही राहीना! मग तिला मिरजेला आक्का कडे पोच केलं.

सोलापूरला बाबानी जुळवून घेतलं. पण आप्पाकाका आणि प्रेमा आत्या यांचं काही तिथे जमेना. त्यांनी सोलापूर सोडलं आणि जुगुळाला आले.

बाबा सोलापूरलाच राहिले.

१९४३ साली सोलापूरच्या काकांना निरोप आला की आजोबांची तब्येत ठीक नाहीय. मग काका आजोबा मिरजेला जायला निघाले. तर बाबा त्यांच्या मागे लागले की `मला पण यायचं आहे!`

काका आजोबा आणि बाबा मिरजेला शेतावरच्या मुक्कामी पोचले.

दोन तीन दिवसांनी काका आजोबा सोलापूरला परतले.

आता आजोबा, आक्का, बाबा, आणि कमा आत्या एवढेच तिथे शेतावर होते. त्या काळच्या प्रथेनुसार बाप आणि लेक यांच्यात प्रेमयुक्त संवाद दुर्मिळ होते.

असायचं ते केवळ धाक युक्त बोलणं आणि दरारा! त्या काळी सगळयांच्याच घरी अशीच परिस्थिती होती.

बाबा त्यावेळी बारा वर्षाचे होते. म्हणजे सातवीला. सेवेसाठी तिथे दोन तीन नोकर चाकरही होते. तरीही अनेक गोष्टी आक्कालाच करायला लागत. त्यावेळी कमा आत्याला सांभाळणे हे काम बाबांकडे असे.

तिथे इंग्रजी वर्तमानपत्र येत असे. आजोबा ते बाबाना वाचायला लावत. त्यातल्या बातम्यांचा अर्थ पण ते विषद करत. ते करताना अनेक इंग्रजी शब्दांचे अर्थ ते बाबाना लिहून घ्यायला आणि पाठ करायला सांगत. यात दोन महिने गेले.

पण या नंतर मात्र बाबा इंग्रजी वर्तमान पत्रातील बातम्यांवर भाष्य करू लागले. काही दिवसांनी तर आजोबा बाबानाच 'या विषयावर बोल' असे सांगत आणि ऐकत रहात.

खऱ्या अर्थाने बाबाना पितृसुख आणि मातृसुख, आणि आक्काला आणि आजोबाना प्रपंच सुख मात्र मिळाले.

हे सगळं करताना आजोबाना धाप लागायची. थोडं थांबायचे. आणि बाबाना म्हणायचे,

"अनंता, आता हे असेच चालायचे! श्वास बंद होईल, तेंव्हाच धाप बंद होईल बघ! पण तो पर्यंत तरी तुला शिकवतो. शिक्षण थांबवू नकोस. काहीही झाले तरी खूप शीक. आणि तू सर्वात वडील बंधू आहेस. सगळ्या धाकट्या भावंडाना पण भरपूर शिकायला लाव."

काही दिवसांनी बाबा इंग्रजी पण छान वाचायला लागले. एखाद्या विषयाची मांडणी कशी मुद्देसूद करावी, याची आजोबानी घेतलेली कार्यशाळा कामी येऊ लागली. आजोबाना धाप लागली की, बाबा त्यांना थांबवत आणि स्वतः बोलायला सुरुवात करत. आजोबा आणि आक्का दोघेही या शाळकरी मुलाचे बोलणे ऐकत रहात. एकेदिवशी बाबा असेच बोलत होते. दोघेही कान देऊन ऐकत होते, तेवढ्यात आत झोपलेली कमा आत्या जागी झाल्याचा आवाज आला, म्हणून बाबा तिला सांभाळायला आत गेले. तर आजोबा आक्काला म्हणाले, “अनंता अतिशय सुंदर बोलतो. त्याला कुठेतरी आकाशवाणीवर मोठ्या पदावर नोकरी मिळायला पाहिजे बघ. आणि मिळेल पण त्याला!”

हा प्रसंग बाबांच्या आठवणीतला नाही. हा प्रसंग आक्कानं मला सांगितला होता.

[थोडा काळ ओलांडून पुढे जातोय... कारण मला आत्ता जे सांगायचं आहे, ते कदाचित माझ्या मूळ विषया बाहेरचं ठरेल, पण इथे ते सांगणे अत्यंत उचित वाटते... म्हणून...]

हिंदुस्तानचे पहिले रँग्लर (गणित विद्वान) म्हणून असणारे परांजपे यांची नात म्हणजे सुप्रसिद्ध दिग्दर्शिका सई परांजपे.

रँग्लर परांजपेंच्या समवेतच आमचे कृष्णा काका आजोबा रँग्लर साठी प्रयत्न करत होते, आणि ती पदवी त्यांना मिळणार हे जवळ जवळ स्पष्ट होते. त्या कृष्णा आजोबांचा पुतण्या म्हणजे माझे बाबा.

सन १९५९. महाराष्ट्रात पुणे आकाशवाणी प्रमुख होती. पुणे आकाशवाणीच्या अधिपत्याखाली इतर आकाशवाण्यांचं कार्य चाले.

तर महाराष्ट्राच्या आकाशवाणी संचालक (किंवा असेच काहीतरी दुसरे नाव असू शकेल) या प्रमुख पदासाठी शेवटी दोनच उमेदवार होते... सई परांजपे आणि बाबा.

आजोबानी सांगितलेलं भवितव्य किती सत्य होतं ते पहा!

मुलाखत होती दिल्लीला!

बाबांचं पारडं जड होतं. पण झालं असं की, बाबांच्या लग्नाची तारीख आणि मुलाखतीची तारीख एकच आली!

३१ मे १९५९. आणि पत्र पोचले फक्त एक आठवडाभर आधी! बाबा होते कोल्हापुरात! अशक्य!

सई परांजपेंची मुलाखत होऊन गेली. अनंत रामचंद्र तोरोंची त्यांनी दिवसभर वाट पाहिली, आणि सई परांजपेंना नियुक्तीचे पत्र प्रदान केले गेले.

हे इथे मला एवढ्यासाठी सांगायचं आहे की, आजोबांची आपल्या मुलांकडे पहाण्याची आणि त्यांना ओळखण्याची दृष्टी किती महान होती!

दुर्दैवाने आजोबांचा सहवास इतर धाकट्या भावंडाना लाभलाच नाही!

आक्काची आणि माझी जाम दोस्ती होती. मी पण तोरोंच्यातील पहिला नातू म्हणून तिला जरा जास्तच कौतुक होतं. थोडक्यात सांगायचं तर मी तिचा जरा जास्तच लाडका होतो.

लहानपणी जेंव्हा जेंव्हा संधी मिळे, तेंव्हा तेंव्हा मी तिच्याच अंथरुणात झोपत असे. अफाट गोष्टी ऐकल्यायत मी तिच्याकडून! आणि अनंत आठवणी! मी तिला असे एकेक प्रसंग विचारत असे... म्हणजे आजोबा कसे वारले?... मग ती अनेक आठवणी सांगे. एकातून दुसरी, दुसरीतून तिसरी.... असा आठवणींचा खजिनाच बाहेर पडत असे. वर्ष दोन वर्षांनी कधीतरी यातील आठवणींचा संदर्भ निघे. तेंव्हा त्याची पुन्हा एकदा उजळणी होई.

या आजोबांच्या अंत्य समयाची आठवण सांगताना ती नेहेमी राम आजोबांचा उल्लेख `तुझे आजोबा` असं करत असे. मी एकदा थट्टेनं तिला म्हणालो की "आक्का, राम आजोबांचा उल्लेख तू `माझा नवरा` असा का करत नाहीस?" तर... आक्का आपल्या पांढऱ्या शुभ्र नऊवारीचा पदर तोंडावर घेऊन हसतच राहिली. त्याचे अर्थ मला फार उशिरा कळले

मिरजेच्या शेतातलं घर कौलारू होतं. बाहेर सोपा. आत माजघर, दोन तीन अंधाऱ्या खोल्या, मागे स्वयंपाकघर, आणि उघडी न्हाणी. पाणी तापवायला चुल्हाण. बाहेर मोठे सारवलेले अंगण. अंगणात चार पाच बाजली. त्यावरच आजोबांचा मुक्काम. शेतात राबणारे गडी अधून मधून येऊन जाऊन असायचे. चौकशा करायचे. घरात वीज नाही. पाठीमागच्या

विहिरीतून पाणी शेंदायचे. आक्काचा दिवस पहाटेच सुरु व्हायचा. कदाचित रात्रभर आजोबाना खोकल्याची ढास लागली तर अधेमधे जागरण पण व्हायचं! न बोलता फार सोसायला लागायचं. सातातली दोघंजणं इथे डोळयासमोर होती. इतर पाचांची काळजी नव्हती, पण त्यांच्या ओढीने मात्र या माऊलीचा जीव तुटत होता.

दिवस जात होते. पण आजोबांच्या प्रकृतीला आराम काही मिळत नव्हता. उलट दिवसेंदिवस प्रकृती खालावतच चालली होती. दारात यमराज नावाचा नावडता पाहुणा उभा आहे हे सगळ्यांनाच माहिती होते, पण त्याचे अस्तित्व कुणीच एकमेकांना जाणवू देत नव्हते.

श्वास घ्यायला एके दिवशी जास्तच त्रास व्हायला लागला. डॉक्टारांना पाचारण केले. डॉक्टारांनी सांगितले, “अथणीला घरी घेऊन जावा याना. तिथे आप्तस्वकीयांची गाठ भेट तरी होत राहील!” आणि बाहेर येऊन आक्काच्या कानात सांगितले, “आता फक्त दिवस मोजायचे! आणि फार दिवस नाहीत यांच्याकडे. सांभाळा.”

लगेचच निर्णय घेतला गेला. आजोबांच्या अंगात पाऊल पुढे टाकायचं पण त्राण नव्हतं. त्यांना दोन्ही खांद्यांखाली धरून अथणीच्या घरी आणलं.

माणसं भेटीला येऊ लागली.

जुगुळाला असलेली सगळी मुलं अथणीला हजर झाली. आपापल्या वयोमानानुसार त्यांना पण या प्रसंगाचं गांभीर्य लक्षात आलं होतं.

एक भयाण शांतता तिथे नांदत होती.

आठवड्याभरातच आजोबांचा श्वास थांबला. आजोबा गेले!!

त्यांचा थोरला मुलगा म्हणजे बाबा बारा तेरा वर्षांचे! जे आता या कुटुंबाचा अलिखित प्रमुख पुरुष बनले होते, आणि याचा अर्थ पण कळण्याचं त्यांचं वय नव्हतं.

पदरात सात पोरं घेऊन आक्का एकटी पडली होती!

जुगुळाच्या अण्णांनी थोरला कर्तृत्ववान जावई गमावला होता!

सोलापूरच्या काकांनी आपला वडील बंधू गमावला होता!

आणि गणेश पणजोबांची पत्नी म्हणजे आमच्या राम आजोबांची आई हिनं आपला दुसरा पुत्र गमावला होता! माहेर तुटलेलं, पती वारलेले, दोन पुत्र डोळयांदेखत गेलेले! तिच्या अंतःकरणातलं दुःख तर कुणीच समजू शकत नव्हतं.

अंत्य संस्कार त्यावेळच्या प्रथेनुसार आटोपले, आणि आता प्रश्नांचा आणि अडचणींचा डोंगर उभा राहिला!

`आता पुढे करायचं काय?`

अथणीचं घर भाड्याचंच होतं. आणि आता तिथे रहाण्यात काही अर्थ ही नव्हता. ऐनापूरच्या जवळच शेत होतं. मग ऐनापूरला प्रपंच हलवायचा ठरलं.

गणेश पणजोबा गेल्यापासून ऐनापूरचा संबंध फारसा राहिला नव्हताच. तेंव्हा पासून घराला कुलूपच होतं! जुगुळाच्या अण्णांनी गडी पाठवून ऐनापूरच्या घराची किरकोळ आवश्यक ती डागडुजी केली. रंग रंगोटी केली. थोड्या सुधारणा केल्या. घरात सरपण वगैरे आणून ठेवले, आणि मग सारा संसार ऐनापूरला आला. अथणी सुटली.

पण या सात पोरांना सांभाळणे आणि रोज त्यांच्यासाठी भाकऱ्या बडवणे एकट्या आक्काला शक्यच नव्हते. ते सगळयांनीच ओळखले.

सोलापूरच्या काकांनी पुन्हा एकदा बाबा, आप्पाकाका, आणि प्रेमा आत्या याना सोलापूरला नेण्याचा प्रस्ताव मांडला. बाबा तयार झाले. प्रेमा आत्या तयार होईना. आप्पाकाका पण नाही म्हणू लागले. पण बाबानी त्यांना समजावले की इथे आपण इतक्या जणांनी रहाणे हे आक्काला किती त्रासदायक होईल! (सोलापूरच्या घरात तेंव्हा फारशी अपत्ये नव्हती. सांभाळायला मनुष्य बळ होतं. शिवाय ते शहर असल्याने अनेक सुविधा पण होत्या.) आप्पाकाका नाईलाजाने तयार झाले.

मग बाबा, आप्पाकाका गेले सोलापूरला. काही दिवसांसाठी जुगुळाचे आण्णा नाना काका आणि तात्या काका याना जुगुळाला घेऊन गेले.

आणि १९४३ साली खऱ्या अर्थानं ऐनापूरचं घर पुन्हा सुरु झालं!

१३. बाबा - हरवलेले बालपण!

प्रेमा आत्या शालेय वयात ऐनापूरलाच राहिली, त्यामुळे तिचे फारसे शिक्षण झालेच नाही.

पण तिची आक्काला मात्र खूपच मदत झाली.

बाबा आणि आप्पाकाका सोलापूरला काकांकडे रहायला आले. त्या तीन खोल्यांच्या घरात बाहेरची खोली चारेक ढांगा टाकल्या की संपायची. घरात काका आजोबा, काकू आज्जी, त्यांची दोन लहान मुलं, पणजीबाई आणि हे दोघे! काकू आज्जी पण तशी प्रेमळ होती. ती सगळयांचं सगळं प्रेमानं करायची, पण तिला कामाचा उरक नव्हता. जेवणाच्या वेळेलाच जेवण मिळेल याची खात्री नसायची.

या दोघांचीही `हरिभाई देवकरण` शाळेत रवानगी झाली. ही मराठी माध्यमाची शाळा होती. वातावरण शहरी होतं.

हे दोघेही ज्या इयत्तांमध्ये तिथे आले, त्या इयत्तांतले विद्यार्थी जसे समजूतदार होते, तसेच ते टारगट पण तितकेच होते.

या दोघांचेही मराठी हे कन्नड `अक्सेंट` चे होते. त्याची भर वर्गात चेष्टा होऊ लागली.

आप्पाकाकांच्या वर्गात मराठीच्या तासाला एकवचन आणि अनेक वचन हे व्याकरण शिकवले जात होते. गुरुजी एकवचन सांगत. मुलांनी

अनेकवचन सांगायचे, असा प्रकार चालू होता. गुरुजी एकेकाला उठवून उत्तर विचारत होते.

"म्हैस"...... संभाजी तू सांग

"म्हशी"

"रस्ता"...... अनिरुद्ध तू सांग

"रस्ते"

"बरणी"...... नामदेव तू सांग

"बरण्या"

"ढग"...... वसंता तू सांग

"ढगंss"...!

आक्खा वर्ग खो खो करून हसायला लागला.

मधल्या सुट्टीत पण मुलं आप्पाकाकाना 'ढगंss' म्हणून चिडवायला लागली. खरं तर आप्पाकाकानी त्या सगळ्यांना एकाच दणक्यात ठोकून जमीनदोस्त केलं असतं. पण बौद्धिक अपयश हे शारीरिक वर्चस्वाने झाकू नये, असे त्यांच्यावर झालेले संस्कार होते.

पण आप्पाकाकाना हा अपमान फारच जिव्हारी लागला!

आप्पाकाका घरी आले. बाबांशी बोलले. `मला इथे रहायचेच नाहीय` म्हणाले.

खरंतर बाबा त्यावेळी शाळकरीच होते. पण त्यांना आप्पाकाकांचा स्वभाव पूर्णतः ज्ञात होता. आणि राम आजोबानी त्यांना सांगितलेले वाक्य त्यांच्या हृदयात कोरले होते की

`सगळ्यांचे शिक्षण!`

बाबांचं बालपण कधीच संपलं होतं!

आणि या प्रसंगात त्यांनी असं ठरवलं की, वसंता इथे रमणं शक्य नाही. या निर्णयाला आठवडा लागला! पण या आठवड्यात हे दोघेही बंधू इतर कुणाशीही बोलले नाहीत. या दोघांचे संवाद फक्त एकमेकांशीच होते.

आणि एकेदिवशी हे दोघे पण सोलापूरच्या काकांसमोर उभे राहिले.

बाबानी सुरुवात केली.

“काका, वसंताला इथे शिकताना त्रास होतोय. भाषेमुळे त्याचा सतत पाणउतारा होतोय. त्याला परत ऐनापूरला जायचेय.”

“आणि ऐनापूरला जाऊन काय करणार तो? शिकणार का पुढे?”

त्यावर दोघांनीही “हो” म्हणून माना डोलावल्या.

काकू आज्जीनी सुहास्य वदनाने आणि पणजीबाईने तोंडाला पदर लावून आप्पाकाकाना निरोप दिला. आप्पाकाका निघाले, ते एकटे प्रवास करत

ऐनापूरला पोचले. आणि यापुढे त्यांचं विश्व म्हणजे ऐनापूर आणि जुगुळ इथली शेती हेच राहिलं. बाबांच्या धाकामुळे त्यांनी शाळेत नाव घातले खरे; पण त्याला फारसा काही अर्थ नव्हता.

बाबांचं सख्य होतं `मती` सोबत! तर आप्पाकाकांचं सख्य होतं `माती` सोबत!

इकडे सोलापुरात आता राम आजोबा कुटुंबातील `बाबा` हे एकमेव राहिले.

पणजीबाई बाबांचे फार लाड करत असे. ती बाबांची आज्जीच की! त्यामुळे बाबाना पण तिच्याबद्दल खूपच प्रेम होते. सोलापुरात या दोघांचा सहवास खूप झाला. बाबा आणि पणजीबाई यांच्यात आठवणींची किंवा विचारांची किंवा संभाषणाची काय देवाण घेवाण होत असेल, याची मला अजिबातच कल्पना नाही. पण काहीतरी नक्कीच होत असणार!

इतर कुठल्याच भावंडाना ती लाभली नाही, बहुतेकांना तर तिचा चेहेरा पण आठवत नाही. तिचा नवरा (म्हणजे गणेश पणजोबा), ऐन तारुण्यातील बुद्धिमान ज्येष्ठ पुत्र, कर्तबगार दुसरा पुत्र यांचे डोळ्यांदेखत मृत्यू तिनं सहन केले. अगदी माहेरासकट कुणाच्या खांद्यावर डोकं ठेवून मनसोक्त रडावं, असा एकही खांदा तिला कधी मिळालाच नाही! काय अवस्था झाली असेल तिची याची कल्पना न केलेलीच बरी! दुर्दैवाने तिच्या बद्दलच्या फारशा आठवणी पुढे चालत आल्या नाहीत.

सोलापूरच्या घरी बाबाना पणजीबाई हा आणखी एक मोठा आधार होता.

बाबांचं शिक्षण चालू झालं. तिथल्या संघाच्या शाखेत जाऊ लागले. कन्नड माध्यमातून मराठी माध्यमात आलेल्या मुलाचे भाषेचे काय हाल झाले असतील ते आपण समजू शकतोच! चेष्टाही होत असे. पण बाबानी ते अत्यंत प्रयत्नपूर्वक आणि अभ्यासपूर्वक स्वीकारले. केवळ मराठी भाषेतील शब्दार्थच नव्हेत, तर ते बोलण्याची लकब पण त्यांनी आत्मसात केली. रात्र रात्रभर बसून ते `आज आपण काय बोललो, आणि त्या ऐवजी काय बोलायला हवे होते,` याचा मित्रांच्या मदतीने अभ्यास आणि सराव करत.

एकदा ते म्हणाले, "दुपारच्या सुट्टीला मी जेवण खाल्लं." तिथे काही जण हसले. बाबांच्या लक्षात आले की यात काहीतरी चूक आहे.

हे छान मराठीत "दुपारच्या सुट्टी`त` मी जेवलो" असं म्हणायला पाहिजे हे त्यांच्या हितचिंतक मित्रांनी सांगितले.

ते लक्षात ठेवून बाबा आपली भाषा सुधारत गेले.

दोन वर्षांनी जेंव्हा शाळेत वार्षिक महोत्सवामध्ये वक्तृत्व स्पर्धा झाल्या, त्यात बाबाना पहिला क्रमांक मिळाला. त्यांना भाषण लिहून देणारे पण कोणी नव्हते. त्यांच्या मराठी भाषेची चेष्टा करणारे आता त्यांच्याशी जवळिक प्रस्थापित करू पहात होते. हे कौतुक पहायला राम आजोबा हवे होते, असे बाबांना सातत्याने वाटत असे.

त्यावेळी बाबा शाळेत होते, पण तरीही त्यावेळीसुद्धा बाबांचे वाचन अफाट होते. संघ शाखेत होणारी बौद्धिके, तिथे मांडले जाणारे विविध वैचारिक सिद्धांत, यावर बाबा पुस्तके मिळवून वाचत. अनेकांशी चर्चा करत. शाखेतील खेळांनीही बाबा घडत गेले. ते कबड्डी उत्तम खेळत. त्यामुळे त्यांची शाळेच्या कबड्डी संघात निवड झाली. सोलापुरातील काही व्यावसायिक संघांकडून पण ते काही काळ खेळले होते. पण त्यावर त्यांचा फारसा भर नव्हता. याच कालावधीत बाबांचा एका अत्यंत थोर माणसाशी संपर्क आला. आणि ते म्हणजे रामभाऊ म्हाळगी. ते तेंव्हा संघाचे प्रचारक किंवा तत्सम म्हणून सोलापुरात काही वर्षे होते.

बाबा शाळकरी होते. एक दोन वर्षांत मॅट्रिक पण झाले. या दोन चार वर्षात बाबांवर रामभाऊ म्हाळगींचे संस्कार होत गेले.

रामभाऊ म्हाळगी हे त्यावेळी सुमारे २५ वर्षांचे असावेत. अत्यंत अभ्यासू, अफाट वाचन असणारा माणूस होता तो! अध्यात्मा पासून ते गांधीवादा पर्यंत अत्यंत मुद्देसूद आणि अभ्यासपूर्ण बोलत असत. आणि समाजातील कोणीही त्यांचा शत्रू नसे.

राष्ट्रीय भावना हेच उद्दिष्ट ठेऊन कार्य करायला हवे, याची शिकवण त्यांनीच दिली.

एखाद्या सामाजिक प्रश्नाचा अभ्यास कसा करावा, त्याच्या मुळाशी जाऊन तो मूळ प्रश्न काय आहे ते कसे समजावून घ्यावे! प्रत्येक प्रश्नाच्या दोन बाजूंपैकी सत्य किंवा समाजोपयोगी बाजू कशी समजून घ्यावी!

समाज कार्याचे नियोजन कसे करावे! आपली तत्वे सांभाळून लोकसंग्रह कसा वाढवावा आणि जपावा! संघटना कशी अधिक मजबूत करावी! वगैरे अनेक गोष्टी बाबाना त्यांच्याकडून शिकायला मिळाल्या.

यातून बाबा तयार झाले. एका विशिष्ट ध्येयाने आणि तत्वाने बाबा प्रेरित झाले होते. बाबांचे वैचारिक आणि सामाजिक वर्तुळ हळू हळू विस्तारायला सुरुवात झाली.

या सगळया जडण घडणीत प्रापंचिक व्यवधानं पण बरीच होती. म्हाळगींच्या सहवासामुळे आणि शिकवणीमुळे या जबाबदाऱ्यांकडे बाबा अधिक परिपक्वतेने पहायला लागले.

सोलापूरच्या काकांचा त्यावेळचा पगार अत्यंत तुटपुंजा होता. त्यांचं आर्थिक गणित भागत नसे.

बाबाना काही शालेय सामुग्री लागायची. काही पुस्तके विकत घेऊन वाचावीशी वाटायची. कधीतरी कपडे पण नवीन घ्यावेत असे वाटायचे. ऐनापूरला जायला प्रवासाला पण पैसे लागायचे! हे सगळे आणायचे कुठून?

या सगळयासाठी आपण कुणांतरीकडून पैसे आणण्यापेक्षा बाबांच्या मनात वेगळा विचार येऊ लागला. बाबाना अशी जाणीव होऊ लागली की आपण काकांना काहीतरी मदत करावी. ऐनापूरला आक्काला पण काही आर्थिक मदत करता येईल का, असाही विचार बाबांच्या मनात थैमान घालू लागला. बाबा तेंव्हा जेमतेम मॅट्रिक पास झाले होते, आणि

कॉलेजला प्रवेश घेतला होता. शिकायचं तर होतंच होतं! संघाचं कार्यही करायचं होतं! स्वातंत्र्य लढ्यात सक्रीय रहायचं होतं! आणि निदान स्वतः पुरते तरी पैसे गाठीला बांधायचे होते. आता हे सगळे उपद्व्याप सांभाळून पैसे मिळवायची नोकरी म्हणजे पूर्ण वेळ असणारी स्वीकारणे शक्यच नव्हते.

एके दिवशी बाबा कोणातरी परगावहून येणाऱ्या संघ स्वयंसेवकाला उतरून घ्यायला बस स्थानकावर पहाटे गेले होते. तिथे त्यांनी वर्तमानपत्रे घेऊन येणाऱ्या मुलांची लगबग पाहिली.

तिथे `संचार` नावाचे वृत्तपत्र बरेच खपत असे. बाबांच्या असे लक्षात आले की यात बातम्यांपेक्षा जाहिरातीच अधिक आहेत. बाबा त्या वृत्तपत्राच्या कार्यालयात गेले. आणि जाहिराती गोळा करण्याचे काम बाबाना मिळाले. पगार ठरला बारा रुपये.

पहिल्या महिन्याचा पगार मिळाला! बाबांची ही पहिली स्वकमाई होती! हातात आलेले पैसे हे त्यांच्या मालकीचे होते!

सोळा वर्षाच्या या मुलाच्या मनात या बारा रुपयांचे काय करावे.... या बाबतीत काय विचार आले असतील?

बाबा सोलापूरच्या घरी पोचले. दिवेलागणीची वेळ झाली होती. सगळे देवघरापुढे हात जोडून उभे होते. `शुभंकरोती...` म्हणून झाले. सगळ्या लहानांनी वडीलधाऱ्यांना वाकून नमस्कार केला. आणि बाबांनी काकांच्या हातावर चार रुपये ठेवले.

“काय हे? आणि कशाबद्दल?...तुझ्या नोकरीबद्दल मला माहिती आहे! पण हे काय?”

“काका, माझी पहिली कमाई मी वडिलांनाच दिली असती ना!... पण आज ते नाहीयेत. आणि तुम्ही आमचा वडिलांप्रमाणेच सांभाळ करता आहात. मग मी माझी पहिली कमाई तुम्हाला नाही तर कुणाला देऊ सांगा?”

काकांनी बाबांना घट्ट मिठीत घेतलं.

“अनंता, केवळ तुझ्या भावनांचा मान म्हणून मी हे स्वीकारतो. हे मी कधीही खर्च करणार नाही. जपून ठेवणार! आणि या पुढे तू कमव... पण मला काहीही द्यायचे नाही!”

राहिलेले पैसे बाबांना ऐनापूरला घेऊन जायचे होते. पण तिकडे जाणे येणे आणि तिथे रहाणे यात इथले काम राहिले असते, आणि पगार कमी झाला असता!

पण बाबा ऐनापूरला गेले. प्रवास एका रुपयात भागला. परतीच्या प्रवासाला एक रुपया शिल्लक ठेवला.

तसे ते सुट्टी मिळाली की नक्कीच ऐनापूर गाठत असत. ते जेंव्हा तिथे जात असत, तेंव्हा धाकट्या भावंडांत आपला ज्येष्ठ बंधू आलाय, या प्रसंगाने वातावरण बदलत असे.

पण यावेळी बाबा ऐनापूरच्या घरात पोचले ते वजनदार खिशाने!

ज्या वजनाला बाहेर फारशी किंमत नव्हती! खरंतर ते वजन खूपच हलकं होतं! पण त्याची किंमत म्हणण्यापेक्षा त्याचं मूल्य जाणणारी एक व्यक्ती तिथे होती! आक्का!!

बाकी सगळे खूपच लहान होते. त्यांना काही व्यावहारिक गोष्टी समजणे पण शक्य नव्हते.

तर... बाबा ऐनापूरच्या घरी पोचले.

सगळेजण दारात उभे!

आक्कानं बाबांवर भाकरी तुकडा ओवाळून टाकला. सगळयात धाकटी म्हणून असेल किंवा आणखी काहीही असेल, पण बाबांचं कमा आत्या वर फारच प्रेम होतं. बाबांनी कमाआत्याला प्रेमानं कडेवर घेतलं. आणि इतर भावंडांशी बोलत बोलत आत आले. न्हाणीघरात हात पाय धुतले. देवासमोर दंडवत घातला. हे सगळं, सगळेजण पहात होते.

बाबा आक्कासमोर आले, आणि खिशातून सहा रुपये काढून तिच्या हातावर ठेवले. साष्टांग नमस्कार घातला बाबानी आक्काला! त्या सहा रुपयात काहीही भागणार नव्हतं! हे सगळ्यांनाच माहिती होतं. पण विस्तारलेला वटवृक्ष होण्यासाठी सुरुवात तर बीजाला कोंब येण्यापासूनच होते ना!

पुढच्या दिवसात बाबा प्रत्येक भावंडाची खबरबात घेत. शिक्षण कसं चाललंय, वगैरे!

ऐनापूर गावात बाबाना कुणीच मित्र नव्हते, कारण तसा कधी संपर्क आलाच नव्हता.

आक्का बरोबर शेती संबंधात काही बाही बोलणं होत असावं.

बाबा दोन दिवसांनी परत जायला निघाले, तर आक्कानं त्यांच्या हातावर सहा रुपये ठेवले आणि म्हणाली, "हे बघ, इथली काही काळजी करू नकोस. तू एकटा परगावी पडलास. तुलाच शिक्षणाला पैसे लागणार. शिकून चांगल्या नोकरीला लाग. मग बघू!"

या दोघांचे संभाषण सगळी भावंडं काहीही समजत नव्हते, तरी चिपचाप ऐकत उभी होती.

या सगळ्या बापा वेगळ्या भावंडांना सोडून जाताना बाबाना भडभडून यायचे. कमा आत्या तर इतकी लहान होती की, ती 'वडील' या संकल्पनेपासूनच दूर होती. 'बाप' नावाचं घरात कुणीतरी असतं, हे तिला... खरंतर तिलाच असं नव्हे, पण तिच्या आधीच्या सुमा आत्याला तरी माहिती होतं की नाही, याची शंकाच आहे.

बाबा दरवाजा ओलांडून बाहेर पडले. आक्कानं पदर तोंडाला लावला.

जाताना बाबानी पुन्हा एकदा कमा आत्याला कडेवर घेतलं. दुसऱ्या हातात एक फूटभर लांबीची कापडी पिशवी होती. त्यात एक पंचा, एक विजार, एक सदरा, आणि काही आतले कपडे एवढी मालमत्ता होती. आप्पाकाका ती पिशवी बाबांच्या हातातून सोडवून आपल्या

हातात घ्यायचे. ते बघून त्यांचेही धाकटे बंधू - तात्याकाका ती पिशवी आप्पाकाकां कडून आपल्या हातात घ्यायला बघायचे. पण त्यांचे धाकटे वय बघून आप्पाकाका पिशवी सोडायचे नाहीत. पिशवी धरण्याबद्दल दोघांच्यात धुसपूस व्हायची. आप्पाकाका मग बाबांकडे बोट दाखवायचे. आणि खाणाखुणा करायचे. ज्याचा अर्थ असा असायचा की, `आण्णा समोर भांडण नको. घरी गेल्यावर बघूया!`

आता पिशवी मोकळी झालेला हात बाबा सुमा आत्याला द्यायचे. हा सगळा लवाजमा एका ठिकाणावर यायचा, जिथे मिरजेला जाणारी एकच गाडी वेळी अवेळी यायची. (किंवा, बऱ्याच वेळा बैलगाडीतून बाबाना उगारला जावं लागायचं.)

या गाठी भेटींची, प्रवासाची, भावंडांच्या गप्पांची पद्धत जसा काळ आणि म्हणूनच तंत्रज्ञान बदलत गेले, तशा नंतर नंतर सगळ्याच पद्धती हळू हळू बदलत गेल्या. पण, जे काही असेल ते आईच्या चरणी अर्पण करणं, आई/वडिलांचा आदेश शिरसंवद्य मानणं, वडीलधाऱ्यांच्या हातातलं ओझं आपण स्वीकारणं, वडीलधाऱ्यांचा आदेश किंवा निर्णय किंवा विचार हा जरी अमान्य असला तरी तो मुकाट्याने स्वीकारणं, आणि हे सगळं होताना वडीलधाऱ्यांनी पण आपल्या धाकट्याना सांभाळून घेणं...हे मात्र तसंच राहिलं!

हे संस्कार पिढ्यानपिढ्या संक्रमित होत राहिले.

बाबा सोलापूरला परतले, आणि त्यांचे दैनंदिन कार्यक्रम चालू झाले. सहा महिने भुर्रकन उडून गेले. त्याही दरम्यान बाबा पुनः ऐनापूरला जाऊन आले.

पण नंतर मात्र शैक्षणिक परीक्षा, संघाचे कार्य, संघाचे वर्ग यात बराच काळ गेला. आणि बाबांच्या जाहिराती मिळवण्याच्या कामावर मर्यादा आल्या.

नोकरी सुटली!

मग पुन्हा दुसरी नोकरी शोधायच्या प्रयत्नात बाबा लागले. पण आता बाबांचे मित्र वर्तुळ इतके मोठे होते की, बाबाना नोकरी नक्कीच मिळणार याची खात्रीच होती.

एका छापखान्यात खिळे जुळवण्याची नोकरी मिळाली. (त्याकाळी छपाई करताना प्रत्येक अक्षरासाठी आणि इतर चिन्हांसाठी वेगवेगळे ठसे असायचे. ते एकापुढे एक लावून एकेक ओळ तयार केली जायची. मग मशीनवर त्यावर शाई लावून ते छापले जायचे. त्या ठशांना खिळे म्हणत. आणि ते उलटे... म्हणजे आरशातली प्रतिमा या स्वरूपात असत. त्यामुळे ते जुळवणे हे अत्यंत अवघड काम असे.) पण त्यासाठी प्रशिक्षण आवश्यक होते. बाबानी ते पण रात्रंदिवस जागून घेतले. आणि ते छापखान्यात 'जुळारी' म्हणून नियुक्त झाले.

या दरम्यान बाबांचे ऐनापूरला जाणे येणे आणि धाकट्या बंधूंच्या शिक्षणाची खबरबात घेणे हे चालूच होते.

अशाच एका सुट्टीत बाबा ऐनापूरला असताना त्यांना बातमी कळली की सरसंघचालक श्री गोळवलकर गुरुजी कुठे तरी दक्षिणेत दौऱ्यावर जात आहेत, आणि त्यांची रेल्वे उगार स्टेशनला दोनच मिनिटे थांबणार आहे. दोन मिनिटात तर भेट होण्याची शक्यताच नव्हती. मग बाबा आणि आणखी काहीजणांनी त्या दिवशी काही तास आधीच उगार गाठले. बेळगाव पर्यंतचे तिकीट काढले. गाडी स्टेशनवर आली. गुरुजींना बघायला अफाट गर्दी! गुरुजी बोगीच्या दारात आले. सर्वांना नमस्कार केला. त्यांच्या सभोवती संरक्षक स्वयंसेवकांचे कडे होतेच! बाबांना त्यांच्या देवाला भेटायचेच होते! बाबा त्या गर्दीतून वाट काढत त्यांच्या बोगीत शिरले. धक्काबुक्की झालीच! पण बाबा संघाच्या गणवेशात असल्यामुळे फारसा विरोध झाला नाही. गाडी सुटली. दर स्टेशनला गुरुजींच्या भोवती नव्या माणसांचा गराडा पडत असे. आणि ते त्यातल्या प्रत्येकाशी संवाद साधत!

बाबा हळू हळू त्या गर्दीतून पुढे पुढे सरकू लागले, आणि बाबांचा 'गर्दीतला चेहेरा' पण गुरुजींनी ओळखला!

"अरे अनंता, ...अनंत तोरो आलाय बघा! अरे, अथणीहून इथे कसा काय आलास?"

बाबा तिसऱ्या ओळीतून आपसूकच पहिल्या ओळीत आले.

गुरुजींनी आपल्याला नावासकट ओळखलं हे बाबांच्या लेखी अफाटच होतं!

"बरं का रे.... (गुरुजी इतरांना म्हणाले...) अनंताच्या आईच्या हातचे लाडू म्हणजे अमृत आहे बरं का!"

असं म्हणून गुरुजींनी बाबांना जवळ बसवून घेतले. ख्याली खुशाली विचारली. गुरुजींना असे देशभरातले स्वयंसेवक पाठ होते! याला नेतृत्व म्हणतात!

संघाला अनेकांचा विरोध होता. त्याचे कार्य करताना बाबाना काही त्रास होऊ नये, या चिंतेत सोलापूरचे काका असत.

आपली पडती अवस्था आहे, आणि त्यामुळे आपल्याला सांभाळून रहावे लागेल, हे कनिष्ठ मध्यमवर्गी तत्वज्ञान सोलापूरचे काका बाबांना अनेकदा समाजावणीच्या भाषेत सांगत! हे सांगताना कधी कधी काका संतापत पण! बाबा संतापाला कधीही भुलले तर नाहीतच, पण त्यांनी काकांचा कधीही अवमान पण केला नाही.

बाबानी काकांना थोडे फार समजावण्याचा प्रयत्न केला असावा.

पण काका हे आपलं जमिनीवरचं घरटं संभाळण्यातच गुंतलेले होते. घरट्यातल्या पिल्लाना कुणीही दंश करता काम नये, एवढाच त्यांचा प्रामाणिक उद्देश होता.

आपल्या ताकदीचा अंदाज घेतला तर त्यानुसार काका बरोबरच होते. बाबा नावाची नवी पिढी त्यांच्या तत्वांचा विचार केला तर त्यांच्या दृष्टीने

ती पण बरोबर होती. सगळेजण आपापल्या जागेवर योग्य आणि तंतोतंत बरोबर होतेच! पण तो काही संघर्ष वगैरे नव्हता!

सुट्टी असेल तेंव्हा बाबा ऐनापूर, जुगुळ, अथणी, नरसोबाची वाडी असे प्रवास करायचेच! कधी कधी ते त्यांच्या सोबत भावंडांच्यातल्या कुणा कुणाला पण घेऊन जायचे.

आता मात्र ते जिथे जात, तिथे काही विविध स्तरातील आणि समाजांतील विचारी लोकांना जमवून चर्चा घडवून आणत! सामाजिक, राजकीय आणि स्वातंत्र्य लढ्यासंबंधी बोलत. त्याच्या गावात चर्चा होऊ लागल्या. हळूहळू बाबांचं नाव गावभर चर्चिलं जाऊ लागलं, आणि बाबा आलेत म्हंटल्यावर त्यांच्याशी संवाद साधायला माणसं गर्दी करू लागली. बाबांचा मित्र परिवार वाढू लागला. पण तो सीमित होता. थोडकेच वैचारिक पातळीवरचेच लोक त्यात सामील असायचे. बाबांची प्रतिष्ठित लोकांच्यात ऊठबस चालू झाली.

उत्कृष्ट वक्त्यांची भाषणे बाबा आवर्जून ऐकू लागले. त्याची टिपणं काढू लागले. काही उत्तम लेख, वर्मनपत्रातील मजकूर यांची कात्रणं काढून ठेवू लागले. त्यांची एक समृद्ध वैचारिक बैठक तयार होऊ लागली. ऐनापूरला गेल्यावर बाबा आक्काला अनेक गोष्टी समजावून देत. स्वातंत्र्य लढा, संघ, राजकारण आणि काही मराठी साहित्य सुद्धा. जुनी वर्तमानपत्रं पण बाबा तिकडे नेत. धाकट्या भावंडांकडून ती वाचून घेत. आक्काला वाचायला लावत. हळू हळू आक्काला या सगळयातच गोडी निर्माण झाली आणि हे सगळं ती समजावून घेऊ लागली.

सोलापुरात काका जिथे भाड्याने रहात होते, त्या सावली बिल्डिंगचे मालक `रिसबूड` म्हणून होते, याचा उल्लेख मागे आलाच आहे. मालक नव्हते, मालकीणबाई होत्या. रिसबूड काकी म्हणायचे सगळे त्यांना. विचाराने परिपक्व आणि लाघवी होत्या. तितक्याच करारी पण होत्या. आक्काच्या वयाच्याच होत्या. त्यांची तिथेच डेअरी होती. मी जेंव्हा तिथे जात असे तेंव्हा रोज सकाळी तिथे बाहेर रस्त्यावर दुधाचे सांडलेले थप्पे दिसायचे. दुधाचे मोठे कॅन्स पण दिसायचे. घरात एक लोणी काढायचे मशीन पण होते.

रिसबूड काकींना पण बरीच अपत्ये होती. बाबांची त्या सगळ्यांशी मैत्री होती. रिसबूड काकींशी बाबा अनेक विषयांवर तासनतास बोलत बसत. काकींना बाबांच्याबद्दल खूपच ममत्व होतं.

बाबा बाहेरून आल्यावर पहिले रिसबूड काकींशी बोलायचे, आणि मग वरच्या मजल्यावर काकांच्या घरी जायचे. बऱ्याचदा रिसबूड काकी बाबांसाठी काहीबाही खायला करायच्या. तिथेच पोटोबा तुडुंब करून बाबा वरती पोचायचे.

बाबा तिथेच सोलापूरला आणि F.Y. (B.A.) पास झाले. तेवढ्यात त्यांना मुरगूड (ता. कागल, जिल्हा- कोल्हापूर) येथे शिक्षकाच्या पदासाठी संधी मिळाली. ते तिकडे गेले, आणि नोकरी करत करत त्यांनी मराठी मध्ये B.A. केले. मराठी आणि संस्कृत या विषयांवर बाबांचे प्रभुत्व होते.

कन्नड माध्यमातील हा मुलगा मराठी मध्ये बी.ए. करतो, हेच मुळी अत्यंत विशेष होतं!

बाबांचं नाव शैक्षणिक, वैचारिक, सामाजिक क्षेत्रातील वरिष्ठ स्तरांवर पसरायला लागलं.

बाबा बी.ए. झाले, आणि आता नोकरीच्या जगात त्यांनी अधिकृत रित्या प्रवेश केला.

खरंतर बाबाना संघाचा पूर्णवेळ प्रचारक म्हणून बाहेर पडण्याची प्रबळ इच्छा होती. पण ते शक्य नव्हते. संघाच्या विविध कारणांनी बाबांचा पुणे, मुंबई, बेळगाव, हुबळी असा प्रवास घडे. अशावेळी बाबा साहित्यातल्या मानकऱ्यांना पण आवर्जून भेटत. जगन्नाथराव जोशी, बाबाराव भिडे, उत्तमराव पाटील, रज्जूभैय्या, शिवराय तेलंग.... अशी कितीतरी महान आणि शिखराच्या उंचीची माणसे बाबानी त्यावेळी पाहिली. अनेक साहित्यिकांशी ओळखी आणि मैत्री पण होत गेली. (त्यामुळेच १९५८ नंतर जेंव्हा बाबा वारणानगरला प्राध्यापक म्हणून लागले, तेंव्हा त्या कॉलेजात त्यांनी अनेक साहित्यिकांना भाषणासाठी आणले. आणि ते सगळेच्या सगळे आमच्या घरी येऊन गेले आहेत. काहीजण तर राहिले पण आहेत.)

नोकरी करत करत बाबा एम.ए. झाले. बी.एड. केलं. आणि त्यांनी पी.एच. डी. पण केली. कन्नड माधयमात शिकलेल्याने मराठी मधे डॉक्टरेट मिळवली. एक उत्तम वक्ते आणि व्याख्याते म्हणून त्यांचा नाव लौकिक

झाला. अनेक पुस्तके लिहिली. काही पुस्तकातील प्रकरणांचे कन्नड मधून मराठीत भाषांतर करण्याची जबाबदारी त्यांनी कमा आत्याकडे दिली. पुढे ते सोलापूरला भरलेल्या समरसता साहित्य संमेलनाचे अध्यक्षही झाले.

[थोडेसे विषयांतर. आणि जरा बरंच पुढच्या काळात जातोय... १९८९ साली मला कन्या झाली. निवेदिता. आणि त्यानंतर १९९२ ला मुलगा झाला, 'नरेंद्र'. तेंव्हाच राहूललाही पुत्रप्राप्ती झाली. त्याचे नाव 'जयेंद्र'. हे सगळ्यांचे नामकरण बाबांनीच केले. नरेंद्र आणि जयेंद्र हे आक्काचे पणतू झाले. त्या निमित्ताने... आणि आक्काच्या ८० व्या वाढदिवशी सहस्त्र चंद्रदर्शन सोहोळा झाला. आक्काच्या मस्तकावर सुवर्ण फुले उधळण्याचा कार्यक्रम झाला. जिने मुला बाळांसाठी शेण्या थापल्या, तिच्यावर याच मुलाबाळांनी सुवर्ण अभिषेक केला.]

आक्काच्या मस्तकावर सुवर्णाभिषेक.

डावीकडून उभे: उर्मिला काकू, आई, विना, संजीवनी काकू, मी, राहूल.

बसलेले: ज्योती (माझी पत्नी), मांडीवर नरेंद्र, जयेंद्र, भारती (राहुलची पत्नी). आक्काच्या मागे निवेदिता (माझी कन्या) सन १९९३

डावीकडून: संजीवनी काकू, मंगला काकू, उर्मिला काकू, सुमा आत्या, आक्का, मृदुला काकू, कमा आत्या, आई.

बाबा आणि श्री. पु.ल. देशपांडे.

१४. आप्पाकाका:

राम आजोबा गेल्यावर सोलापूरच्या काकांनी बाबाना आणि आप्पाकाकाना सोलापूरला नेले होते. तिथून आप्पाकाका परत आले ऐनापूरला!

आप्पाकाका हा रांगडा गडी! मातीत रमणारा! झाडाखाली बसून फडक्यात बांधलेली झुणका भाकर खाणारा! जोडीला मिरचीचा खर्डा,

गाडगंभर दही, आणि कांदा असा आहार स्वर्ग सुख म्हणून सेवन करणारा! आणि तो कांदा चिरून... फोडी करून द्यायचा नाही बरं! तो बुक्कीनं फोडायचा!

उभं राहिलं तर पायाखालची जमीन घामानं भिजून जावी, इतके श्रम करणारा!

आणि त्या श्रमातच विनोद करून, थट्टा मस्करी करून श्रम विसरायला लावणारा!

कुणाशीही मैत्री करण्याची अफाट क्षमता या माणसाच्यात होती. अगदी जनावरांशी सुद्धा! माजावर आलेल्या गुरांना वठणीवर आणायचे असेल तर अनेकदा आप्पाकाकाना बोलावणे यायचे! असे श्रम केल्यावर काळयाशार सपाट जमिनीतून हिरवे हिरवे कोंब बाहेर यायचे, तेंव्हा आप्पाकाकाना एखाद्या नुकत्याच जन्मलेल्या गोंडस बाळाला बघितल्याचा आनंद व्हायचा. पिकाच्या कणसांवरून ते प्रेमानं हात फिरवायचे.

ही सगळी पंचतत्वच त्यांचे परमेश्वर होते.

एक उत्तम नकलाकार होते ते! तालमीत व्यायाम करून कमावलेले शरीर होते त्यांचे!. गावागावातल्या जत्रांमध्ये ते कुस्ती खेळायचे. त्यांचे कुस्तीतील कौशल्य अफाट होते. योग्य मार्गदर्शन आणि योग्य मार्ग मिळाला असता तर ते या क्षेत्रात उच्च पदावर पोचू शकले असते. पण त्यावेळी खेडेगावात, आणि बाप नसलेल्या कुटुंबात असले विचार

कुणी करूच शकत नसे! त्यामुळे आप्पाकाकांची कुस्ती एका विशिष्ट परिघाच्या बाहेर गेलीच नाही.

आप्पाकाका हे एक उत्तम चित्रकार होते!

कोणताही कलाकार, कोणताही खेळाडू, कोणताही निसर्गप्रेमी, कोणताही उत्तम शेतकरी हा बुद्धिमान असायलाच हवा!

आप्पाकाकांची स्मरणशक्ती आणि कल्पनाशक्ती अफाट होती. पण अभ्यास मात्र नको असायचा! शालेय शिक्षणाबद्दल त्यांना अत्यंत नावड होती. ते शाळेत कधीच रमले नाहीत! त्यांचा स्वभावच वेगळा होता. या स्वभावात एक प्रकारचा माज होता. मस्ती होती. निर्भीडपणा होता. आणि बिनधास्तपणाही होता.

आक्काला, जुगुळाच्या अण्णांना आणि बाबाना मात्र हे मान्य नव्हते.

कारण, यातून आप्पाकाका त्यांची व्यावसायिक कारकीर्द (करियर) घडवू शकणार नाहीत हे त्यांना दिसत होते. आर्थिक आणि सामाजिक स्वास्थ्यासाठी शिक्षण आवश्यक आहे, हे सांगूनही अप्पाकाकाना ते जमत नव्हते.

ऐनापूरच्या शाळेत आप्पाकाकांचे नाव घातले खरे, पण ते शाळेत कधीतरीच जायचे! मास्तर घरी येऊन आक्कापुढे काकांच्या गैरहजेरीचा पाढा वाचल्यावर एक दोन फटके खाऊन ते शाळेत जाऊन तोंड दाखवून येत. पण ऐनापूरची शेती, गुरंढोरं हे सगळं शालेय वयात

आप्पाकाकानीच सांभाळलं. शेतात राबायचं, शेतातल्या गड्याना सांभाळायचं काम करणारा हा मुलगा होता फक्त पंधरा वर्षांचा. शेतात कोणतीही जलयोजना नव्हती. त्यामुळे शेतीचे उत्पन्न शून्य असे. अनेक माणसे आक्काला फसवत. पण त्याही परिस्थितीत आप्पाकाकानी शेत टिकवून ठेवलं! ऐनापुरात आप्पाकाकाना भरपूर मित्र होते. विविध क्षेत्रातले, विविध जाती धर्मातले, विविध आर्थिक स्तरातले!

आक्काचे चौथे अपत्य म्हणजे 'माधव' (भानू/तात्या) तात्या काका आप्पाकाकांपेक्षा चारेक वर्षांनी लहान.

एकदा हे दोघे सुट्टीला म्हणून जुगुळाला गेले होते. आणि शेतावर कामाला गेले. भरपूर श्रम झाले. जाताना न्याहारीच्या भाकऱ्या, चटणी, लोणचं घेऊन गेले होते. पण ते तिथे गेल्या गेल्याच चट्टा मट्टा करून झाले. आता बारा वाजत आले. भुकेनं पोट खंगाळून गेलं. तिथून घरी जाणाऱ्या एका गड्याबरोबर ताबडतोब जेवण पाठवा असा निरोपही दिला. गडी घरी पोचला. त्यानं जुगुळाच्या आईला निरोप दिला. पोरं भुकेजली असणार म्हणून आईनं जरा जास्तच गडबड केली. बुट्टीत भाकऱ्या बांधल्या. आणि इतर सर्व खाद्य वस्तू त्यात ठेवून वरून फडकं बांधून सोप्याच्या बाहेर जोत्यावर ठेवायला सांगितलं.

आई बाहेर आली. आणि सोप्याच्या दारातूनच एका गड्याला म्हणाली,"महादू, ती जेवणाची बुट्टी तेवढी शेतावर पोचव. वसंता आणि भानू भुकेजलीत. जा लौकर!"

महादू उठला. बुट्टी उचलली आणि बिगी बिगी शेतावर पोचला. तिकडे ही दोघंजण वाटेवर लक्ष ठेऊनच होते. झाडाच्या पारावर पाय दुमडून पायाभोवती हाताची मिठी मारून बसलेले. सायकलवरून येणार महादू त्यांना दिसला. "आरं म्हाद्या, प्याडल हाण की जोरात!" आप्पाकाका लांबूनच ओरडले.

महादू पोचला. पोटातली ओरडणाऱ्या कावळ्यांनी आता आत उच्छादच मांडला. आता क्षणभरही थांबणं शक्य नव्हतं.

महादूनं सायकलला बांधलेली बुट्टी सोडे पर्यंतही दम निघेना.

"तासभर झाला निरोप पाठवून म्हाद्या! काय चिलीम भरलेलास का काय? इतका वेळ लावलास तो?".... अर्थातच आप्पाकाका!

"न्हाई जी! आईसायबानी भाईर यून सांगितल्या बब्बर बुट्टी उचललो आणि शायकेलवर टांग टाकले बगा मालक!"... महादू!

तात्या काका आणि आप्पाकाका समोरासमोर मांडी घालून बसले. महादूनं त्यांच्या मधोमध बुट्टी ठेवली, आणि वरचं फडकं काढलं! बघतो तर काय... आत सगळे धुवून पिळा करून ठेवलेले कपडे! आप्पाकाकांच्या भ्रमनिराशेची जागा संतापाने घेतली. ते महादूवर हात उगारणार इतक्यात महादू सुसाट वेगानं घरी परत आला. जोत्यावर सुमसान होतं. अंगणात एक परटीण मात्र अचंबित चेहेऱ्याने काहीतरी शोधत होती. महादुने जोत्यावर आणखी एक बुट्टी बघितली. वरचं फडकं सोडून आत काय आहे ते बघितलं. आणि सुसाट सुटला शेताकडं!

संध्याकाळी घरी आल्यावर अंगणात सतरंज्या टाकल्या गेल्या. सगळी भावंडं जसं आवरेल तसं बाहेर येऊ लागली. जोत्यावर गडी मंडळी आणि भिंती कडेला घरकामाच्या बायका गुडघे पोटाशी दुमडून बसलेल्या.

भावंडांच्या गप्पा सुरु झाल्या. तेवढ्यात जुगुळाचे अण्णा आले. मागोमाग आई आली. अस्ताव्यस्त पसरलेले सगळे जण सावधान स्थितीत आले. मग अण्णांनी प्रत्येकाच्या दिवसाचा आढावा घ्यायला सुरुवात केली. हे नेहेमीचेच असे.

आकाशात टिपूर चांदण्यांचे प्रदर्शन भरायला सुरुवात झालेली.

“वसंता, आज काय काय केलास रे शेतात?” - अण्णा.

“सकाळी बघा....”....अशी सुरुवात करून आप्पाकाका संपूर्ण कामाचे सुंदर वर्णन करत.

“या म्हाद्यानं...” ...असं म्हणून घडलेला पूर्ण प्रसंग ते इतका विनोदी पद्धतीनं रंगवून सांगत की, महादू सकट सगळे हसून हसून लोळत.

आता याच जोडीचा ऐनापुरातला एक प्रसंग!

या दोघांचेही अगदी शाळकरी वय!

ऐनापुरात त्या सुरुवातीच्या काळात हे दोघेच घरातले मोठे पुरुष! मोठ्याचे वय अकरा! (म्हणजे इयत्ता पाचवी सहावी!)

त्याकाळी घरात पाणी तर नव्हतेच. आणि सगळं गाव दोन तीन किलोमीटर दूर असणाऱ्या नदीवर कपडे धुवायला जायचं. आमच्या घरात कुणीही नोकर ठेवण्याची आमची आर्थिक ताकदच नव्हती. त्यामुळे रोजचे कपडे धुवायला नदीवर न्यायला जावेच लागे. आणि ते काम आप्पाकाका आणि तात्याकाका या जोडीकडे होते.

तात्याकाका चलाख! त्यांनी आप्पाकाकांशी एक तह केला.

जाताना कपड्यांची बुट्टी मी डोक्यावर घेईन. तिथे गेल्यावर निम्मे कपडे तू धू. निम्मे मी! येताना धुतलेल्या कपड्यांची बुट्टी तू घ्यायचीस!

तह झाला! असे काही दिवस आनंदात गेले.

एके दिवशी कपडे जरा जास्तच झाले. येताना त्या ओल्या कपड्यांचे ओझे आप्पाकाकाना पेलवेना.

"तात्या, थोडं तू घे की रे!"

"मागच्या शुक्रवारी दोन चादरींचं ओझं मला झेपेना, तर तुला मी म्हंटलो की 'घेतोस का' तर तू नाही म्हणालास. मग आता तुझं ओझं मी का घ्यू?"

"आरं हात तर लावून बघ की किती जड आहे ते! तू पायजे तर थोडा वेळ घे. पुन्हा नंतर मी घेतो की परत!"

"माझी पाळी संपली बघ आप्पा!"

“तात्या, मग हे सगळं मी हितंच ठेवतो बघ!”

“ठेव की! जबाबदारी तुझी आहे!” आणि खरोखरच आप्पाकाकानी बुट्टी तिथेच रस्त्यावर ठेवली. आणि तात्याकाकांच्या मागोमाग चालू लागले. घरी येई पर्यंत दोघेही एकमेकांशी चकार शब्द बोलले नाहीत! घरी आल्यावर कपडे वाळत घालायचे काम मुलींकडे होते. प्रेमा आत्या आणि सुमा आत्या आत काहीतरी करत होत्या. त्या बाहेर आल्या. हे दोघेही बंधू खाली एक घोंगडं अंथरून भिंतीकडे तोंड करून झोपले होते. या दोघांना झोपलेले बघून त्या दोघी कपड्यांची बुट्टी शोधू लागल्या. मिळेनाच!

प्रेमा आत्याला संशय आला की हे दोघेजण आपली थट्टा करतायत. यांनीच कुठेतरी बुट्टी लपवून ठेवली असणार!

मग दोन्ही आत्यानी संगनमताने ठरवलं की याना विचारायचंच नाही ‘बुट्टी कुठाय’ म्हणून! उद्या सकाळी कुणालाच धुतलेले कपडे मिळाले नाहीत, की या दोघांचीही आपोआप धुलाई होईल! या दोघीही गप्प राहिल्या.

कपडे वाळत घालायला विविध ठिकाणी दोऱ्या बांधलेल्या होत्या. या दोघी आत्यांच्यात कमा आत्या ही लिंबू टिंबू होती. या दोघी करतायत म्हणून तिला पण कपडे वाळत घालायची हौस असायची. पण उंची पुरायची नाही. मग कमा आत्या हातात कपडा घेऊन उभी रहायची. प्रेमा आत्या तिला उचलायची, आणि तो कपडा दोरीवर जायचा. कमा

आत्यासाठी हा एक अत्यंत आवडता प्रकार होता. या प्रसंगाची ती वाटच पहात असे.

दोघे बंधू आलेत, दोघी बहिणी बुट्टी शोधतायत, काहीतरी कुजबुजतायत...... हे सगळे कमा आत्याच्या आकलना पलीकडचे होते. तिने प्रेमा आत्याचा परकर ओढून विचारण्यासाठी तोंड उघडायचा अवकाश, की सुमा आत्याने तिचे तोंड दाबून तिला आत नेले.

इयत्ता पहिलीत आणि इयत्ता पाचवीत असणाऱ्या भिंतीकडे तोंड करून झोपलेल्या या बंधूंच्या मनात डाचत होते की बुट्टी आपण रस्त्यातच ठेवून आलोय!

कपड्यांच्या सुरक्षेबद्दल काहीच चिंता नव्हती...!

प्रश्न तत्वाचा होता हो.... तत्वाचा होता प्रश्न!

इयत्ता पहिलीतील मुलाचे म्हणणे होते, ‘नियम कशासाठी केलेत? आणि जर ते केलेत, तर पाळायला नकोत?’

आणि त्यापेक्षा `बुजुर्ग` असणाऱ्या पाचवीतल्या मुलाचे म्हणणे होते, ‘नियम माणसांसाठी केलेत ना! माणसांना त्याचे ओझे होत असेल, तर कशाला पाळायचे?’

प्रश्न तत्वाचा होता हो!

या आपल्या तत्वाविरोधी तत्व असणाऱ्या तत्वाचा विरोध म्हणून हे दोघेही जगाकडे पाठ करून झोपले होते! आणि इकडे तिन्ही बहिणाबाईंना या

तात्विक मतभेदांची काहीच कल्पना नव्हती. त्यांचे 'आपली फजिती करणाऱ्याचीच आपण फजिती करणे' ...हे घरगुती कारस्थान सुरु होते!

काही काळाने आक्का बाहेर आली.

या दोघांना तिने झोपलेले बघितले.

'दमली असतील गं बाई माझी पोरं!' असा तिच्या मनात विचार आला. पण पोरी पण कुठे दिसेनात! वाळत घातलेले कपडे पण कुठे दिसेनात! आक्का घरभर हिंडली. काहीच सापडेना म्हंटल्यावर तिनं या दोघांना उठवलं!

बुट्टी वाटेतच ठेऊन आल्याचा पराक्रम तिला समजला.

आक्कानं या दोघांना परत पाठवलं आणि बुट्टी आणायला लावली. पण त्यानंतर असला प्रसंग कधीही उद्भवला नाही!

आप्पाकाकाना विशिष्ट लोकांनीच केलेली चेष्टा आवडायची. ते स्वतः तेंव्हा दिलखुलास हसायचे. त्याला ते तसेच उत्तरही द्यायचे! ज्यामुळे चेष्टा करणारेही हसून लोळायचे!

आणि त्यांची चेष्टा करायला परवानगी असणारे म्हणजे त्यांचे सगळे भाऊ आणि बहिणी! आणखी काही नातलग पण! काही मित्र!

पण इतरांनी केलेली चेष्टा मात्र ते सहनच करत नसत! फोडून काढत!

त्यांना रागावण्याचा अधिकार फक्त बाबा आणि आक्कालाच होता. इतर कोणीही... अगदी वयाने ज्येष्ठ असले तरीही त्यांना रागावले, तर आप्पाकाका ते सहन करत नसत! त्यामुळे त्यांना आप्पाकाका उर्मट वाटत असत. पण त्यांनी मतभेद होत असले तरी बाबा आणि आक्काला उद्देशून कधीही उर्मट उद्गार काढले नाहीत!

आप्पाकाका जसे मोठे झाले, म्हणजे इयत्ता आठवी नववी पर्यंत पोचले, तेंव्हा त्यांचे मित्र हे व्यावसायिक आणि म्हणून धनवान होते. पण ते सगळे सज्जन आणि काकांना योग्य सल्ला देणारे होते हे सुदैव! त्यांच्याच सल्ल्यानुसार आप्पाकाका त्यावेळी असणाऱ्या काही चित्रकलेच्या वरिष्ठ आणि उच्च दर्जाच्या परीक्षा सहज पास झाले.

त्यांच्यात खरोखरच एक कलाकार आणि एक निसर्गप्रेमी दडलेला होता.

काकांची शैक्षणिक कारकीर्द निराशाजनक होती. पण अनपेक्षितपणे चित्रकलेच्या परीक्षांनी त्यांचा दर्जा उंचावला गेला.

ऐनापूराच्या शाळेतील ड्रॉईंग मास्तर कुठे तरी चांगली नोकरी मिळाली म्हणून सोडून गेले. एकेदिवशी शाळेचे हेडमास्तर आप्पाकाकाना रस्त्यावर भेटले.

“शाळेला का येत नाहीस रे वसंता?”

“ड्रॉईंगच्या परीक्षा द्यायला सांगलीला गेलेलो ओ मास्तर! आणि पास झालो बघा.”

रस्त्यावरच आप्पाकाका त्यांच्या पाया पडले, आणि वाटेला लागले. चौकशा टाळल्याच्या आनंदात घरी पोचले.

तासाभरात घरात शाळेचा शिपाई हजर!

"वसंत मास्तरास्नी हेडमास्तरांनी शाळेत बुलिवलंय!"

हे ऐकून अख्ख घर खो खो हसायला लागलं!

या हसण्यात सामील नसणारी एकच व्यक्ती होती, ती म्हणजे खुद्द 'वसंत मास्तर'! म्हणजे आप्पाकाका!

आता आपली तिथे चंपी होणार हे त्यांनी जाणले. आणि गैरहजेरीबद्दल काय काय उत्तरे द्यायची... याची उजळणी सुरु केलीच त्यांनी.

हेडमास्तरांनी आप्पाकाकांचे सुहास्य वदनाने स्वागत केले. त्यांनी काकांना एक प्रस्तावच दिला....

"तुझे मॅट्रिक अजून पूर्ण व्हायचे आहे. तू शाळेत आलास तरच ते होणार. आम्हाला पण एका ड्रॉईंग मास्तराची गरज आहे. मुलांना तू ड्रॉईंग शिकव. पगार नाही मिळणार; पण तुझी शाळेची आणि सगळ्या परीक्षांची फॉर्म फी शाळा भरेल."

काकांनी एका क्षणातच तो प्रस्ताव मान्य केला.

'घरच्यांना विचारतो, विचार करून सांगतो, पुढच्या आठवड्यात बघू...' ------- असली पाण्यावर तरंगणाऱ्या पानांप्रमाणे असणारी आश्वासने

171

त्यांना कधीच रुचली नाहीत! सगळं कसं धाड की फाड! खळळ खट्याक! कंडका पाडून मोकळे!

घरी आले.

निर्विकार चेहेरा!

“आला बघा रे वसंत मास्तर!” आक्का गडगडाट हास्याने म्हणाली. छोटी कमा आत्या तोंडावर हात धरून हसू फुटू नये म्हणून प्रयत्न करू लागली. सुमा आत्या फक्त डावीकडचे ओठ विलग करून फुर्रर फुर्रर हसू लागली. हे सुमा आत्याचं ठेवणीतलं हसू होतं. एखाद्याची मस्करी करताना ती अशीच हसायची! प्रेमा आत्याने कपाळावर हात मारून हसायला सुरुवात केली. धाकटे बंधू तात्याकाका गंभीर होते. जेंव्हा आप्पाकाका न्हाणीतून हात पाय धुवून तात्याकाकांपर्यंत पोचले, तोवरच ते गंभीर होते. नंतर त्यांच्याकडे बोट दाखवून “मास्तर बघा मास्तर” असं म्हणून हसून हसून लोळायला लागले.

एवढ्या सगळ्या प्रसंगात आप्पाकाका मात्र गप्प!

दुसऱ्या दिवशी सकाळी शाळेची वेळ झाल्यावर विद्यार्थ्या प्रमाणे हाफ चड्डी घालून बाहेर पडणारे आप्पाकाका, विजार आणि नेहेरु शर्ट घालून बाहेर पडू लागले!

पुन्हा एकदा घरात तोच हास्य दरबार!

घरातल्या चार भिंतींआड एकमेकांच्या किती पण चेष्टा मस्कऱ्या आणि टवाळक्या होऊ देत... पण घरातली कुणीही व्यक्ती बाहेरच्यांच्या थट्टेस पात्र ठरू नये, याची काळजी प्रत्येकालाच होती.

बाहेर पडताना आप्पाकाकाना त्यांचा हात धरून सुमा आत्याने थांबवले, आणि ती गांभीर्याने बोलली, "आप्पा, अरे तो शिपाई तुला मास्तर म्हणाला, म्हणून काय तू असा विजार घालून जाऊ नकोस. शाळेत सगळे जण हसतील रे तुला!"

आप्पाकाकानी तिच्या डोक्यावरून मोठ्या प्रेमाने हात फिरवला आणि म्हणाले ,

"सुमाक्का, किती काळजी करतीस गं भावाची?" आणि आक्काकडे बघून म्हणाले,

"आक्का, मला शाळेत ड्रॉईंग मास्तर म्हणून नेमलंय! आणि तिथेच बिगर फीचं म्याट्रिक कर म्हंटलेत!"

हे ऐकल्या बरोब्बर सगळे बिन संगीताचा भांगडा कराय लागले!

आक्का म्हणाली, "थांब रे xxच्या! काल सांगताना काय घशात धोंडा अडिकलेला का काय? पैले देवाफुडं जा."

असं सांगून आक्का आत गेली. आक्काची सावली प्रेमा आत्या पण आत गेली. त्या मागोमाग सगळयांची वरात देवघरात! देवापुढं दूध साखर ठेवलं!

तात्याकाकांनी गजर केला, “येळकोट येळकोट.......”

“जय मल्हार!” सगळ्यांनी एकसुरात कोरस दिला.

आता मात्र आप्पाकाका घरातून सन्मानाने बाहेर पडले. सगळेजण सोडायला दरवाजाशी जमा झालेले!

शेजारच्या सुतारांच्या आज्जी बाहेरच सोप्यावर बसलेल्या. त्यांनी हे दृश्य बघितलं.

“येनाप्पा वसंता? इष्ट छंद शृंगारागी कन्या नोडलिक व्हंटीद्यानं?”

(काय रे वसंता? इतका नटून थटून काय मुलगी बघायला चाललायस का काय?)

सगळीकडे पुन्हा हशा!

“इलरी तंग्यव्वा! आंवा सालिगे `ड्रॉईंग मास्तर` अंत व्हंटानं!”

(नाही हो तंग्यव्वा! तो शाळेत `ड्रॉईंग मास्तर` म्हणून चाललाय!)

आक्कानं तंग्यव्वा आज्जीना स्पष्टीकरण दिलं.

तंग्यव्वा आज्जी आश्चर्याने उभ्याच राहिल्या. आशीर्वादपर हात केला.

आप्पाकाका शाळेत ड्रॉईंग मास्तर म्हणून लोकप्रिय झालेच! पण त्यांच्या शिक्षणाचे काय? बाबा तर दर वेळी सुट्टीला ऐनापूरला आले की

आप्पाकाकांच्या शिक्षणाची हजेरी घेत. बाबाना हे कळून चुकले होते की ते शिक्षणात फार पुढे नाही जाऊ शकणार! पण चरितार्थ तरी चालायला हवा! आणि म्हणून मॅट्रिक तरी व्हायलाच हवे, यावर बाबा त्यांना सतत सांगत असत!

विद्यार्थी, शाळा, मुख्याध्यापक, आणि गावकरी सगळे जण आप्पाकाकांच्या ड्रॉईंग मास्तराच्या भूमिकेवर खूष होते.

मॅट्रिकची पहिली परीक्षा आली.

नापास!

काकांचं शाळेवरचं लक्षच उडालं! ते पूर्णपणे शेतीत रमले. कधी ऐनापूर, तर कधी जुगुळ! आणि सतत मित्र! त्यांचे विश्व एवढेच होते.

बाबा जेंव्हा घरी येत, तेंव्हा काका जाणीवपूर्वक घरीच असत. ते अनेक गोष्टी, घटना, परिस्थिती, स्वातंत्र्य युद्ध, संघ, ब्राह्मणांची अवस्था, आणि म्हणून....आपली कर्तव्ये या संबंधी काकांशी बोलत. काकांना ते मनोमन पटत असे. पण शिक्षणाबद्दल त्यांच्या मनातला विरोध त्यांनी कधीच दर्शवला नाही.

पण त्यांनी निदान मॅट्रिक तरी व्हावे, ही बाबांची अपेक्षा मात्र काकांनी मनावर घेतली.

पुढे मॅट्रिकचे प्रयत्न केले, पण पुनः अयशस्वी झाले. आणि याचे दुसरे कोणतेही कारण नव्हते. एकमेव कारण होते, ते म्हणजे, 'नावड'!

आप्पाकाकानी नोकरी, व्यवसाय, यांचा अनेकदा प्रयत्न केला. आणि त्यांच्या लक्षात आलं की खरंच, मॅट्रिक तरी पास होणं आवश्यकच आहे!

तात्या काकांचे धाकटे बंधू म्हणजे प्रल्हाद. (पल्ला/नाना)

आप्पाकाका आणि नानाकाका यांच्यात सहा वर्षांचे अंतर असावे.

नानाकाका ज्या वर्षी मॅट्रिक इयत्तेत होते, त्याच वेळी आप्पाकाकानी शाळेतून परीक्षेचा अर्ज भरला. दोघेही बंधू एकाच इयत्तेत शिकत असत.

त्यावेळी हे त्या समाजामध्ये नित्याचेच होते. वीस वीस वर्षे लोक मॅट्रिकची परीक्षा देत असत, आणि पास झाल्यावर गावातून मिरवणूक काढत असत.

तर....त्या वर्षी दोघांनी मिळून परीक्षा दिली.

आप्पाकाका पास झाले!

नाना काका नापास झाले!

आता मात्र आप्पाकाका बंध मुक्त झाले.

शेतीतून फारसं काही मिळत नव्हतंच!

ऐनापुरातून बाहेर पडल्याशिवाय गत्यंतर नाही, हे त्यांना कळून चुकले होते.

पण त्यासाठी ते कुणाला विचारत किंवा कुणाचा सल्ला घेत बसत नसत. घेतलेला निर्णय सुद्धा सांगितलाच पाहिजे, हे ही त्यांच्या ध्यानी मनी पण नसे.

त्यांचे सांगलीला काही उद्योजक मित्र होते. त्यांचा सुतापासून कापड निर्मितीचा व्यवसाय होता. त्याकाळी हातमाग... म्हणजे... ते कापड हाताने विणले जायचे. नंतर त्याचे यांत्रिकीकरण झाले. आणि पॉवरलूम आले. या सगळया साठी अत्यंत कुशल कारागिरांची आवश्यकता असते. आणि त्यांची अत्यंत वानवा असते.

त्या मित्रांच्या सांगण्यावरून आप्पाकाकानी ते कौशल्य काही अवधीतच आत्मसात केले. आणि ते तिथे नोकरीला लागले. पण त्या चार भिंतीत त्यांचा श्वास घुटमळू लागला. या मित्रांनीच त्यांना सल्ला दिला, त्यानुसार काका एक अकौंटन्सीची परीक्षा पास झाले, आणि त्यावेळच्या `विद्युत` कंपनीत लागले. नंतर ती MSEB म्हणून सरकारी झाली. आप्पाकाका होमगार्ड (राखीव पोलीस अशा अर्थी) पण होते. अधे मधे बंदोबस्ताला जात असत. सुरुवातीचा त्यांचा फोटो होमगार्ड गणवेशातील आहे.

१५. प्रेमाआत्या , सुमा आत्या , कमा आत्या आणि तात्याकाका:

आक्काची धाकटी बहीण म्हणजे इंदू. बाबांच्या पिढीची ती मावशी. ती पिढी, आणि नंतर आम्ही सुद्धा तिला इंदू मावशी म्हणत असू. दिसायला तर ती सुंदर होतीच, पण मनाने पण सुंदर होती. सगळ्यांशी मिळून मिसळून वागायची आणि सतत मदतीला हात पुढे असायचा.

इंदू मावशीचे लग्न 'नारायणराव कुलकर्णींशी' झाले. त्यावेळी ते बागलकोटला न्यायाधीश होते. ते पण अत्यंत सज्जन आणि मदतीसाठी तत्पर असत.

आमची प्रेमाआत्या सुमारे अठरा वर्षांची झाली. म्हणजे आता लग्नाचे वय झालेच की! स्थळ बघायलाच हवे! अशा वेळी अशा बातम्या सर्व परिवारात व्यवस्थित पसरवल्या जात. ही माहिती जेंव्हा इंदू मावशीच्या परिवारात गेली, तेंव्हा नारायणरावांना त्यांच्याच कोर्टात असणाऱ्या क्लार्कची आठवण आली. गुंडोपंत कुलकर्णी. हुशार, उत्तम इंग्रजी, कामसू, सिन्सियर, आणि धार्मिक वृत्तीचे!

स्थळ सुचवले गेले. प्रेमा आत्याला बागलकोटला दाखवायला नेले. ते कोणी नेले, ते विस्मरणात गेले आहे. प्रेमा आत्या होतीच सुंदर! नाजूक! गोरी पान! आणि संसाराला अत्युत्तम स्त्री!

तिथेच तिला पसंती देण्यात आली. इतकंच नव्हे तर लग्नाची बैठक पण ताबडतोब घेऊन लग्न ठरवूनच ती (आणि सोबत असणारे) ऐनापूरला परतले. हुंडा दीड हजार रुपये ठरला. आणि इतर खर्च तर होताच! कुटुंबातलं पहिलंच लग्न! घरात कुणीही कमावतं नव्हतं! शेतीचं जे काही मिळत असेल तेच!

मग सोलापूरच्या काकांना विचारलं. त्यांनी असमर्थता दर्शवली. त्यांच्या आर्थिक अडचणींमुळे ते अपेक्षितच होते.

जुगुळाच्या अण्णांचा नुकताच मृत्यू झाला होता. त्यामुळे तिकडे जाण्यात काहीच अर्थ नव्हता.

मग सांगली जवळ डिग्रजला एक शेत होतं. ते `काटकर` कुटुंब कसत होतं. वर्षाकाठी काहीबाही आणून द्यायचे. आक्काच्या सांगण्यावरून बाबा त्यांच्याशी बोलले. त्यांनी मदत केली.

(नंतर पुढील काही वर्षात ती फेडून पण घेतली!) (नंतरच्या काही वर्षातच, कूळ कायद्यामध्ये ही जमीन त्यांनी आपल्या नावाने करून घेतली!)

लग्न बागलकोटला होतं! एका देवळात!

कन्या दानाला सोलापूरचे काका आणि काकू बसायचे ठरले होते. ऐनवेळी काकू `बाहेरच्या` झाल्या. मग ते कन्या दान इंदू मावशी आणि नारायणरावांनी केले.

सगळं कार्य पार पडल्यावर सगळी तोरो मंडळी ऐनापूरला आली.

कुटुंबात जन्मलेली, नाचली बागडलेली, साऱ्या कुटुंबाची प्रेमानं काळजी घेणारी एक लाडकी लेक जेंव्हा दुसऱ्या घरी जाते, तेंव्हा तिचं हरवणं हे जरी क्रमप्राप्त असलं, तरी ते किती वेदनादायी असतं, हे फक्त त्या प्रसंगातून गेलेल्या लोकांनाच कळू शकेल!

ऐनापूरला आल्यावर बहिणीचं लग्न उत्तम झालं, ती संसाराला लागली, हा आनंद सर्वांनाच होता! पण कुठेतरी एक रितेपण जाणवत होतं!

प्रेमा आत्याच्या सासरी जाण्यानं सगळे जण आपल्या दुसऱ्या छोट्या आईला मुकल्याच्या भावनेत होते!

राम आजोबांच्या मृत्यूनंतर प्रेमा आत्या ऐनापूरला आली. तिचे दोन्ही वडील बंधू ऐनापुरात नव्हते. धाकटी चार भावंडं होती. आक्काला घरचं सांभाळून आर्थिक आणि व्यावहारिक मेळ जमणार नाही, हे तिनं जाणलं! हळू हळू घराची पूर्ण जबाबदारी तिनं स्वतःच्या डोईवर घेतली. स्वयंपाकापासून ते अंथरुणं घालण्या पर्यंत सगळी जबाबदारी तिनं घेतली.

उद्याच्या भाकरी थापायला पीठ पाहिजे, तर जात्यावर बसून पीठ दळायला लागली. चुलीतली लाकडं संपत आली तर निरोप पाठवून त्याची व्यवस्था करू लागली. जुजबी आजारपणात काळजी घेणं... असे अनेक व्याप तिनं स्वीकारलेले होते!

या सगळया घडामोडींमध्ये बाबा जेंव्हा जेंव्हा ऐनापूरला येत, तेंव्हा ते प्रेमा आत्याच्या शिक्षणाविषयीच बोलत. आपली धाकटी बहीण

बुद्धिमान आहे, आणि म्हणून ती शिकलीच पाहिजे, यावरच त्यांचा कटाक्ष होता. पण.... प्रेमा आत्या प्रपंचाच्या जबाबदारीत गुंतली होती. तिला शिक्षणाची खरंतर मनापासून आवड होती. जेंव्हा जेंव्हा बाबा येत, आणि सामाजिक, राजकीय घडामोडी सांगत, तेंव्हा तेंव्हा प्रेमा आत्या समोर बसून लक्षपूर्वक ऐकत असे. आक्कासकट सगळे जणच ते ऐकत असत. काही काही वेळा शेजारी पाजारी पण येत. इतका वेळ एके जागी बसणं कमा आत्याला शक्य होतंच नसे. कारण पुढे काय चाललंय, हेच तिला समजत नसे. मग ती चुळबुळ करू लागे! कधी या भावाच्या, तर कधी त्या भावाच्या जवळ जा...उगाचच त्याच्या हाताला चिमटा काढ! ...तर कधी या बहिणीच्या परकराच्या गाठी मार... कधी जमिनीवरचे पोपडे उचकटत बैस... आणि कधी कधी बाबांच्याच शेजारी जाऊन त्यांच्याकडे बघत बैस... असले उद्योग ती करायची. बाबांच्या जवळ ती आल्यावर बाबा तिला उचलून मांडीवर घ्यायचे. कमा आत्या शिट्टी मारताना जशी जिभेखाली दोन्ही हाताची दोन दोन बोटे घालतात, तशी बालसुलभ निष्पाप लज्जेने तोंडात बोटं घालायची.

पण तिथे पण ती फारशी टिकायची नाही. सटकायची. आणि तिच्या हक्काच्या मुक्कामावर ती यायची. प्रेमा आत्या! तिच्या मांडीवर ती विसावयाची. मग तिच्या डोक्यावर मायेने फिरवलेला हात कमा आत्याला शांत करायचा!

प्रेमा आत्या बाबानी मांडलेल्या अनेक विषयांवर प्रश्न विचारून चर्चा करत असे. बाबा तिथून गेल्यावरही धाकट्या भावंडाना ते समजावून देत असे.

हे सगळं बाबाना माहिती होतं. आणि म्हणूनच त्यांना प्रेमा आत्यानं शिकलं पाहिजे, असं सतत वाटत होतं.

पण घटना अशा घडत गेल्या की, पदर खोचून प्रपंच सावरायला उभ्या राहिलेल्या प्रेमा आत्याला तो खोचलेला पदर मुक्त करण्याची संधी मिळालीच नाही. खरंतर ती मिळू शकली नसतीच असे नव्हते, पण ते धाडस करण्याचा तिचा स्वभाव नव्हता.

त्यामुळे, आवड असून, बुद्धिमान असून, पात्रता असून, क्षमता असून, कुटुंबातून पाठबळ असून, आणि गावात तशा सुविधा असूनही आमची प्रेमा आत्या शिकू शकली नाही.

प्रेमा आत्याचे शिक्षण थांबले. ती अशिक्षित मुळीच नव्हती, पण बहुतेक चौथी पुढे शिकली नसावी.

सगळ्यांच्या आवडी निवडी पण ती सांभाळायची!

अशी ही प्रेमा आत्या आता तिच्या विवाहानंतर घरी नसणं, ही एक पोकळी होतीच होती!

तिच्याबद्दल किंवा तिच्या सासर बद्दल काळजी नव्हतीच! तिचा संसार ती उत्तम करणार या बद्दल काहीच शंका नव्हती! त्याबद्दल मनात आनंदच होता!

व्यथा होती ती... ती नसल्याची!

काही क्षण गेले.

आप्पाकाकानी तिथल्या एकेका पात्राची नक्कल करायला सुरुवात केली!

मग एका पाठोपाठ एक नंबरच लागले नकला करायला! ही सगळी भावंडं कथा किंवा प्रसंग रंगवून सांगण्यात अत्यंत तरबेज होती. आप्पाकाका त्यांचा मुकुटमणी!

रात्रभर हसून हसून लोळत होते सगळे जण! यात त्या कार्यक्रमाबद्दल किंवा एखाद्या प्रसंगाबद्दल कोणतीही उणी दुणी नव्हती, किंवा त्या प्रसंगावरची चेष्टा पण नव्हती.

फक्त त्यात आपली झालेली फजिती...आणि त्यातून काढलेले मार्ग! यावर हसा हशी चालली!

(हे असे अनंत वेळा चाले)

प्रेमा आत्या संसारी स्थिर स्थावर झाली.

थोड्याच कालावधीत गुंडोपंत कुलकर्णींची बदली जमखंडीच्या कोर्टात झाली. आणि त्या नंतर ते तिथेच स्थायिक झाले.

गुंडोपंतांना सगळेजण जी. एन. म्हणत. आम्हीही जीएन काका म्हणत असू. आमचा आणि त्यांचा संबंध फारसा आला नाही. आमच्या आधीच्या पिढीचा, म्हणजे माझे काका आणि आत्या यांचा पण फारसा संबंध आला नसावा. ते ऐनापूरला कधी आल्याचे मला आठवत

कन्याकुमारी येथील फोटो. समोर उभा बिपीन.

डावीकडून: नाना काका, बाबा, आई, प्रेमा आत्या, जी.एन. काका.

नाही. काही कौटुंबिक समारंभात...म्हणजे लग्न, मुंज वगैरे अशा वेळी भेट व्हायची. दुटांगी धोतर, पांढरा शुभ्र नेहेरु शर्ट, कोट, आणि वरती

काळी टोपी. रस्त्यावरून जाताना हातात इंग्रजी वर्तमानपत्र! त्यांचे इंग्रजी फारच श्रेष्ठ दर्जाचे होते. ते सगळयांना पोस्टकार्डावर लिहून पत्र पाठवायचे. ते पण इंग्रजीत. आणि ते इंग्रजी रनिंग लिपीत लिहीत. पण ते रनिंग हे विमानाच्या वेगापेक्षा अधिक वेगाचे असे. त्यातील पन्नास टक्केच मजकूर कळे. पुढील आठवडाभर डोळ्यापुढे धरून राहिल्यास आणखी दोन शब्द कळत. मग जेंव्हा केंव्हा जीएन काका कुठल्यातरी समारंभात भेटत, तेंव्हा त्यांना ते पत्र दाखवून त्यांच्याकडूनच वाचून घेण्याची पाळी येत असे.

“हुच्च्!” अशी सुरुवात करायचे ते. हुच्च् म्हणजे ‘ खुळया/येडपटा!’

मग ते काय लिहिलेय, हे तावातावाने सांगायचे.

फार गडबडे होते ते! त्यांच्या हालचाली अत्यंत वेगवान होत्या. डावीकडे पहायचे असल्यास ते आपली मान डावीकडे एवढ्या वेगाने फिरवत, की एक तरी मणका मोडला असणारच याची शक्यता पहाणाऱ्याला वाटत असे. किंवा, टोपी काढून डोकीवरचा घाम पुसताना ते एवढ्या वेगाने हात फिरवत, की पहाणाऱ्याला वाटावे की हे स्वतःच्याच डोकीवर चापट मारून घेत आहेत!

त्यांचे इंग्रजीचे वाचन अफाट होते. कोर्टातील आधीच्या खटल्यांचा इतिहास मुखोद्गत होता. न्यायाधीश सुद्धा बऱ्याच वेळा काकांना विचारत असत. बुद्धिमान होते. स्मरणशक्ती पण अचाट होती. त्यांची शिस्त दांडगी होती. आणि सगळं वेळच्या वेळी आणि जागच्या जागी

लागे. सगळं सांभाळताना प्रेमा आत्याची खूप दमछाक होत असणार हे नक्कीच. पण ती पहिल्या पासूनच सालस स्वभावाची होती.

आक्काचे चौथे अपत्य म्हणजे माधव, हे मागे सांगितले आहेच. ते आमचे तात्याकाका. शिडशिडीत बांधा, भरपूर उंच. बारीक आवाज. पण बोलताना एकेक शब्दाला वजन असायचे. समोरचा दहा वाक्ये बोलला की हे अर्धेच वाक्य बोलायचे..... समोरचा चितपट! त्यांच्या भावंडांशी कधीही कुणाशीही संतापाने बोललेले कुणालाही आठवतच नाही. पण त्यांना राग यायचा नाही, असे मात्र होत नसे. राग यायचा. पण त्यावेळी ते समोरच्यापुढे संतापाऐवजी उपरोधिक बोलायचे. बऱ्याचदा ते समोरच्याला पाच दहा मिनिटे झाल्यावर लक्षात यायचे. एकदम सर्जिकल स्ट्राईक!

वेगवान विचारशक्ती, अतिशय तीक्ष्ण निरीक्षण शक्ती, तल्लख स्मरणशक्ती आणि मोजक्या शब्दात अत्यंत प्रभावीपणे आपले म्हणणे मांडण्याची कला, हे त्यांचे वैशिष्ट्य आजन्म त्यांच्या समवेत राहिले.

खरंतर ही सगळी स्वभाव वैशिष्ट्ये इतकी उच्च दर्जाची आहेत, की या जोरावर त्यांची पात्रता केंद्रीय प्रशासनात एखादा परराष्ट्र राजनैतिक अधिकारी व्हावा, अशी होती.

हे माझे म्हणणे नाही! बाबांच्या तोंडचे वाक्य आहे हे!

बाबांच्या निधना आधी चार पाच वर्षे मी त्यांना अनेक प्रश्न विचारून अनेक आठवणी जागृत करत होतो. त्यावेळी त्यांनी केलेले हे वक्तव्य आहे.

बालपणापासून तात्याकाका हुशारच होते. त्यामुळे ते बाबांचे फारच लाडके होते. बाबा जेंव्हा जेंव्हा ऐनापूरला येत, तेंव्हा तेंव्हा खास तात्या काकांसाठी काहीबाही वाचायला घेऊन येत. काही काळाने तात्याकाका ते आक्कालाही वाचून दाखवत. चर्चाही होत असे. बाबांचे विचार तात्याकाका अत्यंत लक्षपूर्वक ऐकत असत. स्वातंत्र्य संग्राम, संघ, हिंदुत्व, पाकिस्तान फाळणीची मागणी, क्रांतिकारक, सावरकर, दुसरे महायुद्ध, त्यात विनाकारण होणारी हिंदुस्थानची ससेहोलपट, हिंदू धर्म, सामाजिक समरसता आणि राष्ट्रीयत्व, अभिमान, स्वाभिमान आणि गर्व यातील फरक... वगैरे वगैरे. त्यातून तात्याकाकांचा एक स्वतःचा असा वैचारिक पिंड तयार झाला. राष्ट्र भक्ती, देशभक्ती, याने ते प्रज्वलित झाले होते. बाबा त्यांना अनेक कथा, ऐतिहासिक प्रसंग पण सांगत.

बाबानी एकदा या भावंडाना आर्य चाणक्याची `नंद कुळाचा नाश झाल्याशिवाय शेंडीला गाठ मारणार नाही` ही कथा, आणि पुढचा इतिहास ऐकवला होता.

१९४७ ला हिंदुस्थान स्वातंत्र्याच्या उंबरठ्यावर होता. नेत्यांच्या पुढील नियोजनाच्या बैठका चालू होत्या. त्यात मुंबई गुजरातला देण्या संबंधी प्रस्ताव होता, नेहेरु - गांधी यांचा भाषावार प्रांत (राज्य) रचनेचा प्रस्ताव होता. या भाषावार प्रांत रचनेला संघाचा प्रचंड विरोध होता. भारताची

एकात्मता यामुळे नष्ट होईल, भाषांमध्ये सरहद्द आली की त्यांच्यात भांडणे /मतभेद सुरु होतील. विविध संस्कृतींचे एकमेकांशी मतभेद होतील, असे संघाचे म्हणणे होते.

महाराष्ट्राची रचना करण्यात आली. पण या महाराष्ट्रात मुंबई आणि त्याचा उत्तर भाग, बेळगाव, बिदर हा भाग नव्हताच!

त्यासाठी संयुक्त महाराष्ट्र समिती १९४६ मध्ये स्थापन झाली. अनेक संघर्ष झाले. अनेक हुतात्मे झाले. तो सगळा वेगळाच इतिहास आहे. मला त्याबद्दल इथे कोणतेही मत व्यक्त करायचे नाहीय!

पण,

एकेदिवशी बाबा ऐनापूरला आले. तात्या काकांनी आपली सगळी मित्र सेना गोळा केली. घरातले सगळेजण तर होतेच!

बाबानी हे सगळं.... म्हणजे भाषावार प्रांत रचना, संयुक्त महाराष्ट्र चळवळ.... हे सगळं समजावून सांगितलं.

बाबा सोलापूरला निघून गेले.

आता तात्या काकांना असं वाटलं की या संयुक्त महाराष्ट्राच्या चळवळीत आपला सहभाग आवश्यक आहे. काकांचं वय दहा बारा वर्ष!

पण त्याही वयात तात्या काकांनी आपल्या मित्रांना गोळा केलं. आणि ठरवलं....

ठरवलं....

की...

आर्य चाणक्यासारखी शेंडी राखायची! आणि... जो पर्यंत संयुक्त महाराष्ट्र होत नाही, तो पर्यंत शेंडीला गाठ मारायची नाही, किंवा शेंडी कापायची नाही!

एक महान प्रतिज्ञा या बाल चमूने तात्या काकांच्या नेतृत्वाखाली घेतली.

दुसऱ्या दिवशी सगळ्यांचे चकोट!

मागे शेंडीचे सिर्फ चार बाल!

ही मुलं अशा अवस्थेत अनेकदा गावभर हिंडत असत!

तात्या काकांचा वर्षभराने धाकटा भाऊ 'पल्ला' किंवा 'नाना' हा त्यांच्या बरोबर सतत असेच. पण त्यांची विचारसरणी भिन्न होती.

त्यांनी शेंडी राखली नव्हती.

मोकळ्या वेळात तात्या काका आणि नाना काका भाड्याने सायकल घ्यायचे. तात्या काका सुमा आत्याला आणि नाना काका कमा आत्याला सायकलीवर पुढच्या नळीवर डब्बल सीट बसवायचे.

आणि मग दोघांची रेस सुरु व्हायची!

तात्या काका पुढे जायचे, तेंव्हा ते मानेला झटका देऊन आपली शेंडी अशी हलवायचे की आजूबाजूचे लोक तो शेंडीला दिलेला झटका बघतच रहायचे!

नंतर नंतर कुठल्याही कारणास्तव तात्या काकांचे शेंडी उडवणे हे अत्यंत लोकप्रिय झाले होते.

बालपणी तात्या काका अथणीलाच होते. पण राम आजोबांच्या मृत्यूनंतर सगळे जेंव्हा ऐनापूरला आले, तेंव्हा त्यांची तिथेच शाळा सुरु झाली.

हा इतका बुद्धिमान विद्यार्थी होता की, मास्तरच अनेकदा चाट पडत!

केवळ वर्गातीलच नव्हेत, तर गावातील अभ्यासू आणि हुशार विद्यार्थी आमच्या घरी तात्याकाकांच्या समवेत अभ्यास करायला मिळावा म्हणून अभ्यासाला येत. काकांचेच काही वर्गमित्र हे नंतर डॉक्टर वगैरे बनले, आणि त्यांनी आयुष्यभर हे मनात जपले की माधव तोरो मुळेच हे शक्य झाले!

एक दिवस जरी त्यांची शाळा चुकली, तर शिपाई घरी येऊन चौकशी करून जात असे.

तात्याकाकांचे ऐनापूरचे बालपण हे दोन विभागात मांडले पाहिजे. ते सुमारे सातवी आठवीत असताना आजारी पडले, त्या आधीचा कालखंड, आणि त्या नंतरचा कालखंड.

या आधी लिहिलेल्या आठवणी या ते आजारी पडण्या पूर्वीच्या होत्या.

तात्या काका सातवीच्या दरम्यान आजारी पडले.

ऐनापुरात उपचार सुरु केले, पण गुण येईना. ताप, खोकल्याची ढास, श्वसनाला त्रास होत होता. मग अथणीला दाखवले. तिथेही जमेना. मग मिरजेला नेले. ताप उतरला, पण तब्येत खालावलेलीच राहिली.

डॉक्टरांनी सल्ला दिला की शेतातल्या मोकळ्या हवेत ठेवा.

राम आजोबांच्या वेळी पण अशाच घटना घडत जात होत्या. त्यामुळे सगळ्यांच्याच मनात धास्ती होती!

बाबाना सोलापूरला निरोप गेला. बाबा वाटेत मिरजेला या दोघांना भेटून तडक जुगुळाला गेले. तिथे अण्णा होतेच.

जुगुळाच्या शेतात आठवड्या भरात एक मोठी खोली आणि संडास न्हाणी बांधण्यात आले. पाणी, चूल, अशी आवश्यक ती व्यवस्था करण्यात आली.

विजेचा प्रश्नच नव्हता! त्या शेतातल्या घरात तात्याकाकांना घेऊन आक्का रहायला आली! सेवेसाठी गडी माणसं असत. जेवण गावातल्या घरातून येत असे. जुगुळाच्या अण्णांची रोज एक तरी फेरी असायचीच! त्यामुळे अगदीच काही वनवासाचा फील नव्हता, पण बालवयात मुलं ऐनापूरला एकटी रहातायत, यासाठी काळीज तुटत होतं.

ऐनापूरला घरी फक्त प्रेमा आत्या, नाना काका, सुमा आत्या आणि कमा आत्या ही चारच मुलं!

त्यातली सर्वात मोठी प्रेमा आत्या ही ऐन तारुण्याच्या उंबरठ्यावर! आणि सर्वात धाकटी कमा आत्या सुमारे सहा सात वर्षांची!

सुदैवाने गावातील सामाजिक आणि सांस्कृतिक परिस्थिती अतिशय उत्तम होती. शेजारचे सुतार कुटुंबीय तर देव माणसे होती!

त्यामुळे यांची 'सुरक्षा' हा विषय कधी गंभीर बनला नाही.

या कालावधीत बाबा आणि आप्पाकाकांचे पण येणे जाणे असायचेच.

पण ही अवस्था दोन चार आठवडे नव्हे, तर तब्बल दोन वर्षे चालली.

सुट्टीमध्ये त्या शेतातल्या खोलीत भावंडं भेटायला येत असत, तेवढाच काय तो विरंगुळा!

दोन वर्षे खुला तुरुंगवास!

यातही एक गोष्ट मात्र चांगली घडली होती की, बाबानी या दोन्ही वर्षांच्या शालेय अभ्यासाची सर्व पुस्तके तात्या काकांना उपलब्ध करून दिली होती. जमेल तसे तात्या काका त्यावर हात मारून घेत! त्यामुळे त्यांची शाळा जरी बुडली, तरी अभ्यास मात्र चालूच होता.

१९४३ साली राम आजोबा गेल्या पासून हे कुटुंब साडेसातीच्या चक्रात अडकले होते की काय असे वाटण्याचीच परिस्थिती होती.

त्यातल्या त्यात हा तात्या काकांच्या आजारपणाचा दोन वर्षांचा कालखंड तर त्याचा मुकुटमणी वाटावा असा होता!

कुटुंबातला प्रत्येकजण हा आपापल्या परीने एकमेकाच्या सुखासाठी प्रयत्नांची पराकाष्ठा करत होता.

जगण्यातला हा असा अंधार दूर करण्यासाठी, अदृश्य वाटा असणाऱ्या या घनदाट जंगलातून, हातात चैतन्याची मशाल घेऊन हे सगळे जण मार्गक्रमण करत होते.

वाटेत विशाल काय आर्थिक धोंडे, सामाजिक काटेकुटे, प्रापंचिक आणि पारंपरिक गरजांच्या वृक्ष वेलींच्या जाळ्यांनी बंद केलेले मार्ग... या सगळ्यांना भेदून या कुटुंबाला पुढे जायचं होतं.

या प्रवासात सगळ्यांनी एकमेकांचा धरलेला घट्ट हात हाच एकमेव आधार होता प्रत्येकाला!

पण, तशा अर्थाने हे कुटुंब अगदीच काही रस्त्यावर पडले होते असे मुळीच नव्हते.

सहानुभूती अनेकांची होती. नक्कीच होती. अशी सहानुभूती देणारे पण धन्यवादास पात्र आहेत.

पण... सहानुभूती भूक भागवू शकत नाही. गेलेला काळ परत आणू शकत नाही. आजारातून मुक्त करू शकत नाही.

शेवटी जे काही सहन करायचं, ते आपलं आपल्यालाच करावं लागतं.

ऐनापुरात प्रेमा आत्यावर सगळीच जबाबदारी आली. अगदी सडा रांगोळी पासून ते धाकट्या भावंडाना झोपवण्या पर्यंत! आणि... तिला

193

सांगायला सवरायला कुणीच नव्हतं. कमा आत्या सगळयात धाकटी म्हणून सगळयांची लाडकी तर होतीच! त्यामुळे सगळेजण तिचे बालहट्ट पुरवण्याचा आनंद घेत. तिला बऱ्याचदा सुमा आत्या सांभाळत असे. सुमा आत्या म्हणजे एक संतुलित व्यक्तिमत्व होतं. ती सगळया भावंडांवर प्रेमाचा वर्षाव करत असे. तितकीच ती चेष्टा मस्करी पण करायची. तिचं हसणं हे विविध बाबतीत वेगळं असायचं. कधी कधी ती ओठ विलग न करता केवळ डोळयांनी पण हसायची. पण ते केवळ तिच्या जवळच्यांनाच समजत असे. सुमा आत्याला मी कधीही रागीट आवाजात संभाषण करताना किंवा रागीट नजरेने कटाक्ष टाकताना पहिलेच नाही. कुणीच तसे पाहिलेले नाही.

रस्त्यावर जर अपघाताबद्दल दोघांची टोकाची भांडणं चालू झाली, तर दोन्ही पक्षांना समजावून शांत करण्याची क्षमता सुमा आत्यात होती. ती अत्यंत शांतपणे आणि मधुर आवाजात, मृदू शब्दात समोरच्याला जे काही समजावयाचे असेल, ते उत्तम समजावत असे. मुळात तो तिचा स्वभाव होताच, पण परिस्थितीने पण ती हे शिकून गेली. वरच्या कडी पासून ते खालच्या कडी पर्यंत अखंडत्व साधणारी सुमा आत्या ही एक अत्यंत महत्वाची मधली कडी होती. प्रेमा आत्याला प्रापंचिक मदत करणे, धाकट्या कमा आत्याला बालपणाच्या अवस्थेतून जबाबदारीच्या अवस्थेत आणणे, नाना काकांचा वांडपणा योग्य मार्गावर वळवणे, अशी अनेक तात्विक कार्ये सुमा आत्या बिनबोभाट करत असे. आणि तिच्या निर्णयाशी ती नेहेमीच ठाम रहात असे.

याचा परिणाम असा झाला की, घरात लागणारे सर्व साहित्य कसे उपलब्ध होईल, यावर नाना काकांनी लक्ष ठेवले. आपापले कपडे धुणे, धान्य निवडणे, चुलीत घालायला लाकडे आणायला मदत करणे.... अशी अनेक कामे कमा आत्या आपसूक करू लागली.

त्या कालावधीत प्रेमा आत्या ऐनापुरातल्या घराची केवळ आईच नव्हती, तर ती `माऊली` होती. कधी कधी कठोर होऊन तिला बापाची पण भूमिका करावी लागत असे.

अकाली आलेल्या या जबाबदारीने या भावंडांचे मानसिक स्वास्थ्य बिघडले असेल का? चिडचिड करणे, हट्टी बनणे, हल्ली निघालेले अनेक `स्वमग्न`, वगैरे पाश्चात्य मानसिक रोग या भावंडाना झाले असतील का? तशी बाल्यावस्थाच! आई आहे, पण दोन वर्षे ती जवळ नाही! वडील वारलेले! आर्थिक आवक पोटापुरती! त्याची पण शाश्वती नाही!

हल्ली जन्मलेल्या अनेक मानसिक रोगांसाठी इथे अत्यंत उपयुक्त वातावरण होते! पाच सात मानसिक रोगांनी याना तर नक्कीच पछाडले असते!

पण... या चौघांच्या व्यतिरिक्त बाबा तर यापेक्षाही वाईट अवस्थेत होते. जुगुळात तर तात्या काका आणि आक्का यांची पण विचित्र अवस्था होती!

थोडक्यात हे सगळेच कुटुंब त्या मानसिक रोगांनी पछाडले जावेत, अशी संपूर्ण अनुकूल परिस्थिती होती.

पण...

नो!

ते रोग वगैरे सोडाच हो...! पण या उलट, या सगळ्या प्रसंगांत हे सगळे जण एकमेकांना चिकटून राहिले, एकमेकांना सांभाळत राहिले.

हे असे या प्रकारचे विचार यांच्यात कुणी भरवले?

आधीची पिढी जशी वागली, तसेच संस्कार पुढच्या पिढीवर होतात!

ऐनापुरात या चार भावंडांचं दैनंदिन जीवन काही दिवसातच सुरळीत बनलं.

तात्या काकांच्या आजारपणाच्या आधी आणि नंतरच्या काही गोष्टी सांगतो आता....

ऐनापुरातल्या घराच्या अंगणात भरपूर मोकळी जागा होती. काही कालावधीपुरती ही जागा आक्का काही अटींवर लोकांना वापरायला द्यायची.

गणपती, दुर्गा, यांच्या मातीच्या मूर्ती बनवण्याचा दोन तीन महिन्यांचा हंगाम असे. तेंव्हा काही मूर्तीकार आमचे अंगण वापरत. उन्हाळ्यात उसाचा रस काढण्याच्या लाकडी चरक युक्त यंत्रांना मोठी मागणी असे. त्यावेळी तिथे सुतार आणि तंत्रज्ञ काम करत.

आजारपणाच्या आधी आणि नंतरही तात्या काका ते लक्षपूर्वक पहात असत.

तात्या काका हे उत्तम मूर्तीकार होते. खरंतर शिल्पकार म्हणायलाही हरकत नाही!

पहिलं वर्ष त्यांनी केवळ निरीक्षणात घालवलं. नंतर एक छंद म्हणून वीतभर उंचीच्या मातीच्या गणपतीच्या मूर्ती बनवायला लागले. हे शिकताना काका अधे मधे त्या मुख्य शिल्पकाराकडे जाऊन विचारत की, “आता पुढे याला कसा आकार देऊ ते मला शिकवा ना! बोटं कशी फिरवायची ते दाखवा.”

ते दुरून दाखवायचे.

जातीभेद!

त्यांच्या मनात असलेला! दुसरे काहीही नाही! जो आम्हाला... आमच्या सारख्या ब्राह्मणांना मान्यच नव्हता!

काका त्यांच्या जवळ जाऊन त्यांचा हात आपल्या बोटांवर ठेऊन धडा गिरवयाचे.

तात्या काकांनी अनेक अत्युत्तम मातीची शिल्पे बनवली होती.

सुतारांनी बनवलेले उसाचे चरक यंत्र बघून तात्या काकांनी तिथे पडलेल्या लाकडी स्क्रॅप मधून आपल्या घरी वापरता येईल असे उसाचे रसयंत्र बनवले. अगदीच छोटे होते ते!

या सुतारांना याची कल्पनाही नव्हती की या चरकाची इतकी लहान प्रतिकृती होऊ शकते! ते पण चाट पडले!

तात्या काकांची बुद्धिमत्ता, निरीक्षण क्षमता हे सगळंच अत्युत्तम होतं.

योग्य उमेदवाराला योग्य मार्ग मिळाला की त्याचे आयुष्य उत्तम प्रकारे घडत जाते. पण या मार्गात दुर्दैवाने काकांचे आजारपण आले, आणि अनेक मार्गांवर बंधने आली.

बाबांच्या तर तात्या काकांच्या बुद्धिमत्तेकडून अनेक अपेक्षा होत्या. कौटुंबिक आणि सामाजिक सुद्धा. आणि त्या दृष्टीने बाबा त्यांना घडवत पण होते!

पण दुर्दैवाने, काकांच्या आजारपणात बाकी सगळया अपेक्षा विसर्जित करून फक्त...याचा जीव वाचवायचा... एवढेच उद्दीष्ट राहिले होते.

तात्या काकांच्या काही अंतिम वैद्यकीय चाचण्या करण्यासाठी आक्का आणि तात्याकाका मिरजेला आले. बाबा पण सोलापुरातून तिथे पोचले. दोनेक दिवसांनी डॉक्टारांनी निर्णय दिला की, आता तात्या काका एकदम ठीक आहेत. आहार विहाराच्या थोड्या मर्यादा आहेत, पण ते आता एकदम नॉर्मल आहेत! स्पेशल गाडी करणे शक्यच नव्हते. एसटी बस, टेम्पो, बैलगाडी वगैरे साधने वापरत हे तिघे जण ऐनापूरला पोचले.

आक्कानं आणि तात्या काकांनी दोन वर्षांनंतर घराचं दार बघितलं

रात्र झालेली. संदेश वहनाच्या शून्य सुविधा!

ऐनापूरच्या घरात सामसूम झालेली.

दाराची कडी वाजली. आक्का आणि बाबानी हाका मारायला सुरुवात केली...

`प्रेमाssss.... प्रेमा गं ssss....` आणि मग सगळयांच्याच नावाने...!

सर्वांनाच हे अनपेक्षित होते! शेजारचे सुतार दोनेक मिनिटातच आवाज ऐकून बाहेर आले. शेजारचे जैन पण बाहेर येऊन बघायला लागले. शेजारी पाजारी जमा झाले.

त्यातल्या बायकांनी दार उघडण्याऐवजी आक्कालाच मिठया मारून ख्याली खुशाली विचारायला सुरुवात केली.

अखेर पाचेक मिनिटातच नाना काकांनी दार उघडले! त्यांच्या मागे म्हणण्यापेक्षा त्यांच्या बरोबरीने माऊली प्रेमा आत्या, त्यांच्या मागे सुमा आत्या आणि छोटी कमा आत्या!

समोर आक्का, तात्या काका आणि बाबा.

नाना काका तर उडी मारून तात्या काकांना मिठीत घ्यायच्या विचारात होते. कमा आत्या तर कधी एकदा आक्काच्या लुगड्याला कवटाळतेय, अशा अवस्थेत होती!

"सुमा, ..." प्रेमा आत्या एवढंच बोलली!

सुमा आत्या चपळाईने आत पळाली. तोवर सगळयांची एकमेकांशी निशब्द बोलणी चालू होती. सुमा आत्या हातात दुधाची वाटी आणि भाकरीचा तुकडा घेऊन आली.

प्रेमा आत्याने भाकरीचा तुकडा ओवाळून टाकला. पायावर दूध पाणी घातलं, आणि सगळे घरात आले. सगळे म्हणजे सगळेच! जमलेले शेजारी पाजारी सुद्धा!

या तिघांनी हात पाय धुतले. देवापुढे गेले. तोवर सुमा आत्याने समई प्रज्वलित केली होतीच!

तोवर सोप्यावर शेजाऱ्यांचे संवाद सुरूच होते... (कन्नड मध्ये होते...मी मराठीत लिहितोय)

"दोन वर्षांनी आक्कानी घराचा उंबरा बघितला बघा!"

"तर काय वो!"

"चार पोरं कशी शान्यासारखी सांभाळून राह्यली बगा"

"ह्ये काय वय का काय वो आई बापाला सोडून ऱ्हायाचं?"

वगैरे...

घरातली जेवणं उरकून भांडी घासून पालथी घातलेली!

चौघंही भावंडं कुणालाही काहीही न सांगता कामाला लागली.

नाना काकांनी भराभर बाहेर अंथरुणं घातली. आणलेल्या सामानाची व्यवस्था लावली. कळशीभर पाणी आत आणून ठेवलं.

प्रेमा आत्यानं चूल पेटवली. भाताला तांदूळ धुतले. सुमा आत्यानं भाकरीचं पीठ मळायला घेतलं. धाकट्या कमा आत्याला मात्र कधी एकदा आक्काच्या कुशीत जातेय, अशी घाई झालेली! पण बाहेर तर माणसं! आणि बहिणी कामाला लागलेल्या! मग कमा आत्यानं भांडी पुसून ताटं मांडायला घेतली.

बाहेर एका जाजमावर आक्का, तात्या काका बसलेले. समोर दुसऱ्या जाजमावर शेजारी बसलेले. गप्पानी वेग घेतला. स्वयंपाकघरातून भाताचा रटरट असा शिजतेला आवाज, भाजल्या भाकरीचा दरवळ आणि झुणक्याच्या अस्तित्वाच्या जाणिवेने अख्खा आसमंत सुगंधित झाला होता!

शेजारी काही उठायची लक्षणच दिसेनात! मग पानं वाढली.

व्यवहार म्हणून "कोण कोण जेवणार?" हे विचारलं गेलं!

सगळ्यांचा नकार अपेक्षितच होता. पण... उठायला पण कोणीच तयार नव्हतं.

सगळ्यांनाच संवादाची उत्सुकता होती. गप्पा चालूच होत्या. तात्या काका प्रवासाने थकले होते. नाना काकांनी त्यांना दुसऱ्या बाजूच्या अंथरुणावर बोलावले. इकडे आक्काच्या गप्पा सुरूच होत्या, आणि

पलीकडे सगळी भावंडे तात्या काकांना मध्यभागी ठेवून त्यांच्या भोवती जमली होती. त्यांचं एक वेगळंच संमेलन भरलं होतं!

दुसऱ्या दिवशी तात्याकाकांचे स्नेही, गावातले संबंधित लोक घरी भेटायला येऊ लागले.

घराला घरपण आलं.

(तात्या काका आणि बाबा.)

तात्या काकांना अशक्तपणा होता, पण तो ही हळू हळू नाहीसा झाला.

तात्या काका शाळेत गेले. दोन वर्षे त्यांची अनुपस्थितीच होती. आता त्यांना कोणत्या इयत्तेत बसवायचे, यावर शिक्षक वृंदात खल सुरु होता. त्यांची परीक्षा घेऊन निर्णय घेण्यात यावा, असे सर्वानुमते ठरले. त्यांची त्यावेळची नेमकी इयत्ता माहिती नाही. पण ती आठवी असावी असे समजू. तर त्यानंतरच्या दोन इयत्ता... म्हणजे दहावीच्या परीक्षेला त्यांना पाचारण केले गेले.

ती परीक्षा तात्या काका उत्तम पास झाले. त्यांची दोन वर्षे शैक्षणिक दृष्ट्या वाया गेली नाहीत.

यथावकाश तात्या काका मॅट्रिक झाले. एक्सटर्नल इंटर झाले. परीक्षा द्यायला त्यांना वालचंदनगरला जावे लागले. काही केंद्र सरकारच्या परीक्षा त्यांनी दिल्या. त्यातून तात्या काकांना RMS म्हणजे रेल्वे मेल सर्व्हिस इथे नोकरी मिळाली.

केंद्र सरकारची नोकरी होती. पगार मध्यवर्गीयच होता, पण एक तर नोकरीची शाश्वती होती, आणि इतर सुविधा पण होत्या. पेन्शन होती.

तात्या काका त्या निमित्ताने पुणे, औरंगाबाद, आणि रत्नागिरी येथे काही काळ होते. आणि नंतर कोल्हापुरात आले.

त्याआधी बाबा कोल्हापुरात होते. शाहूपुरी तिसऱ्या गल्लीत लेले चाळीत दोन खोल्यांचं घर भाड्यानं घेतलं होतं. एकोणीस रुपये घराचं भाडं

होतं. घर नंबर ७०८. कौलारू घर होतं. बाबा वारणानगरला प्राध्यापक म्हणून रुजू झाले. पण शाहूपुरीतलं घर त्यांनी सोडलं नव्हतं!

मग जेंव्हा तात्या काका कोल्हापूरला आले, तेंव्हा ते याच घरात राहिले.

बाबांच्या आग्रहानुसार नोकरी करत करत तात्या काकांनी एक्सटर्नल बी.ए.(इतिहास) केलं.

`शाहूपुरीतलं घर` हा एक वेगळाच इतिहास आहे. कधीतरी नक्कीच त्यावर लिहिणार आहे.

१६. सुमाआत्या आणि कमाआत्या:

आमचे सगळयात धाकटे काका म्हणजेच बाबांचे चौथ्या क्रमांकाचे धाकटे बंधू म्हणजे `प्रल्हाद`. केवळ बाबा आणि आक्का त्यांना `पल्ला` असे बोलवत. इतर सगळे त्यांना `नाना` म्हणत.

आम्हीही नाना काका असेच म्हणत असू.

नाना काका `बंधू` म्हणून धाकटे होते. भावंडांत धाकटे नव्हते. त्यांच्या मागे सुमा आणि कमा या दोन धाकट्या बहिणी होत्या. नाना काका जन्मतःच गोरेप्पान होते. बालवयात त्यांची शरीरयष्टी सामान्य मुलांपेक्षा दणकट होती. धडधाकट होते. ताकदही तशीच होती. त्यामुळे त्यांच्याशी कुणी भांडायला जायचेच नाही.

बालवयात, म्हणजे पाच सात वर्षांचे असताना.... घरातच ते अनेकदा वांडपणा करायचे. मग आक्का त्यांना चौकात उतरवायची आणि दोरीनं बांधून ठेवायची!

मग हे `मला सोडावा...` `मला सोडवा...` असं उगाचंच ओरडायचे! मग या धाकट्या बहिणी आक्काच्या अनुपस्थितिचा अंदाज घेऊन दोऱ्या सोडायच्या. पण नाना काका त्या बंधनातून मुक्त होत नसत. आपल्याला बांधलेलंच आहे असं दाखवत असत. जेंव्हा आक्का येईल, तेंव्हा ते आक्काला म्हणत, “आक्का गं...पुन्हा नाय करणार! सोड की आता!”

आक्कानं 'हुं' म्हंटलं की ही बहिणींची ब्रिगेड चापल्याने पुढे येऊन त्यांना खोटे खोटे बंधमुक्त करत असे.

प्रेमा आत्या अकाली आलेल्या जबाबदारीमुळे अत्यंत प्रगल्भ होती, आणि कमा आत्या तिच्या बालपणामुळे खट्याळ होती. सुमा आत्या या दोघींच्या मध्यावर होती. प्रगल्भता आणि खट्याळपणा या दोघांनाही ती सांभाळून घेत होती.

(डावीकडून: नाना काका, मागे उभे - तात्या काका, कमा आत्या, आक्का, सुमा आत्या. सुमारे सन १९४६)

या सर्वच भावंडांत एकमेकांना सांभाळून घेणे हे तर वैशिष्ट्य होतेच होते! पण ते करत असताना प्रत्येकजण आपापले छंद आणि आवडीनिवडी जोपासत असे.

सुमा आत्याला नाटकात अभिनय करणे हे अत्यंत आवडायचे!

शाळेतील किंवा गावातील प्रतिष्ठित नाटकांत ती प्रमुख भूमिका करायची. उत्तम पाठांतर हे तिचे पहिले सामर्थ्य होते. तीन तीन महिने नाटकाच्या तालमी चालत. पण सगळेच सहकारी कलाकार हे उच्च कुलीन असत.

ऐनापूरच्या व्यापार पेठेत त्यावेळी 'दीक्षित' नावाचे एक कुटुंब होते. त्यांची मोठी मुलगी सुमा आत्यापेक्षा पाचेक वर्षांनी मोठी होती. ती नाटकांत काम करत असे. तिच्या सहवासानं सुमा आत्या अनेक नाटकांत सहभागी झाली.

(पुढची गम्मत अशी की याच दीक्षितांचे भाचे हे सुमा आत्याचे जावई बनले! हा फक्त योगायोग होता!)

सुमा आत्या शालेय अभ्यासात तर फारच हुशार होती. कायम पहिली असायची.

ती मॅट्रिकला होती. शाळेतून बोर्डाच्या परीक्षेचे फॉर्म भरायचे होते. फॉर्म फी होती बारा रुपये.

घरात नव्हते! होय!! खरंच घरात बारा रुपये नव्हते!

207

सुमा आत्या हिरमुसली होऊन बसली. घरातले सगळेच जण काहीबाही खटपटी करायला लागले. पण काही जमेना! सुमा आत्या त्या दिवशी शाळेला गेलीच नाही. लाजेस्तव दुसऱ्याही दिवशी गेली नाही.

दुसऱ्या दिवशी शाळेचा शिपाई घरी आला.

(मूळ संभाषण कन्नड मध्ये आहे. मी इथे मराठीत देतोय.)

“सुमा आहे काय?”

“येन री शिवा मामा?” सुमा आत्याने बाहेर येत विचारले.

“हेडमास्तरांनी शाळेत बोलिवलंय बघ!”

“याको शिवाप्पा?” ...मधेच आक्काने विचारले.

“तिचा म्याट्रीकचा फॉरम राह्यलंय की वो भरायचा! शाळेतनं म्याट्रीकला पास होणारी सुमा एकटीच की वो! आणि तिचाच फॉरम न्हाई म्हंटल्याव कसं वो?”

सुमा आत्या शाळेत गेली. बारा रुपयांची अडचण तिनं हेडमास्तरांना सांगितली. डोळ्यातलं पाणी आणि गळ्यातला हुंदका ती रोखू शकली नाही.

हेडमास्तरांनी डोक्यावरची गांधी टोपी काढली. घाम पुसला. तिच्यापुढे फॉर्म ठेऊन फक्त सही घेतली.

“जा सुमा...वर्गात जा तुझ्या...” असं म्हणून ते बाहेर पडले.

ते बारा रुपये कुणी भरले, ते अजूनही अज्ञात आहे!

आत्या पहिल्या झटक्यातच प्रथम श्रेणीत मॅट्रिक पास झाली. इतकंच नव्हे तर, तालुक्यात पण तिने अनेक बक्षिसे पटकावली!

शाळेतच काय...पण गावातही अनेकांनी आनंद व्यक्त केला. तिच्या अभिनंदनासाठी घर फुलून गेले.

सुमा आत्याचं अभिनंदन चालू असताना ठेवणीतले कपडे घालून धाकटी कमा आत्या तिच्या शेजारी थाटात उभी असे. समोरच्याला सुमा आत्याने हात जोडून नमस्कार केला की कमा आत्या पण हात जोडून नमस्कार करत असे. त्यावेळी अशा प्रसंगांत काही भेट वस्तू किंवा पुष्पगुच्छ देण्याची प्रथा नव्हती. पण कुणीतरी कुठल्यातरी देवाचा अंगारा पुडीतून आणे. अंगारा लावल्यावर ती पुडी समोरच्याच्या हातातून घेऊन सांभाळून ठेवणे अशा जबाबदाऱ्या कमा आत्या अत्यंत आवडीने करत असे.

कमा आत्या पण हुशार होती. ती चलाख पण होती. आणि ती सगळ्यात धाकटी असल्यामुळे सगळ्यांची लाडकी पण होती.

खट्याळपणा आणि खोडकरपणा हा तिचा जरी मूलभूत भाव असला तरी, अत्यंत संयमित पणे ती योग्य ठिकाणी आणि योग्य वेळीच व्यक्त होत असे.

कमा आत्या मॅट्रिक झाली, आणि नंतर विविध ठिकाणी शिक्षणाला राहिली.

माझी आई आणि कमा आत्या एकाच वयाच्या आणि समान शैक्षणिक पात्रतेच्या होत्या.

पुढील काही शिक्षण हे या दोघीनी एकत्रित केले.

त्यांच्या या एकत्रित शिक्षणाच्या कालावधीतच मी आणि माझा धाकटा भाऊ राहूल, जन्मलो होतो. त्यामुळे, आम्हा दोघा भावंडाना कमा आत्याचा सहवास खूप लाभला.

आता या क्षणी एक आठवलं म्हणून सांगतो....

या तिन्ही बहिणींची यथावकाश लग्नं झाली. आणि या तिघीही जणींनी त्यांच्या सासरी `ज्येष्ठ` सूनबाई म्हणून माप ओलांडलं!

सासरकडच्या सर्व परिवाराला सांभाळण्याची जबाबदारी यांच्यावर आली, आणि ती त्यांनी उत्तम प्रकारे पार पाडली.

१७. नानाकाका: एक लढवैय्या

आधी सांगितल्याप्रमाणे आमचे सर्वात धाकटे काका नाना काका तब्येतीने भारदस्त होते. बुद्धिमान होते, पण अभ्यासात त्यांना आजिबात रस नव्हता. शाळेत जायचे; पण बॅक बेन्चर!

सर्व क्रीडा प्रकारात ते उत्तम होते. खोडकर होते, पण व्रात्य नव्हते. घरी पण बरीच दंगामस्ती करत असत.

211

ते आठवी नववीला पोचले, तशी त्यांना समज यायला लागली. घरातील आर्थिक परिस्थिती आणि त्यामुळे होणारे परिणाम त्यांना अस्वस्थ करू लागले.

नवीन कपडे घेणे हे तर विसराच! पण फाटलेले कपडे पण शिंप्याकडून दुरुस्त करून आणणे अवघड होत होते. शिक्षणाच्या आणि परीक्षांच्या फी भरणे दुरापास्त होते.

अशा वेळी खाली मान घालून बसलेल्या बहिणी त्यांच्या डोळयासमोर येत.

दारात कधी कोणी उधारी वसूल करायला माणूस आला तर आक्का त्याला विनवण्या करे. कधी कधी हात पण जोडत असे. आणि दार लोटून आत येताना डोळ्याला पदर लावत असे.

हे दृश्य तर नाना काकांच्या हृदयाला भोकं पाडत असे.

बाबा शिक्षणामुळे बाहेरच! आप्पा काका काही निमित्याने बाहेर. तात्या काका नुकतेच मोठ्या आजारपणातून उठलेले!

अशा अवस्थेत नानकाकांना असे वाटू लागले की, आपल्याला कुठेतरी नोकरी केलीच पाहिजे. त्याशिवाय या घरात पैसे येणार कसे?

सगळेच गमावते! कमावते कुणीच नाही!

शेतातले तर उत्पन्न शून्यच होते!

वर्षभर पुरेल इतकी ज्वारी, मका , तांदूळ आणि डाळ यायची! बस्स! एवढेच! यावरच फक्त पोटातला अग्नी विझवायचा.

पण इतर खर्चाचे काय?

आपल्याला नोकरी करून या प्रपंचाची जबाबदारी उचललीच पाहिजे, असे नाना काकांचे ठाम मत बनले. ते चुकीचेही नव्हते.

त्या दृष्टीने ते प्रयत्न करू लागले. गावातल्या अनेक लोकांकडे जाऊन त्यांनी विनवण्या केल्या. पण व्हायचं असं की, उदाहरणार्थ.....

एका बांधकाम व्यावसायिकाकडे ते गेले. त्याला लाकडाच्या तुळया वरती चढवणाऱ्या कारागिरांची आवश्यकता होती. नवीन उमेदवाराला तो शिकवायला पण तयार होता.

पण नाना काकांचे राजबिंडे रूप आणि त्यांची `ब्राह्मण` ही जात!

“तुमास्नी असली कामं कराय लावली तर आमास्नी नरकात बी जागा मिळायचा नाय!”

असं त्यांना उत्तर मिळत असे.

ऐनापुरात आता नोकरी मिळणार नाही हे लक्षात आल्यावर त्यांनी बाहेर गावी प्रयत्न सुरु केले. उगार, शेडबाळ, अथणी, बेळगाव, मिरज वगैरे!

एव्हाना नाना काका नोकरीसाठी प्रयत्न करतायत हे सगळ्यांना कळलं होतं! एकदा बाबा ऐनापूरला आले तेंव्हा आक्कानं ही गोष्ट बाबांच्या कानावर घातली.

बाबानी काकांच्या नोकरी संशोधना मागच्या उद्देशाचं कौतुकच केलं. पण त्यांना आत्ताच नोकरीच्या मागे न लागता शिक्षणावर लक्ष केंद्रित करण्याबाबत समजावलं.

नाना काकांनी हे सगळं आज्ञाधारकपणे ऐकून घेतलं. वडील बंधूना उलट प्रश्न विचारण्याची आमच्याच नव्हे, तर अनेक घराण्यांत प्रथाच नव्हती.

काकांनी बाबांच्या कोणत्याही मुद्द्याला आक्षेप घेतला नाही.

बाबा त्यांच्या विचारांशी ठाम होते, आणि नाना काकापण त्यांच्या विचारांशी!

बाबांचे विचार काकांना पटत होते, पण असणारी परिस्थिती त्यांना हे विचार स्वीकारायला सहमत नव्हती.

सन १९५४ नाना काका सोळाव्या वर्षी मॅट्रिकला बसले. मागे सांगितल्यानुसार आप्पाकाका पण त्यांच्याच सोबत बसले.

नाना काका नापास झाले. आप्पाकाका पास!

या नंतर सलग तीन वर्षे म्हणजे १९५७ पर्यंत नाना काका नोकरीच्याच शोधात होते.

१९५७ साली गावातल्या ग्रामपंचायतीच्या निवडणुका लागल्या. (किंवा कदाचित दुसऱ्या पण असू शकतील)...

नाना काका गाव भर कुणाचा तरी प्रचार करत फिरत होते. इतक्यात समोरून त्यांचे काही त्यांचेच समवयीन मित्र एका गाडीतून कुठेतरी जाताना दिसले.

"यल्ले होगती रुद्राप्पा?" - असं काकांनी विचारलं.

"अरे, बेळगावला मिल्ट्री मध्ये भरती करणारेत! त्या साठी चाललोय! हितं काय नोकरी नाय काय नाय... मिल्ट्रीत तरी काय जमतंय काय ते बघूवा की!"

नाना काका त्यांना म्हंटले,

"मी पण यू काय?"

"चल की गा!"

नाना काका त्यांच्या सोबत अनपेक्षित पणे बेळगावच्या निवड चाचणीच्या ठिकाणी पोचले.

मिलिटरी मध्ये भरती करायची आहे, या निमित्ताने नोकरी मिळेल आणि घरचा आर्थिक बोजा कमी होईल हे एकच तत्व काकांच्या डोक्यात होतं!

देशप्रेम, भारताची सुरक्षा, राष्ट्रीय भावना, वगैरे काहीही त्यांच्या मनात सुतरामही नव्हते. केवळ आपल्या कुटुंबाचाच विचार त्यांच्या मनात होता. आपण काहीतरी केले, तरच आपले कुटुंब सुखात राहू शकते. हाच विचार त्यांच्या मनात होता. आपले वडील बंधू आणि भगिनी कोणत्या अवस्थेत आहेत, याची त्यांना जाणीव होती. आणि त्यामुळे, जे काही करायचे आहे, ते आपल्यालाच करायला पाहिजे, हे त्यांच्या डोक्यात घट्ट रुजलं होतं.

ती नोकरी कोणत्या पदासाठी आहे, तिथे आपल्याला काय करावं लागणार आहे, पगार किती मिळणार आहे, याची जरासुद्धा पुसटशीही कल्पना त्यांना नव्हती. आणि ती जाणून घेण्याची त्यांची इच्छा पण नव्हती. तीन वर्षं घरात पैसे मिळावेत म्हणून नोकरीसाठी धडपडतो आहे, तर आता आणखी एक संधी आलीय तर सोडायची नाही, या एकमेव उद्देशाने ते मित्रांसोबत बेळगावच्या मिलिटरी कॅम्प मध्ये गेले.

रस्त्यावर फिरणारा हा तरुण, अंगावरच्या वस्त्रानिशी बेळगावला गेला. फक्त घरी निरोप पाठवला की `मी बेळगावला जातोय.`

कॅम्प मध्ये सुरुवातीला वैयक्तिक माहितीची नोंद झाली.

दुसऱ्या दिवशी सकाळी सहा वाजता निवड चालू होणार होती. हे सगळे मित्र कुणाच्या तरी ओळखींच्याकडे राहिले. निवड प्रक्रियेत काय काय करायचे असते ते कुणालाच माहिती नव्हते!

"नाळे मुंजाने पता आगतादी. मलकोंडो." (ते उद्या सकाळी कळतंय वो. आत्ता झोपा!)

तोंडाला फेस येईपर्यंत पळायला लावलं. त्यातच ७५% उमेदवार गारद झाले.

नाना काकांच्या बरोबर आलेले सगळे पहिल्याच फेरीत नापास! नाना काका मात्र पास!

फक्त एक सुतार म्हणून होता, तो मात्र पास झाला.

परतणाऱ्या मुलांच्या सोबत काकांनी या घटनेचा निरोप घरी द्यायला सांगितला.

आता काकांना पंचाईत आली ती रात्री मुक्काम कुठे करायचा याची! कारण ज्याच्या नातेवाईकाच्या घरी मुक्काम केलेला, तो नापास होऊन ऐनापूरला परत चाललेला!

काकांनी त्या मित्राला अडचण सांगितली.

"याको काळजी माडतीनी पल्ला? नानू यल्ला व्यवस्था माडतीनी!" (कशाला काळजी करतोयस पल्ला? मी सगळी व्यवस्था करतो.) काकांची त्याच घरात व्यवस्था झाली.

दुसरा दिवस उजाडला.

आज शारीरिक चाचणी होती. उंची, वजन, छाती वगैरे.

काका त्या दालनात आले. तिथे निवडीचे निकष काय आहेत, याचे सर्व तक्ते लावण्यात आले होते. त्यातील उंची, छाती हे सर्व निकषात बसत होते, पण त्या उंचीला हवे असणारे काकांचे वजन त्या निकषात बसत नव्हते.

काकांचे वजन सुमारे एक ते सव्वा किलोने कमी होते. (तिथे वजन काटा होता, त्यावर त्यांनी वजन करून बघितले, तेंव्हा कळले.)

आता याला उपाय काय?

कुणीतरी सांगितले, “डझनभर केळी खा!”

काका गेटच्या बाहेर आले. बाहेर केळयांच्याच गाड्या उभ्या होत्या.

काकांनी रिस्क नको म्हणून एक ऐवजी दोन डझन केळी खाल्ली.

विचार करा.... सलग... एकाच वेळी एकापाठोपाठ एक अशी २४ केळी खातं का कोणी?

काकांनी खाल्ली.

उद्देश एकच!... नोकरी मिळाली पाहिजे!

(थोडेसे विषयांतर... मी जिथे एका ठिकाणी इंजिनियर म्हणून नोकरीला होतो, तिथे माझे वरिष्ठ प्रमुख श्री. हुईलगोल म्हणून होते. योगायोगाने ते नानाकाकांच्या या निवडीच्या वेळी त्यांच्या सोबत होते. त्यांनी ही आठवण मला सांगितली आहे.)

तिसरा दिवस उजाडला.

सिलेक्ट!

येस्स! नाना काका सिलेक्ट!!

काकांची निवड झाली, आणि आता पुढची प्रक्रिया सुरु झाली. त्यांचं प्रशिक्षण बेळगावला लगेचच सुरु होणार होतं.

याचा दुसरा अर्थ असा होता की काका ऐनापूरला जाऊ शकत नव्हते!

काकांना सगळी कागदपत्रे, जबाबदारी, नोकरीचे नियम, कालावधी, मिळणारा पगार, त्यांचे पद हे सगळे सांगण्यात आले. या सगळया अधिकृत कागदपत्रांची पूर्तता करताना पगाराचा विषय आला. पगार होता सुमारे ३०० रुपये. (थोडे कमीजास्त असण्याची शक्यता आहे. आकड्याकडे दुर्लक्ष करावे.)

मिलिटरीच्या पद्धतीनुसार काकांचे एका बँकेत खाते उघडले गेले.

आणि त्यांना विचारले की, `तुम्ही पगारातील काही रक्कम घरी पाठवू शकता. यातील तुम्ही सांगाल ती रक्कम दर महिन्याला घराच्या पत्त्यावर आपोआप पोच होईल.

नाना काकांना अत्यानंद झाला! याच साठी तर ते प्रयत्नात होते!

काकांना तिथे अगदी अंघोळीच्या साबणा सकट कुठलाच खर्च नव्हता. रहाणं, जेवण खाण, दैनंदिन वस्तू, प्रवास, कपडे इत्यादी सगळया अत्यावश्यक गोष्टी तिथेच उपलब्ध होत्या.

मग ३०० रुपये करायचे काय?

नाना काकांनी सांगितले की २५० रुपये घरी पाठवा, आणि राहिलेले ५० रुपये माझ्या खात्यावर जमा करा.

घरी दहा रुपये असणे पण मुश्किल असायचे. अनेक प्रसंगात सगळयांच्या माना अपमानाने खाली झुकायच्या!

त्यावर आता दरमहा अडीचशे रुपये घरी पोचणार या कल्पनेनेच नाना काका प्रभावित झाले होते.

घरचा आर्थिक प्रश्न बहुतांशी सुटला होता.

आर्मी मध्ये `कमिशन्ड` आणि `नॉन कमिशन्ड` असे दोन प्रकार असतात. परीक्षा न देता, केवळ शारीरिक व इतर क्षमतांवर निवड झालेले नॉन कमिशन्ड मध्ये मोडतात. यातील सर्वात कनिष्ठ पद म्हणजे `सिपाही`! ज्याला आपण सामान्य लोक `जवान` म्हणून संबोधतो.

नाना काकांची निवड त्या पदासाठी झाली होती.

या क्षणी त्यांच्या डोक्यात फक्त नोकरी, 'कुटुंबाची आर्थिक व्यवस्था' इतकंच होतं!

त्यांना कोणकोणत्या प्रसंगांना तोंड द्यावे लागणार आहे, याची मुळीच कल्पना नव्हती! त्याची त्यांना कसलीच फिकीर नव्हती. आपल्या घराची आर्थिक विवंचना मिटतेय, याचेच त्यांना समाधान होते! आणि त्यासाठी त्यांची कसलेही कष्ट झेलण्याची तयारी होती. 'इतरांसाठी जगायचं' हे सैनिकी तत्व त्यांच्या रक्तात भिनलं होतं!

त्यांना स्टोअर मधून झोपण्याचे सर्व सामान, पीटी आणि परेडचे गणवेश, इतर साहित्य हे सगळे मिळाले. एका मोठ्या बरॅक मध्ये त्यांची रहाण्याची सोय करण्यात आली.

काकांचे प्रशिक्षण चालू झाले.

पहाटे पाच वाजता फॉल इन झाले! मैदानावरील रनिंग ट्रॅक वर पळायला लावले. थकून पडायची वेळ आली तरी कुणी स्टॉप म्हणेना!

कुणी स्टॉप झालाच, तर मागे फाटकन वेताची छडी बसायची! ती वेदना अधिकच तापदायक! काहीवेळाने चार पाच जण धापा टाकत जमिनीवर लोळायला लागले.

ट्रेनर त्यांच्या जवळ आले. "एय मंकी...उठ...."

तो काही हलेना!

ट्रेनरने दुसऱ्या दोघांना बोलावले. "इसको गेट के बाहर फेंक दो. और उसका सब सामान स्टोअर में जमा करवाओ! साले फौजी बनने आते है फौजी! ये हिंदुस्तानी फौज है हिंदुस्तानी फौज! कोई गुल्ली डंडेका खेल नहीं!"

आणि खरोखरच त्यांना बाहेर हाकलून दिले गेले.

रनिंग झाल्यावर सगळ्यांना एका मोठ्या अंघोळीच्या मग मधून चहा दिला.

सगळ्यांना मैदानाच्या जमिनीवर पालथं झोपायला सांगितलं. हात पुढे. कानाजवळ हाताचं ढोपर आलं. ढोपरापासूनचा हात वर. छाती आणि पोट अधांतरी. म्हणजे फक्त हाताची ढोपरं, गुडघे, आणि पायांची बोटं जमिनीला टेकलेली.

अशा अवस्थेत त्यांना रांगत पुढे जायला सांगितलं!

सगळं रक्तबंबाळ!...पण थांबायचं नाही!...जखमांची फिकीर करायची नाही!

अशा अनेक गोष्टी दुपार पर्यंत चालल्या.

जेवण अत्यंत पौष्टीक. सगळ्यांच्या शारीरिक अवयवांनी राजीनामा दिलेला!

तेवढ्यात अगदी हात धुवून व्हायच्या आतच ट्रेनरची शिट्टी वाजली. भर उन्हात पुन्हा मैदानावर.

हे सगळं संध्याकाळी सहा वाजेपर्यंत चालू होतं!

सगळेच थकले होते. त्रासले होते. कुणाच्याच अंगात कसलंच त्राण नव्हतं! शरिराचा एकही अवयव आपोआप हलत नव्हता. हात उचलायला पण श्रम करावे लागत होते.

रात्रीचं जेवण संध्याकाळी सातलाच उरकलं.

सगळेजण आपल्या बरॅक मध्ये आले. अंथरुणावर अंग टाकणार इतक्यात ट्रेनरनं शिट्टी वाजवली.

बाहेर बोलावलं.

"देखो, ये आपका आज पहिला दिन था. अब कलसे ट्रेनिंग इससेभी बहुतही कठीण होते जायेगा. ट्रेनिंग के बहुत सारे स्टेप्स होते हैं. कई ट्रेनिंग ऐसे होंगे की आपको दो दिन खाना तो क्या.... पानी भी नहीं मिलेगा! आपको सबको ये सब करना हैं. अपनी देश की, ये अपनी धरतीमां की, अपनी मां बहेन की रक्षा के लिये! आप सब लडके नौजवान हो! ताकदवर हो! गली में भोंकनेवाले कुत्तेकी शिकार तो कोईभी कर लेगा! लेकिन आपका जनम हुवा है.... वो ऐसे कुत्तोंको मारनेके लिये की; ज्यो हमारी जन्मभूमीके तरफ आंख उठाके देखते हैं, हमारी संस्कृती हमारी परंपरा को अवमानित करते हैं, हमारी भूमी चाहते हैं, और हमारा कुछ भी भला नहीं चाहते! आपको अगर ये करना है तो आपको बहोत बहोत तगडा बनना पडेगा!"

“देखो नौजवनों, ये आपका आज पहला दिन था. ऐसा हो सकता है की आपमेंसे कोई नौजवानोंको ऐसा महसूस हुवा होगा की `ये तो मेरे लिये मुश्किल है`; ऐसे लोग कल सुबह छोड के जा सकते हैं”

नाना काका त्या संपूर्ण दिवसभरात थकलेले होते, दमलेले होते, ढेपाळलेले होते, जखमी होते.

सकाळच्या प्रशिक्षणात अधे मधे जेंव्हा काही उमेदवारांना बाहेर काढले जाई, तेंव्हा काकांच्या मनात एकच विचार येत असे की `कुठलीही नोकरी करायचीच आहे. आता आपण ही स्वीकारली आहे... तर आता इथे ते जे सांगतील ते करू या ना!`

आणि... ढोपरातून रक्त आलं तरी त्यांनी कसलीच तक्रार केली नाही.

सहन करणं आणि आपल्या वेदनांबद्दल चकार शब्दही न बोलणं हे त्यांच्या अंगवळणीच पडलं होतं.

हे सगळं आपल्याला आपल्या घरासाठी सहन करायला हवं, हे काकांचं आत्तापर्यंतचं तत्व होतं.

पण आज ट्रेनरचे संवाद ऐकून मात्र काकांच्या मनात `आपण जे करतो आहोत ते देशासाठी आहे` ही एक नवी भावना जागृत झाली. दुसऱ्या दिवशी सकाळी काही उमेदवार बाहेर पडले. नाना काकांच्या सोबत आलेला सुतार पण बाहेर पडला. (आमच्या शेजारी असणाऱ्या सुतार कुटुंबाशी याचा काहीही संबंध नाही!)

सुतार ऐनापूरला गेला. घरी सगळी हकीगत सांगितली. नाना काकांची काही आवश्यक कागदपत्रं घेऊन तो पुन्हा बेळगावला गेला.

काकांचे ट्रेनिंग व्यवस्थित सुरु झाले. ते पण रुळले. मिलिटरी कंपाउंडच्या बाहेरच्या जगाशी त्यांचा संबंधच तुटला होता.

इकडे सुतार ऐनापूरला आल्यानंतर त्याने सगळी हकीगत आक्काला सांगितली.

काका आर्मीत जाणार..... त्यांना बॉर्डरवर लढाईला पाठवणार...या कल्पनेनेच तिला रडू आले.

आक्का रडायला लागल्यावर सगळेच रडू लागले. त्यात आणि सुताराने पाहिल्या दिवसाच्या ट्रेनिंगचे वर्णन केले. गुडघे आणि ढोपरं फुटलेली सांगितली. तेंव्हा तर हुंदक्यांचा वेग अधिकच झाला. त्या दिवशी घरात मयतीचं वातावरण होतं.

सुतार दुसऱ्या दिवशी बेळगावला काकांची कागदपत्रं द्यायला गेला, तेंव्हा काकांनी आक्काला 'काळजी करू नकोस. मी येईन भेटायला' असा निरोप धाडला. तेंव्हा कुठे घर जरा जमिनीवर आले.

महिन्याभराने ऐन दुपारी ऐनापूरच्या घराच्या दारात पोस्टमन उभा राहिला.

चपळाईने कमा आत्या पुढे आली. "येन री पोस्टमन काकारी? लेटर बंदान?"

"इल्लव्वा! मनी ऑर्डर बंद नोडो" (नाही गं... मनी ऑर्डर आलीय बघ)

हे शब्द ऐकून सगळेच दाराशी जमा झाले. पोस्टमनने अडीचशे रुपये मोजून आक्काच्या हातात दिले. ते दोन तीनदा मोजले गेले.

अडीचशे रुपये? ...अडीचशे?

खोटे नाही..... पण राम आजोबा गेल्यापासून... म्हणजे १९४३ नंतर ते आज म्हणजे १९५७ पर्यंत एवढे पैसे घरात आलेच नव्हते. चौदा वर्षांचा आर्थिक वनवास आता संपुष्टात आला होता. आणि आता असे दरमहा पैसे घरात येणार होते. आनंदी आनंद झाला. गावातली पत पण वाढली.

काही दिवसांनी ऐनापूरच्या शाळेचे वार्षिक स्नेहसंमेलन आणि नेहेमीच्या प्रथेनुसार बक्षीस समारंभ होता. अशा कुठल्याही कार्यक्रमाला येणाऱ्या प्रेक्षकांसाठी कोणताही नियम नसे. सगळ्याच कार्यक्रमाला सगळा गाव उपस्थित असे. कुणालाही कसल्याही निमंत्रणाची गरजच भासत नसे.

तर त्या बक्षीस समारंभात क्रीडा प्रकारची बक्षिसे जाहीर झाली. एकूण सोळा बक्षिसांपैकी अकरा बक्षिसे एकट्या नाना काकानी पटकावली होती.

त्यांच्या गैर हजेरीत ती सगळी बक्षिसे कमा आत्याने स्वीकारली.

इकडे बेळगावात काही महिन्यांच्या ट्रेनिंग नंतर काकांना आर्टिलरी (म्हणजे रणगाडे / तोफखाना) या विभागात घेतलं. त्याचं ट्रेनिंग होतं नाशिकला.

काका नाशिकच्या आर्टिलरी ट्रेनिंग कॅम्प मध्ये दाखल झाले. अजूनपर्यंत काकांचा घराशी संपर्कच नव्हता.

सुमारे १९५८ साल असावे. बाबा काकांना भेटायला नाशिकला गेले. आर्मी कॅम्प शहरापासून खूपच दूर होता. तिथे जायला वाहतुकीच्या सुविधा फारशा उपलब्ध नव्हत्या. बाबाना तिथे पोचायला दुपार झाली.

मेन गेटवर बाबांची चौकशी आणि नोंद झाली. तिथला एकजण अथणीचा होता. त्यानं बाबाना ओळखलं. मैदानावर काकांचे ट्रेनिंग चालू होते. एका झाडाच्या सावलीत त्या अथणीच्या माणसाने बाबाना बसवले. त्या मानाने उत्तम खातिरदारी केली. संध्याकाळी ट्रेनिंग संपले तेंव्हा बाबांची आणि काकांची भेट झाली.

“तुझी रहाण्याची व्यवस्था कुठे आहे?” बाबानी विचारले.

विशिष्ट परवानगी घेऊन काका बाबाना त्यांच्या बरॅक मधे घेऊन गेले. ते आत आल्याबरोब्बर जे कोणी जवान तिथे होते, ते आपापले हातातले काम सोडून सावधान मधे उभे राहिले. समोर येणाऱ्या कोणत्याही जवानाच्या सिनियर नातेवाईकाला असाच मान देण्याची त्यांची पद्धत असते.

बाबाना छान वाटले. पण ते समाधानी नव्हते.

या क्षेत्राबद्दल बाबाना काहीही माहिती नव्हती. त्या अथणीच्या माणसाला बाबानी अनेक प्रश्न विचारून माहिती घेतली होती.

याच चॅनल मधून जर नाना काका पुढे जात राहिले तर त्यांच्या प्रगतीवर अनेक मर्यादा येतील, आणि त्यांच्या योग्यतेचा सन्मान होणार नाही; हे बाबांच्या लक्षात आले!

बाबा त्यांना म्हणाले, "हे बघ पल्ला, तुझी निवड झाली, घराला पैशांचा आधार झाला, हे सगळं उत्तमच झालं! पण तुझी पात्रता यापेक्षाही वरची आहे. याच भोवऱ्यात गुरफटून पडू नकोस. तुमच्या काही अंतर्गत परीक्षा असतात. त्यांचा अभ्यास कर. त्याची माहिती घे, आणि अधिकारी हो! आणि त्यासाठी तू सक्षम आहेस! ताबडतोब माहिती घे आणि प्रयत्नांना लाग!"

आर्मी मध्ये नाना काकांप्रमाणे केवळ शारीरिक क्षमतेवर भरती झालेले नौजवान हे नाईक, सुभेदार वगैरे पदांवर जातात, ज्यांच्याकडे आर्मीच्या उपविभागांची... म्हणजे... ट्रेनिंग, साहित्याचा पुरवठा, रहाण्याची व्यवस्था... वगैरे असते.

जे नौजवान विविध परीक्षा देऊन भरती होतात, त्यांना कमिशन्ड ऑफिसर म्हणतात. म्हणजे कॅप्टन, मेजर, कर्नल... वगैरे...

आता नाना काकांनी कमिशन्ड ऑफिसर बनण्यासाठी प्रयत्न सुरु केले. मोठी गोष्ट अशी होती की, यासाठी अशा इच्छुक उमेदवारांसाठी आर्मी मधेच क्लासेसची सुविधा उपलब्ध केली होती.

दिवसभराचे मरणप्राय ट्रेनिंग घेऊनही थोडाफार स्टॅमिना शिल्लक असेल, तेच तिथे क्लासला यायचे. काकांच्या त्या कॅम्प मध्ये सुमारे पाचेकशे लोक होते. त्यातले केवळ ९ जणच या क्लासला यायचे.

काकांचं कन्नड हे तर अगदीच खेडवळ होतं. हिंदीचा तर गंधच नव्हता! इंग्रजी म्हणजे तर स्पर्शही न केलेली, वाळीत टाकलेली भाषा होती! `what is your name?` अशा स्वरूपाच्या प्रश्नांची उत्तरे पाठ करून त्या भाषेला आत्तापर्यंत तोंड दिलेले! क्लास मध्ये शिकवणारा माणूस फक्त इंग्रजीतच बोलायचा!

काकांना वाटले, या सगळ्या आधी आपल्याला पयले इंग्रजी शिकले पाहिजे. काकांनी `मला इंग्रजी शिकावे लागेल, आणि त्याची काहीतरी सोय करा` अशी विनंती वरिष्ठांना केली. ती मागणी मान्य होणे कठीण होते, पण काकांची त्याबद्दलची तळमळ बघून एक वरिष्ठ अधिकारी तयार झाला. त्याने काकांना इंग्रजीचे प्राथमिक धडे दिले.

या अंतर्गत परीक्षा दर सहा महिन्यांनी होत असत.

काकांचं नाशिकचं ट्रेनिंग पूर्ण झालं, आणि त्याना पठाणकोटला जायची ऑर्डर आली.

मधल्या अत्यल्प कालावधीत एका दिवसासाठी काका ऐनापूरला आले. आनंदाचा मोठा सोहोळा झाला. पूर्ण रात्र गप्पांमध्ये गेली.

बेळगावच्या निवड प्रक्रियेतल्या पहिल्या दिवसापासून ते आज अखेर...
सगळे वर्णन सगळे जण भान हरपून ऐकत होते. काही शेजारी पाजारी
पण जमले होते.

"घर आर्थिकदृष्ट्या सावरलंय", असं आक्का म्हणल्यावर काकांचे डोळे
पाणावले.

आणि मग काका म्हणाले, "होय! पण मला आर्मी ऑफिसर बनायचे
आहे! आणि आता यानंतर मी इथे येईन ते ऑफिसर बनूनच!"

दुसऱ्या दिवशी काका बाहेर पडले.

काका पठाणकोटला जॉईन झाले. तिथे आणखी वेगळे ट्रेनिंग सुरु झाले.
चार वेळा ऑफिसर च्या परीक्षा दिल्या. दर वेळी कुठल्या ना कुठल्या
कारणाने अपयश! पण अशा या दरवेळी काका आपल्या गुरूला 'आपण
कुठे चुकलो' ते विचारून त्याचा अभ्यास करत असत. पण काका खरे
लढवैय्ये होते. हार नहीं मानी!

पाचव्या प्रयत्नात काका ऑफिसर परीक्षा पास झाले.

सेकंड लेफ्टनंट!

आता पगार तर उत्तम होताच! पण आता ते आर्मी ऑफिसर बनले होते!
सन्मानाने जगता येणार होते! एव्हाना ऐनापुरात पण... प्रेमा आत्या,
बाबा, यांचे विवाह झाले होते. तात्या काकांना पण नोकरी लागली होती.
बऱ्याचशा आर्थिक विवंचना कमी झाल्या होत्या.

तरी पण योग्य ती रक्कम काका ऐनापूरला पाठवू लागले.

आता घरच्या सर्वच विवंचना संपल्या होत्या. आणि आता एक आर्मी ऑफिसर म्हणून त्यांचे वर्तुळ बदलले होते, आणि क्षितिज पण विस्तारलेले होते. आता त्यांचे ध्येय फक्त आणि फक्त मातृभूमीचे रक्षण एवढेच होते. त्यांच्या देहात मातृभूमीच्या संरक्षणाचे स्फुल्लिंग चेतले होते. या दरम्यान त्यांनी विविध लढायांचा अभ्यास केला. दोन्ही जागतिक महायुद्धे, त्यात वापरल्या गेलेल्या राजकीय धोरणांचा, युद्धनीतीचा, सैनिकांचे मनोधैर्य उंचावण्यासाठीच्या प्रयत्नांचा, हेरगिरीच्या प्रसंगांचा, युद्धाचे बदलते तंत्रज्ञान......असा अनेक अभ्यास त्यांनी केला. शिवाजी महाराजांच्या गनिमीकाव्याचा पण अभ्यास केला. (त्यांनी मला सांगितले की, जगभरातल्या सर्व लष्करांमध्ये हा इतिहास अभ्यास म्हणून शिकवला जातो. छाती फुगली माझी.) शत्रूला नामोहरम करण्यासाठी काय काय उपाय योजना अवलंबता येऊ शकतात, हे अधिकाऱ्याला माहिती असायलाच हवं!

काका आता मात्र शंभर टक्के फौजी बनले होते.

जेंव्हा जेंव्हा माझी आणि काकांची भेट होत असे, तेंव्हा मी त्यांना या संबंधी एखादा प्रश्न विचारत असे, आणि ते अखंड बोलत असत.

१९६२ चे चीन युद्ध झाले, त्यावेळी प्रत्यक्ष लढाईत सहभागी होण्याची काकांची अपार इच्छा होती. पण त्यांच्या बटालियनला दुसरी जबाबदारी सोपवण्यात आली.

काळ वहात होता.

ऐनापुरात देशपांडे मास्तर म्हणून एक वंदनीय व्यक्ती रहात होती. तळमळीचा शिक्षक, समाजसुधारक, स्वातंत्र्य सैनिक. क्रांतिकारक, जातीभेद विरोधक, तत्वनिष्ठ, न्यायप्रिय असा त्यांचा लौकिक होता.

देशपांडे मास्तर म्हंटले की आजूबाजूच्या पन्नास किलोमीटर परिघातले लोक पदस्पर्श करायला खाली वाकायचे! ते बाबांपेक्षा वीसेक वर्षांनी मोठे असावेत. त्यांचं सामाजिक कार्य अफाट होतं!

त्यांचं घर... (घर कसलं... वाडाच तो!) तळ्याच्या काठावर होतं. त्यांच्या कुटुंबातील त्यांचे सख्खे भाऊ, बहिणी, यांचे अकाली निधन झाल्यामुळे त्यांची पण मुलं बाळं, विधवा स्त्रिया यांच्याच वाड्यात रहायला होत्या. त्यांना तीन मुली. त्यांची नावं होती.... भूमाता, हिंदमाता आणि भारतमाता. त्यांच्या देशभक्तीबद्दल सवालच नव्हता.

१९४८ साली गांधी हत्ये नंतर नराधमांनी केलेल्या ब्राह्मणांच्या जाळपोळी वेळची घटना....

ऐनापूरच्या आसपासच्या अनेक गावांतली ब्राह्मणांची घरं, शेतं, जाळली. आणि हा जमाव ऐनापूरवर चाल करुन आला. पहाटे तीनच्या सुमारास! देशपांडे मास्तरांना याची पुसटशी कल्पना होती. त्यामुळे ते वेशीवर संध्याकाळपासूनच थांबले होते.

जमावाला अक्कल नसते. धडक मारून ते आत घुसणार होते. गावातील काही नराधम पण त्यात सामील होते!

देशपांडे मास्तर कार्यकर्त्यांची फळी घेऊन रस्त्यावर उभे होते.

"तुम्हाला या गावाच्या ब्राह्मणांची घरं जाळायची आहेत ना.... तर मला पहिले जाळा! देशपांडे आहे मी! ब्राह्मण आहे मी! जाळा मला...आणि पुढे जा!"

जमावातील काही पुढारी देशपांडे मास्तरांना ओळखत होते. त्यांनी नमते घेतले. जमाव परत गेला. ऐनापूर वाचले.

कालांतराने सुमारे १९६७ च्या आसपास देशपांडे मास्तरांच्या पुतणीचे नाना काकांना स्थळ आले. मास्तरांचा भाऊ वारला होता. त्या भावाच्या पत्नीसह त्याचा एक मुलगा व दोन मुली मास्तरांकडेच होत्या.

त्यातली बेबी ही मुलगी दिसायला अत्यंत सुस्वरूप होती.

स्वतः देशपांडे मास्तर लग्नाची बोलणी करायला घरी आले होते. लग्न ठरले.

[डावीकडून:

खाली बसलेले: विना, मी, माधुरी, राहूल, राजा, हेमंत, राणी, सुधीर दादा.

मागील पहिली ओळ: कमा आत्या (तिच्या मांडीवर स्वप्ना), आक्का, नानाकाका , मृदुला काकू, सुमा आत्या, (मागे चेहेरा दिसतोय तो...) शरद दादा, प्रेमा आत्या, उर्मिला काकू.

त्यामागची ओळ: अष्टेकर काका, आप्पाकाका, मंगला काकू, (मधल्या मुलीचा चेहेरा अज्ञात), आई, बाबा, आक्क्या (बाबांची आत्ये बहीण) , खोचीकर काका, तात्या काका.

त्यामागची ओळ: डावीकडचे पहिले तीन अज्ञात. नंतर जी.एन. काका. त्यांच्या कडेवर हरीश. मागे प्रमोद दादा, यळगूडकर(आप्पाकाकांचे सासरे), नानामामा (माझा मुरगूडचा मामा), काळ्या कोटातले डाफळापूरकर आजोबा, (मागे पुसट... माझे मामा) मनोहर मामा, सुरेश काका, सदुभाऊ (माझ्या मावशीचे यजमान).]

कमा आत्या मॅट्रिक झाली, त्यानंतर कधी कोल्हापूर, कधी बाबांकडे वारणानगर असे करत करत ती पण ग्रॅजुएट झाली. तिचा विवाह कोल्हापूरच्या नरहरी अष्टेकर यांच्याशी झाला. अष्टेकर काका म्हणजे अत्यंत राजा माणूस! अत्यंत हौशी, आणि खेळीमेळीने वागायचे. बाबांशी जरा जपून बोलायचे, पण इतर काकांशी त्यांची जाम गट्टी होती. नंतर ते मुंबईला स्थायिक झाले. मुंबईला कोणी गेले, की सगळे त्यांच्याच कडे उतरायचे, आणि ते सगळयांचे आनंदाने आदरातिथ्य करायचे. ते सुट्टीला आले की गमती जमातींना उधाण यायचे!

एव्हाना सर्वच भावंडांचे विवाह झाले.

एक सहज योगायोग आणि कुठलेही नियम आणि बंधन नसताना पाळलेली कुळ रीत सांगतो.

लग्नात आक्काच्या सांगण्यावरून बाबानी आईचे माहेरचे नाव बदलले. तिचे नाव `निर्मला` ठेवले.

त्यापुढील सगळ्या सुनांची नावे आक्काने जशी सांगितली, तशी मुलांनी ठेवली.

आप्पा काकांनी काकूंचे नाव ‘मंगला‘ ठेवले.

तात्याकाकांनी ‘उर्मिला‘.

आणि नाना काकांनी ‘मृदुला‘.

सगळ्या सुनांच्या नावांची अंत्याक्षरं ‘ला‘ होती.

१८. आक्का: स्वगत

"मी आक्का!".

हो मी स्वतःच आक्काच बोलतीय!

मिलिंदानं....म्हणजे माझ्या थोरल्या नातवानं... जो हे सगळं लिहितोय, त्यानंच मला सांगितलं की आता तू स्वतःच बोल.

म्हणून मी आता बोलतेय!

माझं माहेर जुगुळ. बहुतेक माझा जन्म १९१२ सालचा! मी थोरली. वडील पेशाने कुलकर्णी! त्यामुळे समाजात भरपूर मान! घरची शेती वाडी मोठी. घरात नोकर चाकर.

अत्यंत सुबत्ता! मी जरी लाडात वाढलेली असले, तरी ते त्या काळचे लाड होते! त्या लाडांना मर्यादा होत्या. फार काही श्रम करायला लागत नसत; पण भलते हट्ट मुळीच चालायचे नाहीत. सगळे रीती रिवाज, मान मर्यादा पाळाव्याच लागत! नटणे, मुरडणे, भरजरी कपडे घालणे, दागदागिने घालून मिरवणे याला परवानगी नव्हती. पण ऐष मात्र नक्कीच होती.

आठवत नाही, पण बहुतेक १९२८ साली माझं लग्न झालं. आणि ऐनापूरच्या तोरोंची सून म्हणून उंबऱ्यावरचं माप ओलांडलं.

घरात मी, 'हे', सासरे आणि सासूबाई. धाकटे दीर सोलापूरला आणि इन्नी - माझ्या नणंदबाई अथणीला. लग्नाचे पाहुणे परतल्यावर

237

सासूबाईंबरोबर माझा स्वयंपाक घरात वावर सुरु झाला. घरात नोकर चाकर नव्हते. त्यामुळे बाहेरून पाणी आणून भरण्यापासून सगळी कामं आम्हालाच करायला लागत. मोठे मोठे हंडे कळशांनी भरताना माझे दंड भरून येत. पीठ पण जात्यावर दळावं लागे!

अशावेळी माझ्या त्या अल्लड वयाला जुगुळ आठवू लागे आणि रडूच येई.

सासूबाई फारशा बोलत नसत. काही चुकलं, तर रागाने पण बघत नसत. अगदी निर्विकार होत्या त्या!

सासूबाई म्हणून शत्रुत्व तर सोडाच, पण मित्रत्व पण होऊ शकत नव्हतं.

त्या काळच्या रिवाजांनुसार 'यांच्याशी' पण संवाद होत नसे.

त्यांची फक्त दिनचर्या समजून घेऊन ज्या त्या वेळी जे ते मूकपणे उपलब्ध करून देणे एवढाच काय तो संबंध!

जुगुळाला घर भर माणसं असायची. सगळेजण एकमेकांशी काही का असेना, पण बोलत असायचे.

इथे मला फक्त माझ्याशीच बोलता यायचे!

हा होता अगदी पहिल्या दोन तीन दिवसांचा अनुभव! पतीशी बोलणे नव्हतेच! सासूबाईंशी बोलण्याची इच्छा होती, पण त्या गप्पच असत. मग सासऱ्यांशी बोलण्याचा तर प्रश्नच उद्भवत नव्हता.

पण सासऱ्यांनी (आम्ही त्यांना `दादा` म्हणत असू.) माझी परिस्थिती ओळखली. माझं माहेरातलं वर्तन त्यांना माहिती होतं. घरी नोकर चाकर असणारी मुलगी होते मी!

कुठलेही काम करण्याची तयारी होती, पण कधीच ते करावे लागले नव्हते.

कधीच जात्यावर पीठ दळलं नव्हतं. कधीतरी गम्मत म्हणून....... भाकरीचं पीठ मळायला पिठात पाणी घातलं होतं! पण मळलं कधीच नव्हतं!

भाकऱ्या थापायच्या तर दूरच!

आणि इथे सगळीच विचित्र परिस्थिती होती.

मलाच काय... सासूबाईंना पण स्वयंपाक करता येत नव्हता! त्या चूल पेटवायच्या, आणि त्याच्या पुढे नुसत्या बसून असायच्या!

आता जेवणाचं काय?

लग्नानंतरचा पहिला दिवस कसाबसा गेला!

दुसऱ्या दिवशी सकाळी सासूबाईंनी चूल पेटवली. मी पण तिथेच त्यांच्या आज्ञेची वाट पहात बसलेली!

बाहेर सोप्यात पुरुषांची वर्दळ सुरु झाली.

कुणाला, केंव्हा, आणि काय खायला द्यायचं, याची मला सुतराम कल्पना तर नव्हतीच नव्हती!

'हे' सोप्यावर काही कागदपत्रं पहात बसले होते. दादांनी माझी परिस्थिती ओळखली. ते आत आले.

सासरे आत आल्या सरशी मी एका कोपऱ्यात जाऊन उभी राहिले.

"लाजू नकोस बाळ! ये इकडे! बैस या पाटावर!" दादांनी पाट घालता घालता मला बोलावले.

सासूबाईंच्या शेजारीच घातला पाट. मी बसले पाटावर.

"हे बघ. काही काळजी करू नकोस. मला जुगुळाच्या अण्णांनी सगळं सांगितलंय. तुला काहीही स्वयंपाक येत नाही, हे देखील मला माहिती आहे. राम ला...तुझ्या नवऱ्याला सुद्धा हे माहिती आहे. तेंव्हा काळजी नको करुस! मी शिकवतो तुला स्वयंपाक!"

असं म्हणून त्यांनी भराभर पिठाचे डबे, भाजीची बुट्टी, कढई, पातेली... सगळं गोळा केलं. चुलीतल्या लाकडांचा किती जाळ व्हायला हवा, इथपासून ते भाजी चविष्ट होण्यासाठी काय काय वापरावे, विशेषतः पालेभाज्या चविष्ट कशा बनवता येतील इथपर्यंत सगळं सांगितलं! प्रात्यक्षिकासह!

आणि हे सगळं सांगताना ते अधे मधे काही चुटके सांगायचे, माहिती द्यायचे!

माझ्या मनातला दोन दिवसाचा तणाव दादांनी पार नाहीसा केला.

पुढचे सलग दहा दिवस दादा माझ्या सोबत स्वयंपाक घरात होते. घरगुती जेवण बनवण्यात मी तरबेज झाले.

या दहा दिवसात शिकण्याचा तर आनंद मिळालाच! पण आपण बनवलेले पदार्थ खाऊन कोणाला तरी बरे वाटतेय, याचा झालेला आनंद फारच मोठा होता!

हे सगळेच्या सगळे श्रेय दादांचे होते. अत्यंत मायाळू, शांत आणि समजूतदार व्यक्ती. कोणालाही बोलून आपलेसे करणारे!

मला तर त्यांनी इतकी माया लावली की ते असे पर्यंत मला जुगुळाच्या अण्णांची उणीव त्यांनी कधीच भासू दिली नाही!

दादांना विचारावं की नाही अशा द्विधा अवस्थेत असताना एकेदिवशी मी त्यांना विचारलंच....

"दादा, सासूबाई अशा का आहेत? त्या अशा पहिल्यापासूनच आहेत की...?"

दादांनी एक उसासा सोडला. माझ्या दिशेने असलेली नजर हळू हळू विरुद्ध दिशेने गेली, आणि सोप्याच्या उजवीकडच्या जात्यावर स्थिरावली.

एक दीर्घ श्वास घेऊन दादांनी सासूबाईंच्या माहेरची स्थिती सांगितली.

“तिचं तिथे `आपलं` असं कुणीच नव्हतं. होती ती सगळी नात्यांची लेबलं चिकटवलेली माणसं. सरस्वती होती...सुस्वरूप, शालीन! अशा या सरस्वतीला मी माप ओलांडून घरी आणलं. ती रमली. इथे आल्यावर तिचं खरं जगणं सुरु झालं. अत्यंत आनंदी होती, उत्साही होती. आल्या गेल्या सगळयांचं ती आनंदानं आतिथ्य करायची. मुलं झाली. मग तर तिच्या आनंदाला पारावारच राहिला नाही. मुलांना मोठं केलं. सर्वार्थानं हे आमचं कुटुंब अत्यंत आनंदात होतं. कृष्णा तर महा बुद्धिमान निपजला. तो तर जिथे शिकायला जाईल, तिथले शिक्षकच त्याला उच्च शिक्षणासाठी पाचारण करत. तो पुण्याला रँग्लर परीक्षेसाठी गेला. आपला मुलगा यात यशस्वी नक्कीच होणार असाच सरस्वतीचा ठाम विश्वास होता. मुलाच्या बुद्धिमत्तेचा अभिमान तिच्यात भरून राहिला होता. त्या बिचारीला इतर कोणत्याही अपेक्षा नव्हत्या. म्हणजे.... बंगला, गाडी, नोकरचाकर, वगैरे.... असले काहीही मनातही नव्हते, कारण तिची आनंदाची व्याख्या म्हणजे `समाजात मिळणारा मान सन्मान` एवढीच होती! फार साधी आणि सोज्वळ स्त्री आहे ती गं जानकी!”

“पण मग.... आता.... या... अशा....?” मी विचारलं!

दादा स्तब्ध झाले. मान खाली झुकली.

“जानकी, जरा पाणी दे मला.” दादांनी सांगितल्यावर मी लगेचच पाणी आणून दिले.

"कृष्णा गेला. सरस्वतीला वाटलं की आपल्या गर्भातून जे तेज निर्माण झालं होतं, ते तेजच विझलंय. आता कसला प्रकाश?.... सरस्वती आपल्या अत्यंत बुद्धिमान, तेजस्वी अशा मुलाच्या मृत्यूने पारच खचून गेली! तिची मानसिक स्थिती पारच बिघडली. 'आपण जे काही करतो आहोत, त्याला काहीच अर्थ नाही' असे विचार तिच्या डोक्यात थैमान घालू लागले. आणि ती आता अशा अवस्थेत आहे! तिला फक्त सांभाळायचं जानकी!"

सगळं लक्षात आलं माझ्या, आणि मग घराची सगळी सूत्रं मी माझ्या हातात घेतली. ...ज्या बद्दल दादा आणि 'हे' पण खूष होते!

लग्नानंतर ऐनापुरात फार काळ काही रहावे लागले नाही!

लगेचच यांना कोल्हापूरच्या प्रायव्हेट हायस्कूल मध्ये शिक्षकाची नोकरी मिळाली, आणि आम्ही कोल्हापूरला गेलो. गंगावेशीत शुक्रवार पेठेत भाड्याने घर घेतलं.

शहर असल्याने अनेक सुविधा होत्या. घरात दोघेच असल्याने थोडका का होईना, पण संवाद सुरु झाला.

यांची आणि सासऱ्यांची एक चर्चा चालूच होती, आणि त्यानुसार हे वकिलीचे शिक्षण (L.L.B.) साठी पुण्याला जायचं ठरवत होते.

`हे` पुण्याला L.L.B. करायला गेले. आणि मी ऐनापूरला! त्या दोन वर्षात मला दादांनी शेतीची बरीच माहिती दिली. कामगारांशी वर्तणूक, हिशेब, कागदपत्रांची पूर्तता, हे सगळे मला ते शिकवत होते.

अधून मधून मी जुगुळाला पण जात असे.

`हे` वकिलीची परीक्षा उत्तम रित्या पास झाले. ऐनापूरला कोर्ट नव्हतं! ते होतं अथणीला! मग अथणीलाच बिऱ्हाड करायचं ठरलं.

माझी नणंद इन्नीच्या घराच्या पलीकडच्याच गल्लीत एक घर भाड्याने घेतलं.

अथणीचा संसार सुरु झाला. यांचं इन्नीवरचं भगिनी प्रेम जरा अतीच होतं. का कुणास ठाऊक, पण यांचं आणि इन्निंच्या पतीचं अजिबात जमायचं नाही! भांडण नव्हतं, पण जिव्हाळ्याचे संबंध पण नव्हते.

मला दिवस गेले. जुगुळाला माझे पहिले बाळंतपण झाले. अनंताचा जन्म झाला.

जुगुळातला हा पहिला नातू, आणि तोरोंच्यातला पण हा पहिला नातू. भरपूर कौतुक झाले.

नंतर सगळ्यांचे जन्म अथणीला झाले. फक्त पल्लाचा (नाना - प्रल्हाद) जन्म तेवढा जुगुळालाच झाला.

अनंत (अण्णा), वसंत (आप्पा), प्रेमा, माधव (भानू (तात्या)), प्रल्हाद (पल्ला (नाना)), सुमन (सुमा), आणि सर्वात धाकटी कमल (कमा).

दहा बारा वर्षांच्या कालावधीत झालेली ही माझी बाळं!

संसार फुलला होता. मुलं हळू हळू मोठी होऊ लागली.

आण्णा आणि वसंता यांची मुंज करायची ठरले. मुंज वाडीला... विठूमामा करणार होते.

माझ्या लग्नानंतरचं हे पाहिलंच शुभ कार्य तोरोंच्या घरात जमून आलं होतं! त्यावेळी सगळी कार्यं घरीच होत. त्यामुळे कामाचा डोंगर फारच मोठा असायचा. पाणी साठवण्यापासून ते दाग दागिन्यांच्या खरेदीपर्यंत सगळं! पाहुण्यांना निमंत्रणं! आहेर! कार्याला लागणारी सामुग्री! हे असं असायचंच!

या कार्याला पुण्याहवाचनाला `हे` आणि मी बसणार होतो. आमचे हे पहिलेच पुण्याहवाचन होते. दादांना माझ्याविषयी खूपच जिव्हाळा होता. आमच्या दोघांचं बाप लेकीचं नातं छानच जुळलं होतं. माझ्या मनात काय चाललंय, ते दादा लगेच ओळखायचे. मीही त्यांच्यापुढे माझे मन मोकळे करायची.

बेळगावला शहापूर भागात साड्या विणण्याचे कारखाने होते. अत्यंत उच्च दर्जाच्या साड्या तिथे तयार व्हायच्या.

दादा एकदा मुद्दाम तिथे गेले, आणि माझ्यासाठी एक अतिशय सुंदर साडीची ऑर्डर त्यांनी दिली. ती तयार नव्हती. बनवून घेतली! त्यावेळी

तिची किंमत साठ रुपये होती. तेंव्हा तीस रुपये तोळा (१२ ग्राम) सोनं होतं.

इतर कार्यक्रमांसाठी म्हणून यांनीही मला एक चांगल्यातली `मध्यमवर्गीय` साडी घेतली.

मला तर कधी एकदा मुंजीचा मुहूर्त येतोय, आणि दादांनी आणलेली साडी मी नेसतेय असं होऊन गेलं होतं! राण्या महाराण्यांनी परिधान कराव्यात, अशी ती साडी होती.

`यांनी` नणंदबाईना पण मला आणलेल्या पेक्षाही एक चांगली साडी आणलेली होती.

मुलांनाही भरजरी कपडे आणि रेशमी लंगोट आणले होते. वरातीसाठी विठूमामानी घोडे सांगून ठेवले होते. जुगुळाच्या अण्णांनी पण पहिल्या नातवांच्या मुंजी म्हणून बरेच काय काय आणले होते.

एकंदरीत सगळाच आनंदाचा आणि उत्साहाचा उत्सव चालू होता.

तेंव्हा असा शिरस्ता होता की, एखाद्या कार्यात, जवळचे नातलग आठवडाभर आधी येत!

विठूमामांचे घर पाहुण्यांनी फुलून गेले.

मुंजीच्या दोनेक दिवस आधी सगळे जण सोप्यात बसले होते. मुंजीसाठी खरेदी केलेले कपडे सगळयांना दाखवत होतो. दस्त्याच्या गाठोड्यातला एक एक कपडा बाहेर येत होता, तसे सगळेजण दिपून जात होते.

दादांनी माझ्यासाठी बनवून घेतलेली साडी बाहेर आली.

सगळयांच्या तोंडून कौतुकाचे आणि विस्मयाचे उद्गार बाहेर पडत होते. मी सुखावून जात होते.

इतक्यात नणंदबाई `याना` म्हणाल्या, “ही साडी मला पाहिजे!”

मी तर स्तब्धच झाले! मीच काय... सगळेच एकमेकांकडे बघायला लागले.

दादांनी नणंदबाईना समजावून सांगितले, “अगं, तुझ्या मुलांच्या मुंजीत आपण बघू ना! आत्ता जानकीच्या मुलांच्या मुंजी आहेत, तर तिला ही साडी नेसू दे!”

पण नणंदबाई ऐकायलाच तयार नव्हत्या. रुसूनच बसल्या.

`यांचा` बहिणीवर जीव होता. तिला ते कधीही दुखवायचे नाहीत.

`हे` माझ्या जवळ आले, आणि म्हणाले, “मुलांवर, देवा ब्राह्मणांचे उत्तम शुभ आशीर्वाद मिळून त्यांचे जीवन संपन्न व्हावे, म्हणून आपण हा सोहोळा करतो आहोत. या सोहोळयात माझीच बहीण आपल्या मुलांना आशीर्वाद द्यायला नाराज असेल, तर काय उपयोग या सोहोळयाचा?”

मी यांच्याकडे पहात फक्त ऐकत राहिले...

"हे बघ, ही साडी तिला देऊन टाक. मन मोठं कर तुझं. मुंजीचे संस्कार साडीमुळं होतं नाहीत! आप्तस्वकीयांच्या शुभ भावनांनी होतात! अजून खूप कार्यक्रम आहेत आपल्याला. त्यावेळी बघू या ना!"

मी कधीच 'यांच्या' शब्दाबाहेर नव्हते.

रुसलेल्या नणंदबाईना मी ही साडी आपल्या हाताने नेऊन दिली.

त्या एकदमच खुलल्या. खोटं कशाला सांगू? साडी देताना माझ्या चेहेऱ्यावर माझ्या पतीने पसरलेले हसू जरी असले, तरी माझ्या मनात मात्र चीड होती!

'यांनी' आणलेली 'मध्यमवर्गीय' साडी नेसून मी कार्य पार पाडले! त्या साडीचा मला दुस्वास नव्हता. माझ्या पतीनेच तर ती दिली होती!...

पण माझा 'भरजरी' सन्मान मात्र हुकला होता. अगदी पुराण काळापासून ते आत्ताच्या आधुनिक काळापर्यंत कुठल्याही स्त्रीला अशा प्रकारचे दुःख होणारच!

पण 'हे' वकील होते. त्यांनी मला समजावून सांगितले. मी ऐकले.

समारंभ उत्तम पार पडला. आम्ही सगळे ऐनापूर आणि अथणीला परतलो. नेहेमीचं जगणं सुरु झालं.

यांची वकिली पहिली पाच सात वर्षं उत्तम चालली, पण नंतर मात्र का कुणास ठाऊक, वकिली चालेनाशी झाली. 'हे' अतिशय अभ्यासू,

प्रामाणिक, सदाचारी आणि तत्वाला धरून असणारे होते. कदाचित याचाही त्यांना त्रास झाला असण्याची शक्यता आहे.

पण वकिली न चालल्याने ते अस्वस्थ होते.

त्यामुळे साहजिकच स्वभावही थोडासा चिडचिडा बनला होता. दरम्यान माझ्या सासऱ्यांचे... दादांचे निधन झाले. तो आणखी एक दुःखद आघात झाला. दादा गेले, तेंव्हा सासूबाई पण अस्वस्थ होणं साहजिकच होतं. त्यांना एकटेपणा वाटू नये यासाठी त्यांना कधी अथणी, कधी ऐनापूर अशी व्यवस्था केली. धाकटे दीर शिकायला सांगलीला आणि नंतर ते सोलापूरला नोकरी पत्करून स्थायिक झाले होते.

तसे पहायला गेले तर 'हे' तसे काही तऱ्हेवाईक किंवा कोपिष्ट नव्हते. पण अत्यंत शिस्तीचे होते. त्यांच्या कुठल्याही वेळा कधीच सेकंदाने पण चुकत नसत.

पण आता त्यांच्या वकिलीच्या व्यवसायातील अडचणींचे प्रतिबिंब प्रपंचात पण दिसू लागले. थोडे जरी काही इकडचे तिकडे झाले तरी त्यांचा पारा चढत असे. याचा कधी कधी चांगला परिणाम पण होत असे.

एक गम्मत सांगते......

आम्ही जुगुळाला होतो. भानू (तात्या) लहान होता, आणि त्याचे डोळे आले. डोळे उघडले की त्याला भयानक वेदना/अस्वस्थता यायची.

तो डोळे उघडायचाच नाही. त्याच्या डोळयात औषधांचे थेम्ब टाकणे आवश्यक होते... पण त्यासाठी त्यानं डोळे उघडायला तर पाहिजेत ना!

सगळ्यांनी विविध प्रयत्न केले. वडीलधाऱ्यांनी धाक पण दाखवला. पण त्यानं डोळे काय उघडले नाहीत!

`हे` जुगुळाला आले. बाहेरूनच हाक मारली... "भानू...."

भानूनं पाट्कन डोळे उघडले.

आणि मग डोळयात औषध घातलं!

जुगुळाच्या अण्णांचं आणि `यांचं ` खूपच सख्य होतं. पण जुगुळातून प्रेमापोटी आलेल्या छोट्या मोठ्या भेट वस्तू सोडून इतर काहीही हे घेत नसत. जुगुळाहून कुणी आले की ते येताना सोबत मुलांना काही बाही खाऊ घेऊन येत. तो चालायचा. पण मुलांना आणलेले कपडे, धान्याची पोती असले काही आणले तर `हे` परत पाठवायचे!

अथणीच्या घरात परसुदार मोठं होतं. तिथं एक दोन गायी म्हशी ठेवाव्या; पोरांना घरचं दूध दुभतं होईल....या उद्देशानं मी `याना` म्हणाले , "एक दोन दुभती गुरं घेऊया!"

`हे` लगेच संतापले. "आणि त्यांचं सगळं सांभाळणार कोण? त्यासाठी गडी ठेवा! त्यांना पगार द्या! गुरांचा चारा, औषध पाणी बघा!... हे सगळं करण्याची माझी आता ऐपत नाहीय!"

मी शांत बसले. काही वेळानं हे पुढे म्हणाले, “आणि हे बघ... मी मेल्यानंतरसुद्धा यासाठी जुगुळातनं काहीही मदत घ्यायची नाही! जे... जसं असेल, तसं सांभाळून घ्यायचं! कुणाच्याही उपकाराखाली रहायचं नाही. ज्या क्षणी आपण कोणाचे तरी उपकार घेतो, त्याच क्षणी आपण त्यांचे गुलाम बनतो! गरिबी चालेल! पण गुलामी नको!”

मी हे आयुष्यभर पाळले!

माझं शेवटचं अपत्य म्हणजे कमा. ती वर्ष दीड वर्षाची असेल, तेंव्हा `याना` खोकल्याचा आणि श्वसनाचा त्रास सुरु झाला. `याना` TB चे निदान झाले. सगळे मोठ मोठे आणि मोठ्या शहरांतले डॉक्टर्स झाले! सगळेच नातेवाईक यासाठी सतत प्रयत्न करत होते. पण त्यावेळी वैद्यकीय सुविधा इतक्या तुटपुंज्या होत्या की, कुठेही खात्रीशीर इलाज मिळेचना!

मग मिरजेच्या मिशन हॉस्पिटल मध्ये ठेवले. तिथल्या डॉक्टरांनी स्पष्टच सांगितले की,

`यातून हे बरे होतील असा आम्ही प्रयत्न करू, पण कदाचित ते अवघड असेल.`

माझे तर हात पायच गळाले!

औषधांचा परिणाम होणे थांबले. तब्येतीत फारशी काही सुधारणा दिसेना. तेंव्हा डॉक्टर म्हणाले की, यांना मोकळया शुद्ध हवेत, कुठल्यातरी शेतावर न्या. तिथे राहू देत. बघू काय फरक पडतो का ते!

मिरजेच्या शेजारी मालेगाव म्हणून एक छोटे गाव आहे. तिथे यांच्या एका मित्राचं मोठं शेत होतं. शेतात कौलारू घर पण होतं. दुसऱ्या बाजूला शेत गड्यांच्या झोपड्या होत्या. अडीनडीला माणसं होती. तिथे गेलो. माझा थोरला मुलगा आण्णा तेंव्हा सोलापूरला शाळेत शिकत होता. तेरा वर्षांचा! म्हणजे आठवीत! तो आला. पुढचे अडीच तीन महिने तो इथेच थांबला. त्या शेतातल्या घरात आता आम्ही चौघे होतो. कमा वर्षाची होती, त्यामुळे तिला बरोबर घेतले होते. बाकी सगळ्यांना जुगुळाला ठेवले.

सोयी सगळया झाल्या. पण यांच्या प्रकृतीला काही उतार पडेना! दिवसेंदिवस `हे` खंगतच चालले होते. यांच्याकडे बघितले की मला अमावास्येकडे निघालेल्या चंद्राच्या कुरतडत जाणाऱ्या कला दिसायच्या!

पहाटे उठून मी कामाला लागायची. चूल पेटवणे, पाणी गरम करणे, चहा, पाणी, अंघोळीचे पाणी, स्वयंपाक, यांची औषधे, हे सगळंच करायला लागायचं. हे सगळं करताना कमाला सांभाळायचं काम आण्णाकडे असायचं.

यांची शक्ती क्षीण झाली होती. `हे` आण्णाला इंग्रजी वर्तमानपत्र आणायला सांगायचे. आण्णा सायकल घेऊन ते कुठून तरी घेऊन यायचा. याना वाचून दाखवायचा.

आणि दोघांत संवाद व्हायचा. इंग्रजी भाषा, शब्दार्थ, बातमीचा अर्थ, त्यामागचा इतिहास, जागतिक राजकारण, यावर `हे` अखंड बोलायचे.

आण्णा ऐकत बसायचा. त्याला पण त्याची आवड होती. बोलून बोलू त्यांना धाप लागायची. मग आण्णा त्यांना झोपवून छाती चोळायचा.

कधी कमाशी `हे` खेळत बसायचे. `हे` पहुडलेले असताना त्यांच्या अंगावर कमा हिंडायची. कमा हसरी होती! `यांच्याशी` नजरानजर झाली की ती हसायची. तिला हसताना बघून याना खूप आनंद व्हायचा. पण कधी कधी हे सगळं करताना `याना` दम लागे. मग कमाला तिथून उचलून आणायला लागायचं! ते कमाला पसंत नसायचं! खालचा ओठ दुमडून घशातून नाराजीचे स्वर काढायची ती!

बऱ्याचदा `हे` आणि आण्णा या दोघांचं बारीक आवाजात पण बोलणं चालायचं! कदाचित `हे` आण्णा काही निर्वाणीचं सांगत असावे! कारण ते बोलणं झालं की आण्णाचा चेहेरा रडवेला व्हायचा. मी काही विचारलं तरी तो काही सांगायचा नाही. मलाच गलबलून यायचं! तेरा वर्षाचं पोर ते! अजून जगणं म्हणजे काय हे माहिती नसणाऱ्या आण्णावर मरणाचा अर्थ समजून घेण्याची वेळ आली होती.

मला नक्की खात्री आहे की निर्वाणीचं बोलून झाल्यावर `हे` आण्णाला सांगत असणार की, "हे बघ, हे सगळं आक्काला सांगू नकोस. मी जाणार या कल्पनेनंच ती कोलमडेल! अजून कमा एक वर्षाचीच आहे."

खरं सांगायचं तर `यांच्या` मृत्यूची चाहूल सगळ्यांनाच लागलेली होती, पण हे दुसऱ्याला कळून तो खचून जाऊ नये, याची सगळेजण काळजी घेत होते.

या शेवटच्या अडीच महिन्यात मी `यांच्यात` एक उच्च दर्जाचा पती पाहिला. उच्च दर्जाचा बाप पाहिला. उच्च दर्जाचा तत्ववेत्ता पाहिला. कमालीचा हळवा आणि प्रेमळ पुरुष पाहिला. आणि मृत्यूला सामोरे जाताना इतरांना शांतपणे समजावणारा सहनशील आणि संयमी कुटुंबप्रमुख पाहिला!

शेतात असताना बरेच आप्तजन भेटायला पण येत. डॉक्टर पण नियमित येत.

आणि तो नको असणारा दिवस उजाडलाच! डॉक्टरांनी सांगितले की "आता यांच्याकडे काही तासच आहेत! घरी घेऊन जा! सगळयांच्या भेटी तरी होतील!"

अथणीला गेल्यावर पाच सात दिवसांनी `ते` गेले!

महिना गेला. जरा थाऱ्यावर आले. मुलं शाळेला जायला लागली. शेतीच्या कामांचा विचार सुरु झाला, कारण आता तेच एकमेव उत्पन्नाचे साधन होते.

यांच्या आजारपणात दवाखाना, प्रवास, औषध, डॉक्टर इत्यादीसाठी अफाट खर्च झाला होता. आणि त्यासाठी कर्ज झाले होते. सावकारांकडून घेतले होते.

महिन्याभरात त्यांचे लोक दारात येऊन उभे राहू लागले. या अशा प्रकाराला मी तर अगदीच नवखी होते! पैशांचे व्यवहार माझ्यापर्यंत

कधी पोचतंच नव्हते. ते कसे हाताळायचे... हा तर दूरचाच भाग! कुठल्याही कागदपत्रांचा माझ्याशी संबंध नव्हता. मला त्यांचा अर्थही कळत नव्हता.

सोलापूरचे माझे धाकटे दीर आणि माझे वडील...जुगुळाचे अण्णा यांच्यावरच माझी भिस्त होती.

एकेदिवशी सोलापूरचे काका घरी आले. डोक्यावरची टोपी काढून घाम पुसत म्हणाले,

"जानकी, मुधोळची शेतजमीन विकलो. पैशे घेतलो, आणि सावकाराचं सगळं देणं फेडलो बघ! आता हितं कोणपण तुला त्रास द्यायला येणार नाही बघ!"

एक काळजी मिटली!

काकांवर अफाट विश्वास होता. ते जे काही करतील, ते आपल्या चांगल्यासाठीच करतील, या बद्दल काही प्रश्नच नव्हता!

पण ती जमीन किती होती, केवढ्याला विकली, कर्जाची रक्कम किती होती, किती शिल्लक राहिले? असले सगळे प्रश्न माझ्या मनात पंधरा वीस वर्षांनंतर आले. हा केवळ माझ्या व्यावहारिक ज्ञानाचा भाग होता. काकांच्या बद्दल काहीही शंका नव्हती!

पण, काकांच्यामुळे त्यावेळी, आपल्यावरचं एक संकट नाहीसं झालं, एवढीच भावना होती.

खरं सांगायचं तर मुधोळला आमची जमीन होती, हे पण मला माहिती नव्हते.

काका सोलापूरला गेले. जाताना सासूबाईंना पण घेऊन गेले. सासूबाई अखेरपर्यंत त्यांच्याकडेच राहिल्या.

मी पूर्णतः गोंधळून गेलेली होते! काय करावं, कसं करावं, या बद्दल कसलेच विचार मनात येत नव्हते. समोर फक्त अंधार दिसायचा. मला अभिमान आणि गर्व असणाऱ्या माझ्या मुलांचं सुखमय आयुष्य आता माझ्यापुढे `प्रश्न` बनून उभे होते!

अशा वेळी फुकट सल्ला देणारे पुष्कळ असतात. आणि आपलाच सल्ला मानावा यासाठी ते अनेक दुर्दैवी कहाण्या ऐकवतात.

जुगुळाच्या अण्णांचा आधार खूप मोठा होता. दोनेक महिन्यांनी जुगुळाचे अण्णा अथणीला आले. पुन्हा एकदा माझे रडून झाले. दुःखाचा आवेग ओसरला.

दुसऱ्या दिवशी अण्णा म्हणाले “हे बघ चंद्राक्का, आता इथे अथणीत रहाण्याचे काहीही कारण नाहीय. ऐनापूरला तुझं स्वतःचं घर आहे. तिथे जा. अथणी सोड.”

मी हळूच मान डोलावली.

अण्णा पुढे म्हणाले, “तुम्हा सर्वांना जुगुळाला नेऊन सांभाळणं मला काहीच जड नाही! पण आजोळच्या आश्रयानं वाढलेली मुलं म्हणून

मुलांची सतत हेटाळणी होईल. मुलांना ना तुझ्याबद्दल आदर वाटेल, ना माझ्याबद्दल! त्यामुळे तुला कसलीही अडचण आली की मी आहेच ना! तेंव्हा मुलांचं संगोपन हे `तोरो` म्हणूनच होऊ दे!"

मला हे सगळंच पटलं. नाहीतरी `माहेरचं काही घ्यायचं नाही` हे तत्व `यांनी` मला कायम पाळायला सांगितलंच होतं!

अण्णा तसेच तडक ऐनापूरला गेले. गडी बोलावले. घराची किरकोळ दुरुस्ती केली. काही सामान, सरपण वगैरे भरून ठेवले. आणि आम्ही लगेचच ऐनापूरला गेलो.

पुढचं सारं आयुष्य ऐनापूर!

अथणीचं घर काही सोडवेना. घर मालकांना पण वाईट वाटायला लागले. माझ्याही मनात असा विचार आला की, कधी पुढे मागे मुलांना शिक्षणाला अथणीला यावेसे वाटले, तर घर असावे. मग अण्णांशी चर्चा करून अथणीचे घर तसेच ठेवले. बरेचसे सामानही तसेच ठेवले. ऐनापूरचं घर मातीच्या भिंतींचं होतं, आणि अथणीचं दगडी भिंतींचं, कड्या कुलुपांचं!

अण्णांचं दोन चार महिन्यातून ऐनापूरला येणं जाणं असायचंच. मुलांना शाळेला सुट्ट्या लागल्या की दोन महिने जुगुळाचा सहवास सुखावून जायचा. पुढच्या काही दिवसातच अथणीच्या घरात चोरी झाली आणि सगळं सोनं गेलं! पन्नास तोळ्यांपेक्षा जास्त होतं ते! थोडंसं ऐनापूरला घेऊन आले होते, ते वाचलं.

अथणीचं घर सोडलंच!

अण्णा म्हणाले, “ते राहिलेलं सोनं माझ्याकडे दे. मी सांभाळतो. तुला पाहिजे तेंव्हा तू घेऊन जा.”

राहिलेली ही सोन्याची जोखीम मी अण्णांकडे दिली.

ऐनापुरात हळूहळू प्रपंच सुरु झाला. शेजारी पाजारी जोडले गेले. घरगुती साहित्याची देवाण घेवाण सुरळीत सुरु झाली. एकंदरीत जम बसला.

घरात पैशांची आवक फारशी नव्हती. शेत रयतालाच करायला दिलेले होते. तो जे काही धान्य आणि हिशोबाचे पैसे द्यायचा, त्यावरच आमचं चालायचं!

अवस्था दरिद्री नव्हती! हातातोंडाची गाठ पडायची, पण तेवढ्यानं इतर प्रश्न सुटत नव्हते. मुलांचे कपडे, त्यांच्या हौसा मौजा, त्यांच्या शिक्षणाच्या फिया, हे सगळे अडचणीचे होत होते. पण मी ते जुगुळाच्या अण्णांकडून कधीच घेणार नव्हते!

सगळ्या मुलांना याची जाणीव होती. त्यामुळे कुणीही माझ्याकडे कुठलाही हट्ट तर सोडाच... पण आवश्यक गोष्टींसाठी पण तगादा लावला नाही!

सगळीजणं समजूतदार होती. आयुष्यात येणाऱ्या अडचणीच माणसाला समजूतदार बनवतात!

आता भानू आणि पल्ला यांची मुंज करायची वेळ आली. आण्णा आणि वसंताच्या मुंजीत असं कधी मनातही आलं नव्हतं, की पुण्याहवाचनाला बसण्याची आपली ही पहिली आणि शेवटचीच वेळ आहे म्हणून!

त्या वेळी त्या साडी बद्दलही `हे` म्हणाले होते, "पुढे असे अनेक कार्यक्रम येणार आहेत, तेंव्हा यापेक्षाही भारीतली साडी घेऊ" म्हणून!

पण आता भरजरी जाऊ द्या... जरीची पण जाऊ द्या... साधी रंगीत साडी सुद्धा माझ्या नशिबात नव्हती!

जगण्यातलेच रंग उडून गेले होते, तर साडीच्या रंगाची काय कथा?

कपाळावरचा सौभाग्याचा टिळा जाऊन वैधव्याचा शिक्का बसला होता!

समारंभ कोणताही असो... लुगडं नेहेमी पांढरंच!

वेणीत माळायचा गजरा पण कधीच सुकून गेला होता.

वेणी तरी कुठे राहिली होती?

बोडकं डोकं झाकायला डोईवर आलेल्या पदराचे ओझे आयुष्यभर पेलायचे होते आता!

भानू आणि पल्लाची मुंज वाडीला करायची ठरली. पण नेमकं मुंजीच्या आधी पल्ला आजारी पडला. मग एकट्या भानूचीच मुंज झाली.

मुंजा मुलाची वरात काढायला घोडं आणलं होतं. छान सजवलेलं घोडं होतं. भानू घोड्यावर बसला. पुढं पिप्पाण्या आणि ढोल वाजायला

सुरुवात झाली. घोडं हाललं. घोडं पुढं जाईल तसं मागचं वऱ्हाड पुढं जायचं. पण ते घोडं डांबरट निघालं! ते जेवढी पावलं पुढं जायचं, तेवढीच पावलं मागं यायचं. मागं मागच्या लोकांच्यात गोंधळ उडायचा. पुन्हा चार पावलं पुढं, आणि तितकंच मागं!

घोडं काय पुढं जाईना! वरातीत हसून हसून पुरेवाट! त्या घोड्याच्या मालकाला,

"देवप्पा, घोड्याला काय पगार दिला न्हाईस काय रे?" असले सवाल चालू झाले.

शेवटी कसंबसं ते घोडं गेलं पुढे! अशी ती मुंजीची कथा!

सकाळ उठून चूल पेटवायची. गवळ्याकडून आलेलं दूध तापवायचं, तेवढ्यात न्हाणीतलं चुल्हाण पेटवायचं. भाकऱ्या बडवायला घ्यायच्या. अंघोळ झाली की पूजा!

दुपारी कधी जात्यावरचं दळण, धान्य निवडणं, अशी अनेक कामं!

दिवस कसा मावळायचा, ते कळायचंच नाही.

या सगळ्यात प्रेमाची फार मदत व्हायची मला. ती सगळं शिकली. आपल्या धाकट्या भावंडाना पण परिस्थिती समजावून द्यायला शिकली.

सगळी मुलं आपापल्या जबाबदारीने वागायची. न्हाणीतलं चुल्हाण मुलंच पेटवायची. चुलीजवळ सरपण आणून ठेवायची. मुंज झाल्यावर देवपूजा करायची.

हे सगळं करत असताना त्यांचा भावंडा भावंडांतला संवाद, भांडण, खोड्या, हे सगळं चालूच असायचं.

त्यावेळी दिवसभरातल्या, रात्रीच्या जेवणाला सगळे एकत्रच असायचे. घडामोडी सांगताना बऱ्याचदा हसून हसून मुरकुंडी वळायची. जसे दिवस जातील, तसे दुःखाचे डोंगर सपाट होत गेले.

१९४८ उजाडले. गांधी हत्येनंतर जाळपोळ सुरु झाली. रोज भयानक बातम्या येत होत्या. जुगुळाचा वाडा, गोठ्यासकट जाळला हे पण कळले. वाडीच्या विठू मामांचे घर पण जाळले. आणि आता ऐनापुरातल्या मूठभर ब्राह्मणांची राख करायला लोक येतायत असं कानावर आलं!

पदरी सात पोरं. त्यातला एक बाहेर! घरात सहा पोरं!

माझं सौभाग्य गेलं होतं. घरात कर्ता पुरुष नाही!

त्यामुळे घरावर लक्ष्मी रुसलेली!

डोईवर छप्पर होतं, एवढाच एक आधार! पण आता ते छप्परही गेलं तर काय? भय, काळजी आणि अगतिकता हे सगळे एकवटले होते. कुणाला विचारू? कुणाची मदत घेऊ? कुठे जाऊ? काहीच सुचत नव्हते.

पण सुदैवाने तसा प्रसंग आला नाही.

वाचलो.

हळू हळू प्रसंग निवळत आला. जुगुळाच्या घराची पूर्ण राख झालेली कानावर आली. काही म्हणजे काहीही शिल्लक ठेवले नाही नराधमांनी!

जुगुळाच्या अण्णांना काही मदत करावी असं मी ठरवलं. पण शेजारी पाजारी सांगू लागले की रस्त्यावर जरी कोणी ब्राह्मण दिसला, तरी त्याला हे नराधम मारतायत!

घरात जे जे होतं, ते ते... म्हणजे भांडीकुंडी, धान्य वगैरे अनेक गोष्टी गाठोड्यांत बांधल्या.

वसंताच्या गळयातलं जानवं काढून शेजारच्या सुताराच्या गळयातलं शिवलिंग त्याच्या गळयात घातलं, आणि बैलगाडी घेऊन मी आणि वसंता जुगुळाला गेलो.

तिथे भयानकच परिस्थिती होती! सगळी भावंडं कुणी याच्या कडे, कुणी त्याच्याकडे... अशी अवस्था होती. अण्णा पार निराश झालेले! आईला मिठी मारून रडून झालं! पण अण्णा म्हणजे माझे एक आदर्श व्यक्ती होते. दुसरे देवच होते ते माझे! त्यांना असं निराश झालेलं बघूनच मला गलबलायला होत होतं! एका धीरोदात्त पुरुषाचा असा पडलेला चेहेरा पहाणंच वेदनादायक होतं!

त्यातच मला असं समजलं की, अण्णांकडे ठेवायला दिलेलं सोनं एकतर लुटलं गेलं! किंवा वितळून गेलं!

अथणीच्या घरातलं सोनं चोरीला गेलं! शिल्लक सोनं या नराधमांनी पळवून नेलं! अलंकृत लक्ष्मीनं आमच्या कडे पाठच फिरवली होती. लक्ष्मीच्या रुसण्याची मला आता सवयच झाली होती!

मला काळजी होती ती अण्णांची!

तिथे रहाणे धोक्याचे असल्यामुळे अण्णांनी मला लगेचच निघायला सांगितले. दुसऱ्या दिवशी आम्ही ऐनापूरला परत आलो.

फार भयानक काळ होता तो!

जळिता नंतर लगेचच संघावर बंदी आली, आणि सोलापुरातून आण्णाला अटक झाली. त्याला विजापूरच्या तुरुंगात ठेवलं!

माहेरी वडिलांचं घर जाळलेलं! वाडीला मामाचं घर जाळलेलं!! थोरला मुलगा तुरुंगात!!! सोनं नाणं पळवून नेलेलं!!!! ऐनापुरात पण भीतीचं वातावरण! घरात तीन लहान मुलं, आणि तीन लहान मुली!

बाहेर कोणी ओरडून बोलले तरी घाबरून जायचे मी! अशा प्रसंगात माझ्या हातात फक्त एकच गोष्ट होती, ती म्हणजे घराचे दरवाजे घट्ट बंद करणे!

आण्णा तुरुंगात किती दिवस रहाणार, केंव्हा सुटणार, याबद्दल काहीही माहिती नव्हती. त्याला तुरुंगात भेटायला तरी जाता येतं का, हे ही माहिती नव्हतं. तो वर्षभर तुरुंगात होता. पण परिस्थितीच अशी होती की, त्याच्या त्या सुमारे वर्षभराच्या तुरुंगवासात त्याला भेटायला आम्ही कुणीच जाऊ शकलो नाही.

तुरुंगातून तो सुटून सोलापूरला गेल्यावर त्याने एक पत्र पाठवले. ते पत्रही आता नाही, आणि मला पण फारसे आठवत नाही, पण त्यात त्याने असे काहीसे लिहिले होते की...

"तुझ्यासारख्या खंबीर मनाच्या मातेच्या पोटी जन्मलोय मी! देशभक्ती हे पाप आहे असे समजणाऱ्या लोकांशी संघ लढतो आहे. एक ना एक दिवस हा देशच नव्हे तर पूर्ण विश्व हिंदुत्वाचा स्वीकार करेल. हिंदुत्व हा धर्म नाही. ती एक जीवन प्रणाली आहे..."

असं काहीसं त्यात लिहिलं होतं. मला त्यातलं त्यावेळी फारसं काहीच कळलं नाही.

हळू हळू ऐनापुरातले तरी वातावरण निवळत गेले.

पण सांगायची गोष्ट अशी की, ब्राह्मणांवर अशी समाज विघातक प्रतिकूल परिस्थिती असूनही.... शेजारी असणारे सुतार, जैन, पाटील वगैरे मंडळींचे पाठबळ अत्यंत भक्कम होते. आणि त्याचे कारण असे होते की अगदी गेल्या पिढी पासूनही आम्ही कधीही जातीभेद केला नाही. घरच्या गड्याला सुद्धा कधी वेगळ्या पंगतीत बसवले नाही.

त्यामुळेच कुठलाच सामाजिक त्रास आम्हाला झाला नाही!

जळिता नंतर लगेचच भानू आजारी पडला. त्याच्याकडे बघून मला 'यांचंच' आजारपण आठवलं. तेरा चौदा वर्षांचं पोर ते!

छाती भरायची! खोकल्याची ढास लागायची! श्वासच घेता यायचा नाही!

हे साधं आजारपण नाही, याची सगळ्यांनाच कल्पना आली. पण आता मागचा एक अनुभव गाठीशी होता.

पटापटा निर्णय झाले, औषधोपचार सुरु झाले. गुण पण दिसू लागला. भानू आजारपणातून बाहेर पडला, पण तब्येत मूळ पदावर यायला बराच काळ जायला पाहिजे होता.

याही वेळी डॉक्टरांनी सांगितले की त्याला शेतावर रहायला न्या. तशी जुगुळात सोय झाली. आणखी एका मोठ्या संकटातून आम्ही बाहेर पडलो.

पण या सुमारे दोन वर्षांच्या काळात ऐनापुरात ही चार पोरं एकटी होती! प्रेमाच त्यांची आई झाली होती! तरीपण हे सगळं निभावून गेलं कारण शेजारी, नातलग, आप्त मंडळी! सगळ्यांचं जमेल तसं जाणं येणं असायचं! या सगळ्यांनी एकटेपणा जाणवू दिला नाही!

१९५२ किंवा ५३ साली जुगुळाचे अण्णा गेले. त्यावेळी अण्णांचे सर्वात धाकटे अपत्य म्हणजेच माझा एकमेव आणि धाकटा भाऊ मल्हारी हा अंदाजे पंधरा वर्षांचा होता. आता त्याच्यावर सगळी जबाबदारी आली!

किती लहान वयात या मुलांची बोडकी डोकी बघण्याचं दुर्भाग्य माझ्या पदरी आलं होतं!

आता माझ्या जोडीला माझी आई पण पांढऱ्या साडीत आली.

अधिक विस्तार नको म्हणून सांगितले नव्हते, पण माझी पाठची बहीण `ताई` ही कोल्हापूरला कुटुंबासह स्थायिक होती. माझ्या पाठोपाठ चारच महिन्यात ती पण विधवा झाली. त्यावेळी तिच्या मुलांची पण अशी बोडकी डोकी बघण्याची वेळ आली होती!

माझ्या वयाच्या पंचविसाव्या वर्षांपर्यंतचा काळ सुखाचा गेला होता! त्यानंतर माझ्यावर फक्त संकटांचा मारा होत होता.

मृत्यू, जाळपोळ, तुरुंगवास, आजारपण, दारिद्र्य, घरगुती समस्या, मुलांच्या संगोपनाचं दडपण......! या सगळयाखाली मी पुरती दबून गेले होते!

मुलांचं केवळ संगोपन हा विषय केवळ त्यांना व्यवस्थित जेऊ खाऊ घालून वाढवणं, एवढ्यापुरता मर्यादित नव्हता, तर त्यांना सुसंस्कारित आणि उच्च शिक्षित करणं असा होता!

माझ्याच वाट्याला असा दुर्दैवी भोग का यावा? असा विचार माझ्या मनात सतत यायचा.

नरसोबाची वाडी हे माझे आजोळ. तिथे माझे मामा... विठू मामा होते. फार प्रेमळ होते. आम्ही अनेकदा तिथे जायचो. ते श्री दत्तगुरूंचे पूजारी होते. अभ्यासू आणि अध्यात्मिक होते. पण निपुत्रिक होते.

एकदा मी त्यांना याबद्दल विचारलं, "मामा, पंचवीस वर्षं इतकं सुखदायक आयुष्य असताना, असं भिकारी आयुष्य कसं काय माझ्या नशिबी आलं? मी तर कुणाचंच कधी वाईट चिंतलं पण नाही!"

मामा म्हणाले, "हे बघ चंद्राक्का, आत्ता तुझ्या वाट्याला आलेल्या दुःखाबद्दल तू नशिबाला... म्हणजेच पर्यायाने देवालाच दोष देतीयेस ना!.... म्हणजे तू म्हणालीस तसं की... मी काहीही पाप केलेलं नाही, तरी देवानं माझ्यावर ही वेळ का आणली?... असाच प्रश्न आहे ना तुझा?"

"होय हो मामा"

"जेंव्हा तू दुःखद प्रसंगाबद्दल देवाला प्रश्न विचारतेस, तेंव्हा,

त्या आधीच्या सुखद प्रसंगाबद्दल पण देवाला प्रश्न विचारला होतास का? की, बाबा देवा, मला इतकं सुख का देतोयस म्हणून? नसेलच विचारलेला!"

"पण मामा, जे सहज घडते आहे, त्याबद्दल मी कशाला प्रश्न विचारू?"

"चंद्राक्का, जसे सुख सहज असते, तसेच दुःखही सहजच असते! ज्यानं सुख दिलं, तोच दुःखही देतो! ते पण स्वीकारायचं. आणि `तो` स्वतःच एक दिवस या दुःखा नंतर सुखाची निर्मिती पण करतो."

"मला समजत नाहीय विठूमामा"

"हे बघ, प्रवासात समोर डोंगर येतो. शिखरावर पोचल्यावर आपण जगज्जेते असल्या सारखे वाटते. पण नंतर पुढे पूर्ण दरी असते!

शिखरावरून तळ गाठावा लागतो! या अशा चढ उताराच्या वाटा आणि लाटा आयुष्यात येतंच असतात चंद्राक्का!....... आणि बरं का चंद्राक्का, हे दुःखद दिवसही संपतील! 'तोच' संपवेल. धीर धर."

मला खूप बरं वाटलं.

नव्या उमेदीनं मी उभी राहिले.

१९५७ साली "मित्रांबरोबर फिरून येतो" असं सांगून बाहेर गेलेला पल्ला तसाच थेट बेळगावला जाऊन मिल्ट्रीत भरती पण झाला.

मला तर भीती वाटून रडूच आलं. मला जर तो आधी विचारायला आला असता तर मी त्याला घरातून बाहेर सोडलेच नसते!

हळू हळू भीती कमी झाली आणि त्याची जागा अभिमानाने घेतली.

प्रेमाचं लग्न लावून दिलं. सुमाला पण 'यमकनमर्डी' या गावात नोकरी लागली. भानूला नोकरी लागली. आण्णाला पण कोल्हापुरात नोकरी लागली.

आण्णा कोल्हापूरला जायच्या आधी काही काळ कोल्हापूर जिल्ह्यातल्या मुरगूड या गावी शिक्षक म्हणून होता. तेंव्हा तिथल्या कुलकर्णी कुटुंबाशी त्याचा संपर्क झाला.

ते कुटुंबही आमच्यासारखेच आर्थिक दृष्ट्या भरडलेले होते, पण घरात शिक्षणाचे संस्कार खूप मोठे होते. त्यांची धाकटी कन्या 'शालन' हिच्याशी आण्णाचे प्रेम जमले, आणि त्यांनी लग्न करायचे ठरवले.

मुलगी मॅट्रिक पास होऊन कॉलेज मध्ये पहिल्या वर्षाला होती. संस्कारी घराणं, शिकलेली मुलगी, आणि आण्णानं स्वतः पसंत केलेली मुलगी!

या उपर मलाच काय... कुणालाच हे स्थळ नाकारण्याचं कारणच नव्हतं!

शालनचे मोठे बंधू बोलणी करायला ऐनापूरला आले. त्यांनी सुरुवातीलाच जाहीर केले की, माझ्याकडे लग्नकार्यासाठी तीन हजार रुपये आहेत. आणि शालनच्या कपडे आणि दागिन्यांसाठी एक हजार आहेत. यात कसे बसवायचे ते तुम्ही बघा!

दीड हजार हुंडा ठरला, आणि राहिलेल्या पैशातून लग्न सोहोळयाचा खर्च.

११२ रुपये तोळा सोनं होतं तेंव्हा!

मिरजेच्या कृष्णेश्वर मंदिर कार्यालयात (नंतर त्याचे नाव गजानन मंगल कार्यालय झाले) ३१ मे १९५९ रोजी लग्न झाले.

कार्यालयात झालेले हे तोरो घराण्यातले पहिले शुभकार्य! या नंतरची अनेक लग्नं, मुंजी वगैरे याच कार्यालयात झाली.

माझी पहिली सून माप ओलांडून ऐनापूरच्या घरात आली. तिचं नाव मीच `निर्मला` ठेवलं.

दुसऱ्या दिवसापासून तिला बघायला गावातले लोक येत होते. येणाऱ्या जाणाऱ्यापुढे दर वेळी तिला उखाणा घ्यायला लागायचा. मी जरा आखडते घायची, पण लोकांचा उत्साह फारच होता. दमून जायची ती!

त्यात आणि तिला कन्नड पण येत नसे! घरात स्त्रियांपैकी कमा होती, जी निर्मलाच्याच वयाची होती. आणि माझी सर्वात धाकटी बहीण 'सुधा' होती. कमानं निर्मलाशी सूत जुळवलं. सुधा म्हणजे हास्याचा धबधबा होता!

काहीही सांगायची आणि हसायची! आणि ती असं हसायची, की तिचं हसणं बघूनच इतरांना हसू आवरायचं नाही! दोन चार दिवसांनी आण्णा कोल्हापूरला एकटाच निघून गेला. कारण आजवर तो वसतिगृहात रहात होता, आणि आता मात्र त्याला एका घराची गरज होती. त्याची व्यवस्था त्याला करायची होती!

नंतरच्या दिवसात मी खूप बोलले निर्मलाशी!

त्यावेळच्या प्रथेनुसार बारा पंधरा दिवसांनी तिचा दुसरा मोठा भाऊ 'मनोहर' (जो नंतर एअरफोर्स मध्ये विंग कमांडर होता) तिला न्यायला आला.

तोपर्यंत आण्णाला कोल्हापुरात घर मिळाले नव्हते. म्हणून मनोहर निर्मलाला तिच्या माहेरी म्हणजे मुरगूडलाच घेऊन गेला. महिन्याभरातच कोल्हापूरला शाहूपुरी तिसऱ्या गल्लीत घर भाड्याने मिळाले. तिथे मग लगेचच निर्मला आली.

यांचा नवा संसार होता! आणि आण्णाला यातलं काहीही कळणार नाही हे मला माहिती होतं!

निर्मलाला तो घर दाखवेल, आणि कुठल्यातरी चर्चा, वादविवाद, सभा, सम्मेलन, किंवा संघाच्या शाखेवर हजेरी लावेल, आणि घरी येताना काही लोकांना आणून निर्मलाला “हे जेवायला आहेत बरं का” असं सांगेल, याचीच शक्यता अधिक होती. म्हणून मग मी ऐनापुरातलं काही संसारोपयोगी साहित्य घेऊन शाहूपुरीतल्या त्या दोन खोल्यांच्या घरात गेले.

निर्मला लग्न होऊन आली तेंव्हा मॅट्रिक नंतर कॉलेजचं एक वर्षच शिकलेली. सगळं सांभाळत आण्णाने तिला शिकवले. ती बी.ए. झाली. मग एम.ए. पण झाली.

आण्णा कोल्हापूरला असतानाच त्याला एका स्थळाची माहिती मिळाली. सांगली जिल्ह्यातील `जत` या गावचे खोचीकर. विष्णू खोचीकर!

बुद्धिमान, उच्च शिक्षित, आणि संस्कारी! त्यांची पण त्यावेळची परिस्थिती आमच्या सारखीच! अती कनिष्ठ मध्यमवर्गाची! सुमाचं लग्न त्यांच्याशी झालं.

`एका सज्जन आणि बुद्धिमान माणसाला आपण मुलगी देतोय.` एवढंच आण्णा मला म्हणाला.

सुमानं पण लग्नानंतर बी.ए. आणि एम.ए. केलं!

यथावकाश सगळ्यांची लग्नं झाली. चार सुना आल्या. तीन जावई आले.

माझे सासरे `दादा` हे ज्योतिषी होते, भिक्षुकी करायचे, ज्ञानी होते,.... वगैरे सगळे तुम्हाला माहिती आहेच!

त्यामुळे माझ्या सगळ्या मुलांच्या जन्मपत्रिका त्यांनी केल्या. त्रोटक भविष्य पण तोंडी सांगितले.

मी कमाच्या वेळी आठ महिन्यांची गरोदर असताना `दादा` गेले.

त्यामुळे सगळयांच्या पत्रिका झाल्या, पण कमाची राहिली!

कमासाठी जेंव्हा स्थळं पहायचा कार्यक्रम चालू व्हायचा, तेंव्हा अधेमधे कुठेतरी पत्रिकेचा विषय निघायचाच!

आपापल्या संसारात सगळी रमली! मी कधी ऐनापूरला तर कधी कुणा मुलांच्या घरी... अशी रहात गेले! आनंदी आनंद!

विठूमामानी जे सांगितले, ते सत्य मी आज अनुभवत होते!

१९६१ साली माझी थोरली सून `निर्मला` गरोदर आहे असे कळल्यावर तर मला अत्यंत आनंद झाला. देवापुढं दूधसाखरेचा नैवेद्य ठेवला.

निर्मला तिच्या पहिल्या बाळंपणासाठी तिच्या माहेरी म्हणजे मुरगूडला गेली होती.

तोरो घराण्यातल्या माझ्या पहिल्या नातवाचा, मिलिंदाचा जन्म झाला.

मला तर माझा आनंद कसा व्यक्त करावा, तेच कळेना!

मी आणि कमा लगेचच निघालो आणि मुरगूडला पोचलो. त्याला मांडीवर घेतलं, आणि खाली ठेवावंसंच वाटेना!

हळू हळू नातवंडांनी घर भरू लागलं. घर पायातल्या वाळ्याच्या, खुळखुळयाच्या आवाजानं भरून गेलं. जमिनीवर नाजुकशी छोटी पावलं पडू लागली. `हात् रे लबाडा`.... असे शब्द ऐकू येऊ लागले. गोकूळ फुलून गेलं. पुढे पुढे नातवंडं सुट्टीला ऐनापूरला यायची, तेंव्हा तर स्वर्गसुख असायचं!

थांबते आता! संपवते आता माझी कथा!

मिलिंदा, तू सुरु कर आता पुढे!”

१९. मी, माधुरी, राहूल, राजा: वारणानगर आणि ऐनापूरचे कारनामे

आक्कानं बऱ्याच झाकलेल्या मुठी उघडलेल्या आहेत असं दिसतंय.

मी मिलिंद तोरो, जो या आधी पर्यंत लिहीत होतो, तो मी आता पुन्हा लिखाणाचा ताबा घेतोय!

मी बाळ असताना आई बाबा मला ऐनापूरला घेऊन जायचे, पण मला म्हणून जे ऐनापूर आठवतंय, ते मात्र माझ्या इयत्ता दुसरी तिसरी नंतरचेच!

मी, माझा धाकटा भाऊ राहूल, आई आणि बाबा आम्ही वारणानगरला रहायचो. वारणानगर म्हणजे जोतिबाच्या पायथ्याशी, कोल्हापूर पासून तासाभराच्या अंतरावरचे वसवलेले गाव. साखर कारखान्याचे गाव. तिथल्या महाविद्यालयात बाबा मराठी विभाग प्रमुख, आणि आई शाळेत संस्कृत, मराठीची शिक्षिका होती. साधारण १९७० च्या काळात फोन तर सोडाच, पण गावात प्रवासासाठी एस.टी. सुद्धा फारच कमी यायच्या.

दर उन्हाळ्याच्या सुट्टीत तर नक्कीच, आणि दिवाळीच्या सुट्टीत पण थोडा कमी काळ ऐनापूर... हे हटकून ठरलेले! उन्हाळ्याच्या सुट्टीत तर महिना भर तरी मुक्काम असायचाच. लहानपणी आई बाबा सोबत लागायचे, पण साधारण पाचवी नंतर आम्ही एकटेच जात असू.

आमच्या आधीची पिढी (म्हणजे माझे काका, आत्या) आपापल्या नोकरीच्या गावी स्थिरावली होती... आम्ही वारणानगर, आप्पाकाका इस्लामपूर (आणि नंतर रत्नागिरी), तात्या काका कोल्हापूर (शाहूपुरीचे घर), नाना काका मात्र बदली होईल तिथे... म्हणजे पठाणकोट, सिकंदराबाद, गुलबर्गा, सागर, अलेप्पी, कोचीन, वगैरे...! प्रेमा आत्या जमखिंडी, सुमा आत्या जत (जिल्हा सांगली), कमा आत्या गोरेगाव (मुंबई).

आता मी जे सांगतोय, तो साधारण १९७० च्या आजूबाजूचा पाच एक वर्षांचा काळ आहे.

माझे आई बाबा आणि सुमा आत्या आणि खोचीकर काका (तिचे यजमान) या दोन्ही जोड्या शैक्षणिक क्षेत्रातल्याच होत्या. त्यामुळे आमच्या आणि सुमा आत्याच्या सुट्ट्या जुळून यायच्या.

वारणानगर हळू हळू विकसित होत होते. साखर कारखान्याचे प्रमुख तात्यासाहेब कोरे हे एक उत्तुंग आणि गुणग्राही व्यक्तिमत्व होते. ते विचाराने काँग्रेसचे होते. बाबा कट्टर संघाचे! पण बाबांचे विचार आणि भाषण ते एखाद्या विद्यार्थ्या सारखे तासंतास ऐकायचे. त्यांना बाबांबद्दल आदर आणि प्रेम होते.

तिथे प्राथमिक शाळा तर होतीच, पण आता माध्यमिक शाळा सुरु करायची होती. बाबानी तात्यासाहेबांना खोचीकर काकांचे नाव मुख्याध्यापक म्हणून सुचवले.

तात्यासाहेब बाबांचे म्हणणे ऐकणार हे साहजिकच होते! बाबानी वारणानगरच्या विद्यालयाला एक अत्यंत प्रामाणिक, सडेतोड, बुद्धिमान, विचारवंत, एकनिष्ठ असा प्राचार्य मिळवून दिला होता, आणि त्यातच आपली बहीण आपल्या जवळ राहील, याचीही दक्षता घेतली होती.

सुमा आत्या कुटुंबासह वारणानगरला स्थायिक झाली. मी त्यावेळी चौथीला होतो. वारणानगरच्या विद्यालयाचे पहिले प्राचार्य म्हणून खोचीकर काका रुजू झाले.

आम्ही एकाच चाळीत रहात होतो. मध्ये फक्त तीन घरं होती.

सुमा आत्याला तीन अपत्ये.

मोठी माधुरी. माझ्यापेक्षा पाच सहा महिन्यांनी लहान. दुसरा राजू.... राहूल पेक्षा पाच सहा महिन्यांनी लहान. आणि शेंडेफळ म्हणजे 'मेधा'. ती खूपच वर्षांनी लहान होती.

म्हणजे, मी, माधुरी, राहूल आणि राजा... या आमच्या चौकडीत प्रत्येकात सुमारे सहा महिन्यांचेच अंतर होते. म्हणजे जवळ जवळ समान वयाचेच होतो आम्ही! मी आणि माधुरी तर एकाच वर्गात होतो.

ते दोन-तीन वर्षे वारणानगरला होते. नंतर जतला परत गेले. पण त्या तीन वर्षात आम्ही चौघे सततच एकत्र असायचो. मी आणि माधुरी इयत्ता चौथी. राहूल तिसरी आणि राजा दुसरी.

एके दिवशी शाळेत कुणीतरी राजाच्या दप्तरातली ४० पानी मौल्यवान वही काढून त्यातली पानं फाडली. रोज संध्याकाळी आमची कॉन्फरन्स भरत असे.

त्यावेळी राजानं आम्हाला तो प्रसंग सांगितला. त्याला त्यात काहीही अपमान वाटला नाही!

"वहीची शिवण उसवली बघ!"... एवढीच त्याची तक्रार होती!

पण आम्ही वरीष्ठ तीन सभासद मात्र या अपमानाचा बदला घ्यायला सिद्ध झालो. अशा प्रसंगात आमचे नेतृत्व नेहेमीच फिल्ड मार्शल राहूल तोरो करत असत. पण त्याला नेहेमी माझी संमती लागे. त्यात मी राष्ट्रपती होतो. अशावेळी मी माधुरीकडे कटाक्ष टाके. ती होती क्वीन एलिझाबेथ! ती फक्त मान डोलवून... किंवा भुवयांच्या हालचाली करून ठराव संमत करायची, किंवा असहमती दर्शवायची! (याचेच उपयोग आम्ही पुढील काळात पत्ते खेळताना केले.)

एकंदरीत आमचा प्लॅन ठरून जायचा.

दुसऱ्या दिवशी शाळा सुटल्यावर (कायद्यात अडकायला नको हो!) त्या अपराधी मुलाची यथेच्छ धुलाई व्हायची! तो बोंबलत असायचा. हे सगळं प्रमुख कर्तव्य राहूल पार पाडायचा. माझं काम म्हणजे.... 'आडवा पाड रे... पायावर पाय दे रे....` असल्या सूचना देणे, आणि अधून मधून आवश्यकतेनुसार त्यात सहभागी होणे हे असे!

माधुरी इतर परिसरावर लक्ष ठेवत असे.

`फाटकातून कोणतरी येतंय रे!...` वगैरे अशा सावधान करणाऱ्या सूचना ती देत असे.

राजा मात्र अशा वेळी शर्टाची कॉलर ताठ करून उभा असे. त्याला शर्टाची कॉलर ताठ असणे हे अत्यंत प्रिय होते.

महिन्यातून एकदा शाळेच्या मैदानात पांढरा पडदा लावून चित्रपट दाखवण्यात येई. आम्ही जात असूच. पुढे आठवडाभर त्यावर आमची चर्चा चाले. मला तर निम्म्याच्या वर चित्रपट कळायचाच नाही! आणि माधुरीला मात्र सगळी ष्टोरी पूर्ण कळायची. दोन धाकट्यांचा तर आनंदच होता! चित्रपट चालू असताना हे दोघे मैदानावरचे दगड गोळा कर, मैदानातल्या मल्लखांबाला हाताने पकडून गिरक्या मार, शिवाशिवी खेळ, मधेच शू करायला जाऊन ये... असलेच प्रकार जास्त व्हायचे. माझा आणि माधुरीचा एक गट होता. आम्ही दोघे बहीण भाऊ मवाळ पक्षाचे होतो. राहुल आणि राजा यांचा एक गट होता. ते दोघे भाऊ जहाल पक्षाचे होते. आमची ही अशी पक्षवार विभागणी सतत अस्तित्वात राहिली.

अशी सुमारे तीन वर्षं आम्ही एका गावात काढली. त्यामुळे आमच्यातलं नातं फारच घट्ट बनलं होतं. सुट्टी लागली की अनेकदा आम्ही एकत्रच ऐनापूरला जात असू. सोबत आपले आई बाबा असोत अथवा नसोत! त्यांचं वारणानगर सुटल्या नंतर आमचं एकत्र येणं हे ऐनापूरलाच शक्य होतं, आणि ते आम्ही कधीही टाळत नसू.

इतर सर्व काका आणि आत्यांची परिस्थिती अशी होती की, त्यांना त्यांच्या नोकरीत महिना भर सुट्टी मिळणे अशक्य असायचे. त्यामुळे ते (त्यांची मुले त्यांच्या आई बाबांवर अवलंबून असताना) फार काळ ऐनापूरला वास्तव्य करू शकत नसत. त्यांची मुलं जेंव्हा मोठी झाली, आपापली प्रवास करू लागली, तेंव्हा मात्र त्यांचा ऐनापुरातला मुक्काम दीर्घ असायचा.

त्यामुळे, महिनाभर आम्ही चौघे तर ऐनापुरात असतंच असायचो.

आमच्या महिनाभराच्या मुक्कामात एखादा आठवडा सग्गळे कुटुंबीय आणि चुलत, आत्ये भावंडं जमायचो. इतर वेळी फक्त आम्ही चौघे आणि आक्का.

पण ऐनापूरला जाणे म्हणजे एक दिव्यच असायचं. पूर्ण एक दिवस प्रवासात जायचा.

प्रवासाचे एकमेव साधन म्हणजे एस. टी. आणि त्या अनियमित, अवेळी आणि अत्यंत तुरळक असत! (याच प्रसंगांचा परिणाम होऊन की काय... राहूलने एस. टी. मध्ये नोकरी स्वीकारली, आणि संपूर्ण राज्याचा प्रमुख म्हणजे जनरल मॅनेजर म्हणून कार्य केले आणि एस. टी. ला `रुळा`वर आणले.)

आम्ही वारणानगराला असताना, पहिल्यांदा कोल्हापूर गाठायचे. तिथे तात्याकाकांकडे मुक्काम. दुसऱ्या दिवशी सकाळी एस. टी. स्टॅण्डवर जाऊन उभे रहायचे. काही वेळाने कधी मिरजेला जाणारी गाडी मिळायची.

मग मिरज. तिथून उगारला जायला गाडी नसायची. मग शेजारीच रेल्वे स्टेशनला जाऊन उगार ला जाणारी रेल्वे कधी आहे हे चौकशी करून यायचे. आम्ही दुपारी मिरजेला पोचलेलो असलो तर रेल्वे `नुकतीच गेली` अशा अवस्थेत असायची. सकाळी लवकर पोचलो, तर `लेट चल रही है, शाम सात बजे एन्क्वायरी करो` असा दम मिळायचा. मग पुन्हा सगळं सामान घेऊन एसटी स्टॅण्डवर! त्यात एखाद्या बॅगेचे हॅण्डल तुटायचे. मग चांभार शोधायचा. मधेच सदासुख हॉटेल मधून डोश्याचा घमघमाट यायचा. मग तिथे जाणे अनिवार्य व्हायचे! तेवढे झाले की कुणाला तरी शी लागायची. वरात पुन्हा स्टॅण्डवर. तिथे जाऊन पुन्हा चौकशी केली की तो सांगायचा...

“आत्ताच उगार गाडी गेली की वो! कुटं गेलेलास इक्ता येळ?”.... असं ऐकल्यावर प्रचंड औदासीन्य पसरायचं. काहीच वेळात एक कंडक्टर `शेडबाळ... शेडबाळ... शेडबाळ` असं ओरडत येई. चला... पुढचा टप्पा! कागवाड पर्यंत तरी जाऊ! मग त्या मार्गावर कागवाडला उतरायचे. तासाभरानं तिथून कसंतरी उगार! आता इथून सात किलोमीटर ऐनापूर! पण उगारला गाडी मिळायला रात्र व्हायची.

पण ऐनापूरच्या स्टॅण्डवर उतरल्यावर मात्र सगळा शीण नाहीसा व्हायचा.

जसा काळ पुढे गेला, तसा प्रवास किंचितसा सोपा झाला, पण ८ तास लागायचेच! दिवस जायचाच प्रवासात!

आक्काला सर्वच नातवंडं अतिशय प्रिय होती. गुस्ताखी माफ... पण मी तिला जरा अतिप्रिय होतो. आणि मलाही ती!

माझ्या सगळ्या चुकांकडे ती दुर्लक्ष करायची. बालसुलभ स्वभावानुसार कुणी माझ्याबद्दल तक्रार केली, तर त्यालाच ती समजावून देत असायची. अनेकदा आक्काच्या कुशीत मी झोपलोय!

माझं बालपण तर आक्कानं सांगितलेल्या गोष्टींनीच समृद्ध केलं! तिच्याकडे गोष्टींचं अफाट भांडार होतं. आणि त्या गोष्टी सांगण्याची तिची पद्धत अत्यंत परिणामकारक होती. संवादांतील शब्दफेक, विनोदी प्रसंगांचे कथन, दुःखी प्रसंगांचे कथन हे तिचे इतके परिणामकारक असे की दुःखद प्रसंग ऐकताना मला तरी येणारे रडू कुणाला दिसू नये म्हणून मी तिच्याच पदराने तोंड झाकायचो. आणि मग आक्काचा हात माझ्या डोकीवरून फिरायचा.

रामायण, महाभारत, इसापनीती, पुराणातल्या गोष्टी, शिवाजी महाराजांचा इतिहास, सात वारांच्या कहाण्या, काही रूपक कथा असे सगळे ती आम्हाला सांगायची.

या गोष्टी ऐकतच आम्ही मोठे झालो. रोज किमान दोन तीन गोष्टी तरी व्हायच्याच!

अनेकदा राहूल आणि राजा कुठेतरी दंगा मस्ती करत असत, ज्यात मी नसे. माधुरी कुठे केस विंचर, वेणी घाल, मेधाचे आवर, यात गुंतलेली असे. त्यावेळी मी आक्का जवळ जाऊन बसे. कधी ती चुलीजवळ असे,

कधी धान्य निवडत असे. त्यावेळी मी तिला घराण्याच्या इतिहासाबद्दल प्रश्न विचारत असे. आधी लिहिलेल्यातील अनेक आठवणी तिनेच मला सांगितल्या आहेत. अनेक प्रसंगांबद्दल ती तिच्या मनातल्या भावनाही व्यक्त करत असे. या प्रकारचा तिचा सहवास मात्र आमच्या पिढीतील फारसा कुणाच्या वाट्याला आला नसावा.

दुपारी वामकुक्षीच्या आधी, संध्याकाळी काही भाजी वगैरे निवडताना किंवा रात्रीच्या जेवणानंतर या तिच्या गोष्टी सांगण्याच्या वेळा असायच्या.

ऐनापूरला आम्ही चौघे, आणखी कुणी, आणि आक्का असे असताना तर रात्रीच्या जेवणानंतरचे दृश्य ठरलेलेच असे......

अंथरुणं घातलेली असत. वीज नव्हतीच! कंदील पेटलेला असे. आम्ही आक्काच्या अंथरुणावर तिची वाट पहात मांडी घालून बसलेले असू. आमच्या गप्पा चालू असत. आक्का येऊन भिंतीला टेकून बसे. मी लगेच तिला खेटून बसे. माझी ती जागा आमच्या चौकडीने मान्य केलेली होती. किंबहुना आक्काला इतकं खेटून बसण्याची कुणाची तयारी पण नव्हती! आक्का डोकीवरचा पदर सारखा करून त्याचे काठ कानामागे करताना विचारायची, "नवीन सांगू? ...का जुनीच?"

"नवीन... नवीन" ...अशा वेळी आपोआपच आमचे एकमत होत असे!

मग आक्का गोष्ट सांगायला सुरुवात करायची. सगळे जण अत्यंत लक्षपूर्वक आणि गांभीर्यानं ती गोष्ट ऐकत. गोष्टी मधल्या भावा नुसार

282

आक्काचा स्वर बदलत असे. आमचेही चेहेऱ्यावरचे भाव बदलत असत!

ऐतिहासिक गोष्ट असेल तर घोड्यांच्या टापांचा आवाज पण ती `टॉक टॉक` असा टाळयाला वरती जीभ लावून काढत असे. त्यावेळी आमच्या समोर तो युद्ध प्रसंग जसाच्या तसा उभा रहात असे.

किंवा एखादी पौराणिक कथा सांगताना,"अर्जुनानं मारलेला बाण सूंssssssss करत गेला" असं सांगितल्यावर त्या बाणाचा वेग आम्हाला झटकन कळत असे!

त्या गोष्टीतले सारे विश्वच ती आमच्या पुढे उभे करत असे.

गोष्ट संपल्यावर आक्काचं एक वाक्य ती नेहेमीच म्हणायची... "अटकूल मटकुल गोष्ट फुटाणे!"

त्याचा अर्थ मला अजूनही समजला नाहीय......पण मी पण जेंव्हा माझ्या मुलांना गोष्ट सांगतो, तेंव्हा माझ्याही तोंडातून हेच शेवटचं वाक्य जातं! त्या गोष्टीच्या भाव विश्वात आम्ही रममाण होत असू. त्यातच रममाण न रहाता, `ते सगळं काल्पनिक होतं, किंवा घडून गेलेलं होतं, जे झालं...ते झालं...! आता मात्र ते विसरून आपल्या नेहेमीच्या विश्वात परत या`... अशा साठी कदाचित ते वाक्य असावे!

या गोष्टींनीच आमचे भावविश्व, आमचे विचार, आणि आमच्या सुखाच्या कल्पना समृद्ध केल्या. संस्कार म्हणजे दुसरं काय असतं?

मुलांची जोपासना योग्य प्रकारे व्हायची असेल, मुलं सुसंस्कारित करायची असतील, तर घरात गोष्टी सांगणारे किंवा गप्पा तरी मारणारे किंवा, किमान नातवंडांना कुशीत घेऊन झोपणारे आज्जी आजोबा असणं ही सर्वात मोठी श्रीमंती आहे!

आक्का गोष्टी सांगताना...

मध्यभागी डोईवरून पदर घेतलेली आक्का.

डावीकडे बसलेली स्वप्ना. तिच्या मागे मी.आक्कांच्या पलीकडे राहूल. मागे वाकून बघणारी माधुरी.

खाली बसलेले बाल चमू... कविता, राम, आणि सत्यजित.

२०. माझी आणि राहूलची मुंज; प्रमोद दादा आणि सुधीर दादा

सन १९७२ मे महिना. मी (आणि माधुरी) पाचवी पास. राहुल चौथी. राजा तिसरी. सुमा आत्यासह आम्ही वारणानगरलाच होतो. मी आणि राहुल... आमची मुंज करायची ठरली. तोरोंच्या नव्या पिढीतील पहिले शुभ कार्य!

तत्पूर्वी एप्रिल मधेच वारणानगरला सुमा आत्या, बाबा, कोल्हापूरहून तात्याकाका, आणि मुरगूडहून नाना मामा यांची एक बैठक झाली. (सर्व कार्यक्रमात नेहेमी तात्याकाका कारभारी असायचे. सगळे हिशोब, देण्या घेण्याच्या याद्या, आणि एकंदरीत सगळे नियोजन हे त्यांच्या कडेच असायचे. त्यांना आप्पाकाका गमतीने नानासाहेब पेशवे म्हणत.)

समारंभाची धांदल सुरु झाली. कार्यालय, पत्रिका, निमंत्रणं, भटजी, प्रवास.... वगैरे सर्व!

हे सगळं आमची चौकडी पहात होती, पण हे कशासाठी चाललेय, ते कळतच नव्हते! आमची मुंज आहे, एवढेच आम्हाला कळले होते. पण म्हणजे काय? ...याची काहीच कल्पना नव्हती! आमच्या गल्लीत केळवण म्हणून काहीतरी केले. त्यावेळी अनेकजणांनी म्हणण्यापेक्षा अधिक अनेकजणींनी आमचे, म्हणजे माझे आणि राहूलचे गालगुच्चे घेतले.

त्यावेळी मी ठीक होतो, पण राहुल मात्र कुणीही गालगुच्चा घेतला की हातानं गाल पुसायचा! या कार्यक्रमात राजा मात्र, `आपले गालगुच्चे कुणीच का घेत नाही,` या विचारात मग्न होता! थोडक्यात.... आम्हाला चौघांनाही हे काय चाललेय याचा अर्थ कळत नव्हता. पण... जे चाललेय, ते आवडत होते.

मिरजेच्या नेहेमीच्या आमच्या पारंपारिक कार्यालयात.... गजानन कार्यालयात मुंज ठरली.

तारीख होती १९ मे. एप्रिलच्या तिसऱ्या आठवड्यातच आम्ही ऐनापूरला आलो. आमची चौकडी तर होतीच होती! शिवाय हळू हळू सगळे पाहुणे (भाऊबंद) जमा होऊ लागले.

मुंजीच्या काही ठरवा ठरवीबद्दल आई बाबांच्या मिरजेला दोन चार फेऱ्या झाल्या. ते घरी आले की सगळे त्यांच्या भोवती जमून काय काय ठरले, ते ऐकायचे.

दरम्यान, आम्ही नुकतीच सायकल चालवायला शिकलो होतो.

मी खरं म्हणजे धडपड्या नव्हतो. पण खेळताना, पळताना वगैरे आपल्या क्षमते पेक्षा अधिक उत्साह लावल्यामुळे सतत पडायचो. आणि वर्षातले किमान सहा महिने गुडघे, टाचा, ढोपर, मनगट, या ठिकाणी पट्ट्या बांधलेल्या असायच्या!

वैशिष्ट्य म्हणजे, यातले एकही बँडेज दवाखान्यात केलेले नसायचे. आईने माझ्या जखमांवर बांधायच्या पट्ट्यांसाठी एक कप्पाच ठेवला

होता. जुने कॉटन चे स्वच्छ कपडे फाडून अनेक पट्ट्या तयार केल्या होत्या. गुडघा फुटला, की तो डेटॉल ने धुवायचा. हळद लावायची (काही दिवसांनी एक मलम आलं) आणि वरून पट्टी!

१९ तारखेला मुंज. आणि मी १७ तारखेला सायकलवरून पडलो. त्या खडबड रस्त्यावरून मी घसटत गेलो. उजवा गुडघा पार रक्ताळला!

घरी येऊन पट्टी बांधली, आणि त्याच बांधलेल्या पट्टीवरच पूर्ण मुंज झाली!

मुंजीच्या आधी आठवडाभर घरात २५ - ३० लोक होते.

शुभ कार्य असल्यामुळे स्वयंपाक सगळा सोवळ्यात व्हायचा. मग काही ब्राह्मण सवाष्णी मदतीला बोलावल्या. मागे पडवीत चुल्हाणं मांडली. पाणी भरण्यासाठी तात्पुरते पाणक्ये ठेवले...... अफाट तयारी झाली.

या सगळयात एक गम्मत अशी होती की, एकाच वेळी दोन मुलांच्या मुंजी होत्या. मग पुण्याहवाचनाला दोन जोडपी हवीत! माझ्यासाठी आई बाबा, आणि राहूल साठी बाबांचे द्वितीय बंधू आप्पा काका आणि त्यांची पत्नी मंगला काकू असे ठरणे हे क्रमप्राप्तच होते. तसे ठरले.

मग घरात मुंजीबद्दल गमती जमती सुरु झाल्या.

मोठे लोक आम्हाला बघून... आम्हाला ऐकू जाईल अशा आवाजात... आपण सिक्रेट बोलतो आहोत असे दाखवत......पुढील संवाद असायचा...

"किती बेडक्या आणलायस?"

"दोघांसाठी मिळून दहा बारा हैत!"

"लौकर झोपीव त्येना!"

"आज रात्रीच यांचा दंड कापून बेडक्या घालून टाकूयात"

"मांडीत उद्या घालूयात."

राजा त्यावेळी खूपच छोटा होता. आम्ही त्याचा हेर म्हणून वापर करायचो.....कारण त्याच्या छोटेपणामुळे त्याला कुठेही प्रवेश असायचा, आणि तिथल्या माणसांचा 'याला काय कळतंय!' असा विचार असायचा! पण माधुरी आमची बहिर्जी नाईक होती. तिची समज आम्हां सर्वांपेक्षा अधिक होती. तिला पुढे काय होणार, याचे वास लगेच यायचे, आणि मग आमची गुप्त खलबतं चालू व्हायची. मोठे झाल्यावर तिची जागा इतर छोट्या भावंडानी घेतली.

पण हा आमचा छोटा हेर भयानक होता!

त्यानं वरील संवाद ऐकून आम्हाला येऊन सांगितलं की, "प्रत्येक वाक्य म्हंटल्या नंतर ते एकमेकां कडे बघून हसत होते!"

यावरून आम्ही समजलो की ही फक्त गंमत आहे!

प्रेमा आत्याचा मोठा मुलगा प्रमोद दादा हा माझ्या पेक्षा पाचेक वर्षांनी मोठा होता, आणि त्याची मुंज झाली होती. तो पण तिथे होता. त्याला एकांतात नेऊन विचारलं, "खरंच बेडक्या घालतात काय रे?"

तो हसला आणि "होय" म्हणाला. थोड्या वेळानं परत आला आणि हळूच म्हणाला,

"मगाशी आपण बोलताना आप्पा मामा (म्हणजे आमचे आप्पा काका) बघत होते, म्हणून मी होय म्हंटलो! बेडकी गिडकी काय नसतंय! उगाचंच भीती घालतात!"

आम्हाला हायसं वाटलं! पण पुन्हा त्यानं आणखी एक गोष्ट सांगितली.

"पण कनि, मुंजी आधी नवे कपडे काढून सगळ्यांच्या समोर नागडं करतात, आणि लंगोट नेसवतात! आणि पुढचे सगळे विधी लंगोटीवरच कराय लागतात!"

हे ऐकल्या बरोब्बर राहूल आणि राजा हसून हसून गडाबडा लोळायला लागले! पण मी मात्र अस्वस्थ झालो! घामच फुटला मला!

पण नंतर आमच्या चौकडीची मागच्या पडवीत एक तातडीची गुप्त मीटिंग झाली. त्यात पुढील ठराव पास झाले...

१) आमचे कपडे काढून लंगोट बांधताना राजा माधुरीने समोर आडोशाला उभे रहायचे, जेणे करून इतरांना आम्ही दिसणार नाही.

२)   लंगोट बांधल्यावर अंगावर झाकायला काहीतरी घ्यायचे!

दुसऱ्या दिवशी क्रमांक दोनचा ठराव आईने "हो. उपरणं घ्यायचं अंगावर!" असं सांगून मंजूर केला.

पहिल्या ठरावावर पुन्हा एकदा चर्चा चालू असताना एक शंका आली की, 'त्यावेळी' समोर फक्त एक माणूस पुरेसा नाही. एक टीम तयार करायला पाहिजे!

पण बाकी सगळे इतके लहान होते की, त्यांचा विचारच करू शकत नव्हतो.

मग ठरवले, ... काय होईल ते होईल!

ही एवढी एक चिंता सोडली तर बाकी सगळं मजेत चाललं होतं! पण माझ्या मनातून ही चिंता काही जात नव्हती!

मग मी एकदा आईकडे गेलो, आणि तिला माझ्या मनातली चिंता सांगितली!

आई म्हणाली, "अरे, वेडा आहेस का? असं सगळ्यांच्या समोर असं कुणाला कुणी करेल का? कपडे काढून ब्रह्मचर्याचे प्रतीक म्हणून नवीन लंगोट घातला जातो. त्यात भटजी सगळी काळजी घेतात. आजूबाजूच्या लोकांचं तर सोडूनच दे, पण तुलाही कळणार नाही की कधी लंगोट घातला!"

मी आईला घट्ट मिठी मारली. माझ्या सगळयाच चिंता मिटल्या होत्या! ही खुशखबर जेंव्हा चौकडीला सांगितली, तेंव्हा भांगडाच केला!

आम्हां दोघांना मुंजी निमित्त नवीन शर्ट चड्डी घेतली होती. राजाने सुमा आत्याकडे हट्टच धरला की, मला पण असलाच शर्ट पाहिजे. कारण तो त्याला आमच्या पासून वेगळे करूच शकत नव्हता. आमच्या दोघांच्या मुंजी आहेत...त्याची नाहीय, हे त्याच्या लेखी नव्हतंच! मग सुमा आत्या सांगलीला जाऊन त्याला तसे कपडे घेऊन आली. आमच्या तिघांचेही शर्ट एकाच कपड्याचे होते.

घरचा नैवेद्य (मुहूर्तमेढ) झाला. शंभराच्या वर माणसं जेवायला होती. त्यावेळी केटरिंग वगैरे काहीही नव्हते. सगळी व्यवस्था घरचीच होती. कशी केली, कोणी केली, हे काहीही माहिती नाही.

१८ मे ला सकाळची जेवणं आटोपून सगळं वऱ्हाड मिरजेला जायला निघालं. मोटारी केल्या होत्या. सगळे दुपारी तीन वाजे पर्यंत कार्यालयात पोचलो. माझ्या आजोळचे म्हणजे मुरगुडचे वऱ्हाड तासाभरात पोचले. ती तीस चाळीस माणसं होती.

ऐनापुरात मी तोरो घराण्यातला या पिढीतला सगळयात मोठा होतो. आणि माझ्या आजोळी मुरगुडात, त्यावेळी, मी (राहूल सोडून) लहान होतो. आम्ही जसे दर सुट्टीत ऐनापूरला यायचो, तसेच मुरगूडला पण जायचो. मुरगूड तर मला ऐनापूर इतकेच अतिप्रिय होते. तिथली त्यावेळची बहुतेक सर्व मामे आणि मावस भावंडं माझ्यापेक्षा मोठी

असल्यानं माझे अत्यंत लाड व्हायचे! मुरगूड हे एक आमचं वेगळंच विश्व होतं! आमच्या तिथल्या आज्जीला आम्ही `काकू` म्हणायचो. तिचा तर मी अतिशय लाडका होतो. आक्कानं आम्हाला गोष्टी सांगून सामाजिकता अंगी भिनवली आणि काकूनं तिच्या वर्तणुकीतून मानवता अंगी भिनवली.

सगळे मामे मावस भाऊ बहिणी भेटले. त्यांनी तोरो भावंडांशी पण जवळीक साधून त्यांना पण आपलेसे केले. सगळे जण एकत्र खेळू लागले. कविता, सविता या माझ्या चुलत बहिणी (वय वर्षे २) माझ्या मामे आणि मावस भावंडांच्याच कडेवर खेळू लागल्या. बाबांची मावस बहीण... म्हणजे माझी मावस आत्या `साधना` ही माझ्यापेक्षाही लहान होती!! तिचा ताबा माझी मावस बहीण `वसुधा ताईने` घेतला होता! कोण कुलकर्णी आणि कोण तोरो याचा तर पत्ताच लागत नव्हता. आणि याउप्पर म्हणजे सगळया आयांना आपल्या मुलांचं काहीही बघायला लागलं नाही! धम्माल आली.

रात्रीची जेवणं उरकली. झोपायला सतरंज्या अंथरल्या. त्यावेळी कार्यालयात झोपायला गाद्या, उशा वगैरे चैन नव्हती. त्यामुळे सगळे जण निमूटपणे आपापले एखादे बेडशीट, चादर, आणि उशाला टॉवेल वगैरे तजवीज करूनच समारंभाला यायचे. गप्पांचे फड चालू झाले. वयस्क, मध्यमवयीन, असे पुरुष आणि स्त्रिया, पोरं...असे विविध गट वर्तुळाकार बसून गप्पा चालू झाल्या! विविध गटांतून अधून मधून हास्याचे फव्वारे उडू लागले.

"आजकाल टाचा खूप दुखतात हो..."

"नेहेरुनी या देशाला......"

"हल्ली हल्ली लग्न झाल्यापासून मला मेथी आणि कोथिंबिरीतला फरक कळायला लागलाय!"

"सासूबाईंचे ढीगभर उपास तापास! साबुदाणा आणि वरीचे तांदूळ तिच्याकडे पोत्यानं....!"

"किती गोड आहे हो मुलगा!"

"आमच्या शाळेत कनी... शिवाजी महाराजांची तलवार आहे!"

अशी वाक्ये विविध गटांतून ऐकू यायची!

दुसऱ्या दिवशी पहाटेपासून विधी सुरु झाले. चौक न्हाण होते.

चौक न्हाण म्हणजे, आई वडिलांसोबत मुंजा मुलाला अंघोळ घालणे.

राजा हा आमच्यापासून कधीच वेगळा नव्हता. त्यामुळे आमची मुंज ही त्याला `आपलीच मुंज` आहे असे वाटत होते. आणि आम्हाला पण ते तसेच हवे होते! त्यामुळे केवळ त्या चौक न्हाणातच नव्हे, तर फक्त अक्षता सोडून इतर सर्व कार्यात राजा आमच्या सोबत सहभागी होता.

आप्पाकाकांचा मुलगा विवेक (माझा चुलत भाऊ) हा त्यावेळी साडेतीन वर्षांचा होता.

मी, आई, बाबा एका बाजूला, आणि राहूल, आप्पाकाका, काकू दुसऱ्या बाजूला

असे न्हाणाला बसलो. पण नंतर आप्पाकाकांच्या मांडीवर विवेक आला. आणि मधोमध राजाने स्थान पटकावले. पुढे मातृभोजनाच्या वेळी सुद्धा राजा शेजारीच बसून होता.

माझी सगळी आजोळची वडील भावंडं आमच्या टकलावर बोटानी फाटकन टिंगण्या मारायला उत्सुक होते. पण मी माझ्या गुडघ्याला झालेली जखम दाखवून सगळयांचीच सहानुभूती मिळवली होती!

आता सगळयांचा रोख राहूलकडे वळला! आणि त्याला ते सगळे सहन करायला लागले!

नुसते टकलावर टॉंन कन टिप्पिरा नव्हे... तर.... मुंजीला अक्षतांच्या वेळेला उभे असताना (आम्ही लंगोट मधेच होतो), उघड्या ढुंगणावर अक्षता नेम धरून फेकून मारणे!

हे करण्यात राजा माधुरी आघाडीवर होते! मागे इतर लोक!

सगळं आवरल्यावर ऐनापूरला परतलो.

आम्ही चौघे तर आई बाबांसह होतोच! पण माझे ज्येष्ठ आत्तेभाऊ (प्रेमा आत्याची मुले - प्रमोद दादा आणि सुधीर दादा पण होते.) ते जमखंडीला रहायचे. त्यामुळे त्यांना मराठी अत्यंत मोडके तोडके यायचे.

पण ते आमच्याशी तशा मराठीत बोलायचे. आणि आम्ही चौघे त्यांच्या मराठीला जोरदार हसायचो!

(डावीकडून: पहिल्या ओळीत- राहूल , राजा, मी (गुढघ्यावर पट्टी). मागील ओळीत- आप्पाकाका, त्यांच्या मांडीवर विवेक. मंगला काकू, आई आणि बाबा.)

एके दिवशी माझ्या बाबानी हे पाहिलं आणि म्हणाले, “त्यांची भाषा कन्नड! तरीही तुमच्याशी जवळीक साधता यावी यासाठी ते प्रयत्नपूर्वक मराठी बोलतात, ज्यामुळे तुमच्याशी नातं जोडता येईल! तुम्ही एकदा तरी कन्नड बोलण्याचा प्रयत्न केला का? त्यांना आपण जवळ करावे... यासाठी आपण पण कन्नड मध्ये बोलायला हवे, हे तुम्हाला एकदा तरी जाणवले का?”

या कान उघाडणी नंतर आमच्या चार सभासद असणाऱ्या मंडळाची गुप्त बैठक भरली. (आमच्या अशा अनेक गुप्त बैठका मागच्या पडवीत भरत! ज्या पडवीला अनेक कान असत!)

आम्ही ठरवले की आपण पण कन्नड शिकले पाहिजे. मी आणि माधुरीने या दोघांना सांगितले की “किमान त्यांच्या बोलण्याला हसू तरी नका!” यावर पण ती दोघं हसायला लागली. मी आणि माधुरीने कन्नड शिकून घेऊया असे ठरवले. पण ते माधुरीनेच पार पाडले. ती छान कन्नड शिकली. मुली पैल्यापासूनच सिन्सियर हो!

हां... तर आम्ही मुंजीहून ऐनापूरला परतलो. दारात औक्षण झालं.

दुसऱ्या दिवशी आम्ही सगळी मुलं नदीकडे फिरायला गेलो होतो. वाटेत एक टेकडी होती त्यावर चढून पळत पळत खाली आलो. घरी पोचलो आणि आईच्या लक्षात आले की आम्हा दोघांच्याही बोटात सोन्याची अंगठी नाही!

प्रमोद दादा आणि सुधीर दादा पुन्हा टेकडीकडे गेले. आणि आश्चर्य म्हणजे, टेकडीच्या अधेमधे दोन्हीही अंगठ्या सापडल्या.

गोविंद भटजी आम्हाला संध्या शिकवायला सकाळ संध्याकाळ यायचे. सहा फूट उंचीचा काळा कभिन्न माणूस! खाली धोतर आणि वरती फक्त उपरणं!

डोक्याचा गोटा आणि मागे शेंडी. अगदी परफेक्ट भटजी!

ते आले की आम्ही लंगोट्या बांधून तयार व्हायचो. कोणीतरी पाट वगैरे मांडायचे. कोणीतरी म्हणजे आईच!

संध्येला सुरुवात व्हायची.

"आचमन करा....... ओम केशवाय नमः...."

राहूल माझ्याकडे बघायचा. मी जसं करेन तसं तो करायचा. भटजींकडे त्याचं फारसं लक्ष नसायचंच! आचमन करताना पळीने उजव्या हातावर पाणी घेऊन ते तो पूर्ण प्यायचा! ते गिळे पर्यंत समोरून "नारायणाय नमः" आलेलं असायचं!

मग राहूल म्हणायचा, "दादा थांब की!"

चौथीत होता तो तेंव्हा!

नंतर "माधवाय नमः" नंतर "गोविंदाय नमः" झाल्यावर हातावरून पाणी सोडले की तो जरा हुश्श व्हायचा. माझ्याकडं पहायचा.

नंतरची नावं ते भराभर घ्यायचे. आम्हाला त्यातलं फक्त मः एवढाच ऐकू यायचं!

त्याच्या उच्चारणाने होणाऱ्या नादाने राहूल राजा कडे बघायचा, आणि दोघे हसायला सुरुवात करायचे!

नंतर एका मंत्रा मध्ये उजवा हात डोक्याभोवती गोल फिरवून छातीसमोर टाळी द्यायची असा एक विधी होता. तो गोविंद भटजींनी केला, की आम्हाला सर्वानाच धुंवाधार हसू यायचे. ते बघून बाबा, आक्का आणि सगळेच हसायचे! आक्का तोंडाला पदर लावून हसायची! तिला पण अनेकदा इतर वेळीही हसू आवरायचे नाही.

गोविंद भटजींना या साठी किती दक्षिणा दिली गेली, या बद्दल आम्हाला काहीच माहिती नाही. पण माझ्या अंदाजाने त्या दाम्पत्याला एक सुग्रास भोजन आणि जास्तीत जास्त दहा रुपये दिले असण्याचीच दाट शक्यता आहे.

माझे आत्ये भाऊ प्रमोद दादा आणि सुधीर दादा हे आम्ही तिथे असताना काही दिवसच तिथे असत. ही प्रेमा आत्याची मुले. तिची इतर दोन मुले शरद दादा आणि हरीश ही कधी कधीच येत. पण त्यांना मराठीचा अजिबातच गंध नव्हता. त्यामुळे आमच्या संबंधांवर मर्यादा आल्या.

प्रमोद दादाची पत्रे आमच्या घराण्यात एका कारणाने अत्यंत प्रसिद्ध आहेत. ते कारण म्हणजे, तो सगळी पत्रे पोस्ट कार्डावर लिहीत असे. म्हणजे ऐनापूरला आक्काला तो असे पत्र लिहायचा की, ‘माझी परीक्षा

संपल्यावर मी २२ ऑक्टोबरला ऐनापूरला येणार आहे. आठवडाभर थांबून मी जमखंडीला परत येणार आहे.' हे त्याचं नेहेमीचं लिखाण असायचं आणि मग त्याचं पत्रात शेवटी, 'मी नोव्हेंबर कळवतो, केंव्हा येईन ते!' असा उल्लेख असायचा! आणि ते पत्र डिसेंबरला मिळायचं!

यातला गमतीचा भाग सोडूयात. कारण त्याकाळी (१९७० च्या आसपास) संपर्काची कोणतीच आधुनिक साधने नव्हती.

प्रमोद दादा आमच्यापेक्षा बराच मोठा होता. आक्काच्या मांडीवर आलेला हा तिचा पहिला नातू होता. त्यामुळे त्याच्यावर आक्काचा फारच जीव होता. सुधीर दादा बऱ्याचदा आमच्या बरोबर पण थोडेच दिवस असायचा. त्याला पत्त्यांच्या जादू खूप यायच्या. सगळ्या जादू मी त्याच्या कडून शिकलो. हा कट्टर वैष्णव होता. त्यामुळे त्याचे स्नान संध्या, वगैरे सतत चालू असे. मध्ये कधीतरी त्याने वैष्णवांचे आचार्य (बहुतेक मध्वाचार्य) यांच्या कडून दीक्षा घेतली. तेंव्हापासून तो इथे आला, तरी अनेकदा सोवळ्यात असे. आणि त्याचा स्वयंपाक तो स्वतः वेगळा करत असे. आमच्यात सगळ्यात मोठे म्हणजे माझे बाबा. ते जरी संघ विचारांचे असले, तरी ते दैनिक कर्मकांडाच्या सक्त विरोधी होते. वर्षातल्या एखाद दिवशी त्यांना पूजा करताना पाहिले आहे.

आप्पा काका तर सर्व धर्मियांचे मित्र होते. तात्याकाका पण तसेच! नाना काका तर लष्करात असल्याने त्यांचा धर्मच राष्ट्रीयत्व होता. त्यामुळे आमच्या कुटुंबात कट्टर धार्मिकता कधीच नव्हती.

आणि सर्वांना आपापल्या श्रद्धा जपण्याचे स्वातंत्र्य मात्र आमच्यात नक्कीच होते.

सुधीर दादाच्या या वर्तणुकीने आम्हां मुलांना अपमान वाटू लागला. पण बाबांसकट आमची वरची पिढी मजेत होती.

मी एकदा बाबाना या बद्दल विचारले. बाबा म्हणाले,

“प्रत्येकाचे विचार, श्रद्धा, आणि जीवना विषयक तत्वज्ञान हे भिन्न असणारच! पण ते ते त्याला प्रिय असतं! त्याचा त्याला अभिमानही असतो. त्याचा आपण का त्रास करून घ्यायचा? त्यांची तत्त्वं ते पाळतील, आपली तत्त्वं आपण पाळू! यात संघर्ष निर्माण होऊच शकत नाही. मग ते शैव वैष्णव असो, किंवा सुन्नी शिया असो, किंवा हिंदू मुसलमान असो!”

“अहो बाबा, पण तो आपल्या हातचं खात नाही!”

“नकोय त्याला! त्याला जे हवंय, तसं त्याला जगू द्या ना! तुमच्या हातचंच त्यानं खावं, अशी तुमची इच्छा... म्हणजे त्याच्यावर तुम्ही जबरदस्ती करताय!”

“पण आमच्या घरात येऊन आमचं केलेलं न खाणं, हा आपला अपमान वाटतोय ना!”

“त्यानं तुमच्या जेवणाला नावं ठेवली? त्यानं त्याचं जेवण तुम्ही खाल्लं पाहिजे, अशी सक्ती केली? तुमच्या बरोबर त्यानं कधी खेळायला

नकार दिला? त्याच्या स्नान संध्येसाठी किंवा इतर व्रतांसाठी त्यानं कधी तुमच्या स्वातंत्र्यावर घाव घातला? त्यानं कधीतरी तरी तुम्हाला कुठला त्रास दिला का?"

"पण तो आपल्या घरी येऊन आपलं अन्न न खाता त्याचं त्याचं अन्न शिजवून खातो! हे किती विचित्र आहे?"

"आपण जे करतो आहोत, तेच सगळ्यांनी पाळावं असं तुम्हाला वाटत आहे! म्हणजे तुम्ही त्यांच्या स्वातंत्र्यावर घाला घालत आहात!"

"पण आपला धर्म... आपली संस्कृती....?"

"आपला धर्म एकच सांगतो... `जगा आणि जगू द्या`. ज्ञानेश्वर माउलींनी पसायदानात लिहिले आहे, `जो जे वांच्छिल ते तो लाहो!` त्यानुसार वर्तणूक भिन्न असेल, पण `आपण एक आहोत, एकमेक बंधू आहोत` ही जाणीव आपल्यात असली पाहिजे!"

पुढे बाबा म्हणाले,

"आणखी एक बघ... सुधीरने जे काही स्वीकारलेले आहे, त्याच्याशी तो किती एकनिष्ठ आहे, आणि त्याचे सातत्य आहे ते बघ! एखादे तत्व स्वीकारायचे, आणि ते आयुष्यभर सांभाळायचे, हे सोपे नाही! मग ते तत्व कोणत्याही देशाचे असो....कोणत्याही समाजाचे असो...कोणत्याही संघटनेचे असो..."

आम्हाला सुधीर दादा बद्दल मनात असणारी एक अढी नष्टच झाली. इतकेच नव्हे तर, इतर धर्म, आणि जातींबद्दल आमचे दृष्टिकोन त्याच वयात प्रगल्भ झाले.

आई, बाबा, सुमा आत्या हे काही वेळा समवेत असायचे, पण असायचेच असे नाही.

आक्का सकाळी लवकर उठून कामाला लागायची. आक्का सोबत आईही उठायची. बरीच वर्षे चूल होती. ही चूल सकाळभर पेटलेलीच असायची. आधी दूध, मग चहा, नाश्त्याचा प्रघात नव्हता. काल रात्रीची भाकरी भाजी, दही भात हाच नाश्ता. पुढे पुढे कधीमधी कांदे पोहे होऊ लागले. मग या सगळ्या जणी अंघोळीला जात. आणि सोवळ्यात स्वयंपाक असायचा. त्यावेळी स्वयंपाक घरात कुणालाही प्रवेश नसे. आणि कुठल्या भांड्याला जर चुकून हात लागला, तर डब्बल अंघोळ करावी लागे. पुरुष कोणी आत फिरकतच नसत! झाली तर आमचीच लुडबुड! सुधीर दादा असताना देवांची पूजा तो करायचा. इतर वेळी मी करायचो.

मला ते खूप उच्च्य दर्जा मिळाल्यासारखं वाटे.

माझ्या आधी माधुरी अंघोळ करायची. आणि पूजेचे सगळे साहित्य तयार ठेवायची. मग मी अंघोळी नंतर सोवळे नेसायचो. आमच्या मंडळातील इतर दोन भिडूंना पूजेपेक्षा नंतरच्या पत्त्यांच्या डावात अधिक रस असल्यामुळे ते मला आणि माधुरीला आंघोळीची गडबड करत. गडबड

बरं का! फक्त गडबड! मदत काहीच नाही...फक्त सूचना! "दादा, तुझा टॉवेल पडवीतल्या दोरीवर आहे बघ!" वगैरे.

माझी पूजा होत आली तरी यांच्या अंघोळीचा पत्ता नसे.

स्वयंपाकघरात जायला सोप्यातून एक दरवाजा होता, ज्याच्या पुढेच चुली होत्या. तिथे महिला मंडळ बसलेलं असे. आणि माजघरातून दुसरा दरवाजा होता. जो देव्हाऱ्याच्या जवळ होता.

हे दोघे त्या माजघराच्या दरवाज्यातून माझ्या पूजेवर लक्ष ठेवून असायचे!

"माधुरी, तो देव धुतोय तोवर गंध उगाळून ठेव की!"

"दादा, फुलं उजवीकडं आहेत बघ!"

"खंडोबाची एकच आरती म्हणा! नुसतं पैलं कडवं म्हंटलं तरी बास!"

अशा पद्धतीनं आमची पूजा चालायची. गडबड त्यांनाच नव्हे, तर मला पण असायची. त्यात एखाद दुसरा देव पारोसा रहायचा! पण देवांचं माझ्यावर प्रेम होतं!

पूजा करताना ते माझ्याकडे बघून प्रसन्न स्मित करतायत असं मला नेहेमीच वाटायचं!

मग पत्त्यांचा डाव रंगायचा. आमचा आवडता डाव म्हणजे ३०४. हा डाव फार कमी जणांना माहिती असेल. यात प्रत्येक पत्त्याची किंमत त्यावर

लिहिलेल्यापेक्षा वेगळी असायची. अनेक नियम असायचे. ४ जणांच्या खेळात दर डावात भिडू अज्ञात असायचा. मग खाणाखुणा चालायच्या. त्या विरोधी पक्षाने पकडायच्या. मग दंगल.

२१. पी.जी. मास्तर: आमचे आणि मेधाचे पराक्रम

कधी कधी घरात बाबा आणि इतर काका लोक असायचे, तेंव्हा आम्ही पी जी मास्तरांच्या घरी जाऊन हाच कार्यक्रम करत असू. त्यांचं घर आमच्या पासून चालत तीन मिनिटांच्या अंतरावर होते. पी जी मास्तर हे ऐनापूरच्या शाळेतले मास्तर होते. पाच फूट उंची. गोरेप्पान. धोतर. नेहेरु शर्ट. बाबा घरी ऐनापूरला आलेले असले की रोज गप्पांचा रतीब.

असे अनेक जण बाबांशी गप्पा मारायला... खरंतर बाबांचे वाचन आणि त्यांचे विचार ऐकून घ्यायला यायचे. संध्याकाळी तर घरात बाबा असले तर एक सभाच भरायची. त्यात वक्ते फक्त बाबाच असत! घरातली इतर मंडळी पण कान देऊन ऐकत असत.

पी जी मास्तरांना आम्ही काका म्हणावे, की आजोबा म्हणावे, की आणखी काही म्हणावे, हा प्रश्न आम्हाला त्या काळी एवढे लहान असूनही कधीच पडला नाही. आम्ही (आमच्या चमूतील सर्वात लहान भिडू - मेधा) सगळे त्यांना पी जी मास्तरच म्हणत असू. आणि त्याबद्दल कुणालाही आक्षेप नव्हता.

त्यांचं घर म्हणजे...

प्रवेश केल्यावर दहा एक फूट लांबीचं एक बोळकांड. दोन्ही बाजूला दोन फूट रुंदीचे दगडी कट्टे. समोर सोपा. बिन दरवाज्याचा. म्हणजे

छताला आधार द्यायला फक्त तीन लाकडी खांब. शेणाने सारवलेली जमीन. आठ बाय दहा फुटाचा सोपा. त्याला लागून डावीकडे शेतातून आलेल्या मक्याच्या आणि ज्वारीच्या पोत्यांची थप्पी. पण ती कधी कधी नसायची पण! सोप्यातून डावीकडे गेले की स्वयंपाकघर. संपलं घर! दोन खोल्यांतल्या घरात हे मास्तर रहायचे, त्यातली एकच खोली बंदिस्त होती! एका खोलीतला संसार.

ऐनापूरच्या आजूबाजूच्या परिसरातून अनेक मुलं शिक्षणाच्या ओढीनं शाळेला येत. ज्यांचे आई बाप सर्वार्थाने अत्यंत कनिष्ठ दर्जाचे असत. अर्थातच, त्यावेळच्या सामाजिक व्यवस्थेनुसार ही मुलं विविध जातींतील असत. प्रामुख्याने, ज्या जाती सध्या आरक्षणामध्ये समाविष्ट आहेत अशा!

त्या जातींतील मुलांना या पी जी मास्तरांनी आपल्या घरात जादाच्या शिकवणीची आणि जेवणाची सोय केली होती.

विनामूल्य!

असे अनेक मास्तर ऐनापुरात होते. आराध्ये मास्तर, वसंत मास्तर , बंडा मास्तर (हे जरा उशिरा आले.) या सगळयांचे असेच होते!

पी जी ना एक मुलगी होती, आम्ही तिला कुंदा आत्या म्हणत असू. बुटकी, गोरीप्पान आणि बोलायला चुणचुणीत! बरीच मोठी होती आमच्यापेक्षा. कॉलेजला परगावी होती. त्यामुळे तिची आणि आमची भेट फार व्हायची

नाही. यथावकाश तिचे लग्न झाले. मिरजेला होती. तिच्या मुलीने गायत्रीने दहावीला बोर्डात पहिला किंवा दुसरा नंबर पटकावला होता.

त्यामुळे पी जींचे घर आम्हाला मोकळे होते. तिथे जायला कधीही परवानगीची गरज नसायची. तिथे गेल्यावर “आम्ही आलोय. खेळू का इथे?” असे विचारायची कधी गरजच नव्हती. आमच्या आवाजाने पी जी काका किंवा काकू त्यांच्या हातातले काम आवरले, आणि त्यांना वाटले, तरच बाहेर येत. किंवा आम्ही आतल्या खोलीत लपायला गेलो, तर इच्छा असेल तर काही बाही विचारत!

त्यांच्या सोप्यावर पोती असली, की त्यावर चढणे, उड्या मारणे, लढाई करणे असे खेळ आम्ही खेळात असू. त्यात एखादा उंदीर दिसे! मग तर धमालच! त्या उंदराला पकडणे आणि मारणे, हे आमचे मिशन असे. त्या शत्रूला यमसदनी धाडणे, यासाठी मग आम्ही गनिमी काव्याचे डावपेच आखत असू. हे काम प्रामुख्याने मी आणि माधुरी करत असू. पडद्यामागच्या भूमिका नेहेमी आमच्या असत. प्रत्यक्ष पडद्यावरचे हीरो म्हणजे राहूल आणि राजा.

यात (आणि नेहेमीच) मेधा लिंबूटिंबू असे. आमच्या सगळयात मेधा मला चिकटून असायची. मलाही ती छोटुकली म्हणून प्रिय होती. त्यामुळे मग या खेळात तिला खांद्यावर घेऊन मी उगाचच “मेध्या, त्या पोत्यामागे बघ...काळं काळं दिसतंय का? “ती” नाही म्हणायची. तोच संवाद मी पुन्हा बोलायचो. मग काहीही न दिसूनही ती उगाचच “होय.होय. दिसलं!” असं म्हणायची.” त्यालाच आता हे दोन दादा मारणार आहेत.

तू आत जा! छोटी ना तू? उंदीर छोट्या मुलांना लवकर चावतो." असं सांगून तिला उंदीर दर्शनाचा आनंद देऊन आतल्या खोलीत पाठवत असू. आणि मग इकडे आमचे युद्ध घनघोर बनत असे. त्यात एखाद दुसरे पोते कडेला लोंबत्या अवस्थेत जाई!

मेधा आत गेल्यावर एके दिवशी मोठा धमाका उडाला!

आत पी जी काकू स्वयंपाक करत होत्या. मेधा त्यांच्या जवळ जाऊन बघत बसली.

काकूंनी 'काय आवडतं तुला खायला? आईला काही मदत करतेस का?' वगैरे टाईमपासचे प्रश्न विचारले. मेधाला आमच्या तालमीत राहून उत्तरे द्यायची कला अवगत झाली होतीच, पण तिच्यात काही अंगभूत कलागुण पण होते! तिने अशी उत्तरे दिली की काकू बेशुद्ध पडायच्या राहिल्या!

म्हणजे... 'स्वयंपाकात मी आणि ताई (म्हणजे माधुरी) आईला खूप मदत करतो. फोडणी मीच तयार करते (!!!). कुठल्या डब्यात काय आहे, हे मला सग्गळं माहितीयै!'

खरा धमाका पुढे झाला.

सगळ्या गप्पा झाल्यावर शांतता पसरली. कोण काय बोलेना! मेधा फक्त काकूंकडे पहात होती. आणि एकदम म्हणाली,

"काकू, तुम्ही जरा टरक्या बघताय काय?"!!!!!!!!!!!!!

309

हे राम!!!!!!!

त्या दिवशी काकूंचं दूध उतू गेलं! भात शिजायचा कच्चा राहिला! आमटीतली डाळ शिजली नाही!

आता हे खरं होतं, की त्यांच्या डोळयांत काहीसा दोष होता. पण ते कधीच उल्लेखले गेले नव्हते. आज ते झाले.

आमचे उंदीर युद्ध `भूक लागली` या मुद्द्यावर समाप्त झाले. घरी आलो. घरी आल्यावर आमचा पत्त्यांचा डाव चालू झाला. मेधा माझ्या शेजारी बसून माझ्या मांडीवर हाताचे ढोपर टेकवून बसलेली. माझे पान मी तिला टाकायला द्यायचो. आणि उगाचच विनाकारण...काहीही सम्बन्ध नसताना `जिंकले` म्हणून ओरडायचो. मेधा खूष!

तर त्यावेळी मेधानं मला डिवचलं. आणि म्हणाली, "दादा, तुमच्या उंदीर युद्धात मी आत गेले ना, तेंव्हा आम्ही काय तर काय तर बोललो......! पण नंतर त्या चिडल्या! ...मला `बाहेर जा' म्हंटल्या." मग तिनं सगळं व्यवस्थित सांगितल्यावर मला कळलं, की ही जे काही बोललीय, त्याने गोच्या होणार आहेत! पण सांगणार कुणाला? गप्प बसलो.

"पुन्हा असं काही त्यांच्याशीच काय... पण इतरही कुणाशी बोलायला जाऊ नकोस." एवढंच मेधाला सांगितलं.

संध्याकाळी पी जी मास्तर जोडीनं आमच्या घरी आले.

घरी बाबा होते. मास्तर बाबांशी बोलण्यात रमले. काकू आक्काशी गप्पा मारू लागल्या. मी आक्का शेजारीच बसलेलो. आणि बोलता बोलता त्या म्हणाल्या, "तुमची मेधा मला 'टरकी' म्हणाली हो! वाईट वाटलं मला!"

आता यावर आक्काची प्रतिक्रिया काय असावी?

म्हणजे काकूंना अपेक्षित असं असावं की या मेधाला रागावतील... वगैरे! पण आक्कानं तोंडाला पदर लावला आणि बिन आवाजाची हसत राहिली.

काकू अस्वस्थ!

आक्का: - "वहिनी, अहो, बारकी पोर आहे हो ती! तिला जग जसं दिसेल, तसं ती बोलणार. मनाला लावून घ्यू नका."

एवढ्या बोलण्यावर हा विषय संपला खरा, पण त्या नंतर दर वेळी आम्ही त्यांच्याकडे जाऊ, तेंव्हा तेंव्हा काकू मेधाला टाळत!

पी जी मास्तर रात्री पत्ते खेळायला यायचे. तिकडे जेंव्हा पत्ते खेळायला सर्वजण असत, तेंव्हा एकमेव डाव म्हणजे झब्बू! ज्याला अनेक ठिकाणी गाढवाचा डाव म्हणतात. त्यात ज्याच्या हाती सर्वात शेवटी पाने शिल्लक रहातील, तो गाढव!

सगळे जमलेले असतील तर डावात तेरा चौदा भिडू असायचे. आक्का पण असायची. तिच्या सगळ्या सुना, मुलं, नातवंडं, मास्तर, असे सगळे!

काहीजण गाढव होण्यात सातत्य ठेवायचे.

311

डाव संपला की जे आधी सुटलेले असतील, ते भांगडा करायचे. वर्तमान पत्राची एक जोकरची टोपी केली जायची, आणि ती त्या पराभूत भिडूला बहाल व्हायची. पण ज्या ज्या वेळा आमचे वडीलधारे हरायचे, त्यावेळी मात्र भांगडा आणि टोपी यांचा वापर करूच शकत नव्हतो.

एके दिवशी आमच्या चौकडीने ठरवले की पी जी मास्तरांना आज गाढव करायचे! कितीही कठीण पाने आली, तरी ते कधीही अडकायचे नाहीत! अत्यंत शिताफीने सुटायचे! पण आज आम्ही ठरवले की, एकदा तरी त्यांना हरवायचे!

या मिशनवर आमची चर्चा चालू झाली. रात्री ठरलेल्या पत्त्याच्या डावात सुमारे दहा बारा जण सहभागी होणार होते.

“दादा, त्यांना सगळे एक्के यायला पाहिजेत!” - एक भिडू

“मग काय...झब्बू मिळणारच त्यांना!” - दुसरा भिडू, (पहिल्याला टाळी देत)

“अरे पण त्यांनाच ही पाने जातील, हे कसे काय होईल?” - मी

“ते काय सोप्पं आहे रे! ती पानं कशी वाटायची, ते तुझं तू बघ!” दोन्ही भिडू....मला उद्देशून.

मग मी आणि माधुरी बसलो. किती माणसं (खेळाडू) आहेत ते प्रथम जाणलं. मग त्यांची बसायची जागा निश्चित केली. त्यांना त्याबद्दल सूचना

दिली. आणि मग मी पत्ते लावून घेतले. एकूण तेरा जण खेळात होते. दर तेराव्या जागेवर एक्का ठेवला होता. पाने वाटली.

मास्तरांच्या हातात पाने आल्यावर त्यांचा चेहेरा आम्ही चौकडी बारकाईने पहात होतो. ते हताश होते. दोन वेळा त्यांनी त्या पत्त्यांच्या पंख्यावर टिचक्या मारल्या.

बाबानी त्यांना विचारले, “का हो मास्तर असे टिचकी मारताय?”

“सगळा शत्रू पक्षच आलाय!”

मग ते स्वगत बोलले, “असे सगळे जड पत्ते मलाच...म्हणजे एखाद्यालाच कसे काय येऊ शकतील? हे ठरवून केले असणारच! पत्ते मिलिंदने वाटले. त्याने पिसले पण! सर्वजण गोलाकार बसलेल्याना एकाला एक असे पत्ते वाटले. कोण कुठे बसणार, हे त्याला कसे माहिती असणार? तरीही मला असे पत्ते कसे आले?”

डाव सुरु झाला.

मास्तर अत्यंत चिंताग्रस्त होते. पण पत्ते खाली टाकून, “ये पूरी चीटिंग है!” असले फिल्मी डायलॉक त्यांनी मारले नाहीत. येणाऱ्या परिस्थितीला त्यांनी स्वीकारले, आणि पुढे गेले. सर्व खेळाडू डावातून सुटत गेले.

आता फक्त दोनच जण उरले. मास्तर आणि आमच्यातला एक जण!

मास्तरांनी असे डाव खेळले की ते जिंकले, आणि आमच्यातला जो एकजण होता, तो डावातील गाढव झाला! खोटं नाही सांगत! अज्जीबात खोटं नाही!

डाव संपल्यावर मात्र मास्तर माझ्याकडे एका विशिष्ट नजरेने पहात राहिले.

हा सगळा डाव मी रचलाय, असे त्यांना वाटत असणार!

मास्तरांच्या मनातून त्यांनी मला वजा केले आहे, असे मला वाटणे साहजिक होते.

पण मास्तर मला म्हणाले, "मिलिंद, हे जे काही केलं आहेस, ते तूच केलं आहेस, या बद्दल मला खात्री आहे. पण अशी रचना करणे किती अवघड आहे, याची मला कल्पना आहे. तुझ्या या कल्पना विश्वाचा चांगुलपणासाठी वापर कर." याचा अर्थ समजायला मला भरपूर वेळ लागला. याचा अर्थ आमच्या चौकडीने पण समजावून घेतला.

पी जी मास्तरांच्याच वाड्यात त्यांच्या शेजारी पत्की नावाचे पती पत्नी रहात. अधे मधे आमचे त्यांच्याही स्वयंपाकघरात जाणे येणे असे. योगायोग असा की त्यांची नात माझ्या मावसभावाची पत्नी बनली.

२२. सविताचा फ्रॅक्चर पाय

तळयावरचे देशपांडे मास्तरांचे घर हे माझ्या धाकट्या मृदुला काकूंचे माहेर! तिकडे कधीकधी बोलावत फराळाला! कधी जेवायला! तळयावर फिरायला गेलो की आम्हीपण त्यांच्याकडे जाऊन येत असू. त्यांच्यात एक रंगा मामा म्हणून होते. मृदुला काकूंचे दूरच्या नात्यातील भाऊ! अविवाहित होते. काहीही करत नसत. हाडकुळे! काळे मिट्ट! आणि सतत सिगारेट!!

आमच्या आक्काला या माणसाबद्दल प्रचंड घृणा होती. आणि आक्काचं मत एखाद्या बद्दल वाईट झालं, तर तो माणूस कायमचा ब्लॅक लिष्टीतच जायचा!

एकदा नानाकाका, काकू, त्यांच्या दोन मुली, सविता आणि कांची हे ऐनापूरला आले होते. ते आर्मीत असल्यामुळे त्यांना महिनाभराची सुट्टी मिळायची. काकू मग काही दिवस त्यांच्या माहेरी, देशपांड्यांकडे रहायला जायच्या. सविता त्यावेळी बालवाडीत असेल, आणि कांची तर बाळच होती. काहीतरी धडपड झाली, आणि सविताचा पाय फ्रॅक्चर झाला. प्लास्टर घातलं! आता चालायची पंचाईत! काकू त्यांच्या माहेरी आणि काका इथे आमच्या घरात! मग रोज सकाळी हे रंगा मामा तिला कडेवर घेऊन आमच्या घरी यायचे. सविता भयानक किर किर करायची. रडायची!

पहिल्याच दिवशी रंगा मामा तिला कडेवरून घेऊन आल्यावर आक्काच्या कपाळावर आठ्या पडल्या. अनेकदा आक्का तिचे पहिले मत आमच्यापाशी खुस खुस आवाजात व्यक्त करत असे.

त्यावेळी मी तिला चिकटूनच होतो. मला अजूनही तिचा तो आवाज कानात साठलेला आहे.

"मिलिंदा, ह्या रंग्यानंच तिला असं आजारी पाडलंय बघ! पयले त्याच्या कडेवरून तिला हिकडं आण! शिगारेटफूंक्या रांडेचा!"

आक्का फार संतापली की एखाद्याला फटाक्कन 'रांडेच्या' म्हणत असे. तिच्या लेखी रांडेच्या म्हणजे हलकट माणूस एवढाच अर्थ होता.

आम्ही आमच्या घरी परतल्यावर आम्हा चौकडीतील सगळ्यांनी कधीतरी हा शब्द कुणाला तरी उद्देशून वापरला आहेच! कुणाचे तरी ते प्रकरण आई बाबांपर्यंत गेले, कुणाचे थोडक्यात मिटले.

तर मग, सविताला मी कडेवर घेऊन आक्काकडे आलो.

सवि अत्यंत हडकुळी झालेली होती. त्यामुळे आक्का तिला 'हे खा... ते खा...' असे विविध पदार्थ आणून खाऊ घालायचा प्रयत्न करत असे. त्यात आम्ही पण सामील होतो. म्हणजे तिला काही वेडी वाकडी तोंडे करून हसवण्याचा प्रयत्न करायचा.... वगैरे...! पण ती खरंच कोमेजून गेली होती.

बरं... हे रंगा मामा होते एकदम गप्पिष्ट! आणि आले की त्यांचे एक सिगारेट साठी मध्यांतर असायचे. पलीकडच्या बोळात जाऊन एक भुसकारा मारला, की गडी ताजा!

तो तिथून आला, की आम्ही पंचनामा करायला त्या बोळात जात असू. पडलेल्या थोटकांची संख्या पाहून आक्काला येऊन खबर देत असू. जर आक्का काही कामात असेल, तर डोळ्यानेच आम्हाला, “क्या खबर लाये हो?” असे विचारात असे. आम्ही फक्त बोटाने थोटकांची संख्या सांगत असू. राहूल आणि राजा जरा अधिक माहिती देत. डावा हात अर्धा उघडून आडवा करत. त्यावर उजवा हात डाव्या हाताच्या बोटांच्या टोका पासून कोपरा पर्यंत ओढत! ही झाली सिगारेटची लांबी. आक्का जर चुली जवळ असेल तर जळकं लाकूड बाहेर काढून “हाण त्याला” असा हावभाव करायची.

कांची म्हणजे आमची बाहुली होती. अत्यंत नाजूक! गोड! ती इतकी छोटी होती की तिच्याशी मस्ती करणे आम्हाला शक्यच नव्हते. त्यामुळे तिला खांद्यावर बसवून पळवणे, यासाठी आमच्या पाळया लागायच्या. सुरुवातीला तिला मराठी यायचे नाही. कारण ते घरी कन्नडच बोलत. बाहेर हिंदी किंवा इंग्लिश. पण ती आणि सवि... दोघीपण कालांतराने मराठी शिकल्या. (पण आम्ही कन्नड शिकलो नाही!)

यांचा धाकटा भाऊ बिपिन. काका त्यावेळी गुलबर्ग्याला होते. मोठ्ठा बंगला, पुढे बगीचा असे त्यांचे रहाण्याचे ठिकाण होते.

मी आणि माधुरी त्या वर्षी दहावीची बोर्डाची परीक्षा देऊन ऐनापूरला आलो होतो. ऐनापूरला त्यावेळी आम्ही चौकडी आणि आई बाबा होते. तिथून आमचे गुलबर्ग्याला जायचे ठरले. कारण आदल्या वर्षी सप्टेंबर महिन्यात बिपिन जन्मला. काही काळ काकूंच्या आई तिथे होत्या. पण आता कोणी नव्हते. सवि, कांचीला त्यांनी ऐनापूरला आज्जीकडे पाठवले होते. ऐनापूरहून आम्ही सहा जण गुलबर्ग्याला गेलो. बिपिन तेंव्हा सात आठ महिन्यांचा होता. बाळच ते! काहीही कारणाने रडायचा.

काकांकडे ट्रान्झिस्टर होता. आणि त्यावर त्यावेळेला अमोल पालेकरांच्या चित्रपटातील

`जानेमन जानेमन तेरे दो नयन` हे गाणं सतत लागायचं.

एके दिवशी हा रडायला जो लागला, तो थांबेचना. काकूंनी त्याला सगळी प्रलोभनं दिली, पण पठ्ठ्या काही रडायचा थांबेचना!

काकू आईला म्हणाल्या, “वैनी, तुमीच बघा!”

त्यावेळेला नेमकं रेडिओवर जानेमन गाणं सुरु होतं.

आईनं त्याला पाळण्यातनं हातावर घेऊन हाताच्या पाळण्यावर झुलवयाला सुरुवात केली, आणि तोंडानं फक्त “जानेमन...जानेमन... जानेमन.... जानेमन...” एवढंच म्हणायला सुरुवात केली. ताल, सूर, कशाचाही कशालाही मेळ नव्हता! बंड्या शांत तर झालाच, पण खिदळाय लागला! आणि हे सूत्र पुढे अनेक दिवस चालले!

काका म्हणाले, इथून हैद्राबाद जवळच आहे. आलाच आहात तर
बघून या. मग आमचा हैद्राबादचा बेत ठरला. नंतर आम्ही ऐनापूरला
परतलो.

२३. आमची चौकडी आणि सुट्टीतल्या गमजा

पुन्हा थोडे मागच्या काळात... म्हणजे आमच्या शालेय मध्य काळात जातो.

आमच्या चौकडीच्या करामतींमध्ये...!

आई बाबा राहूल आणि मी आम्ही चौघे एकदा सुट्टीत पुण्याला गेलो होतो. बाबानी सगळं पुणं दाखवलं. म्हणजे केवळ पर्यटन स्थळं नव्हेत, तर... हे एसपी कॉलेज, हे फर्ग्युसन कॉलेज, इथे 'हे' लोक शिकले, हे बालगंधर्व नाट्यगृह... वगैरे वगैरे.

त्याच काळात पुण्यात राष्ट्रीय स्वयंसेवक संघाचे म्हणजे RSS चे कुठले तरी शिबीर होते. आणि मोतीबाग कार्यालयात सरसंघचालक श्री गोळवलकर गुरुजी आले होते. बाबा आम्हाला घेऊन तिथे गेले. त्यांना भेटायला गर्दी होतीच! त्याच गर्दीत आम्हीही! आमची पाळी आली. गुरुजींच्या समोर उभे राहिलो.

त्यांना उगार स्टेशन वर बाबा वीस पंचवीस वयाचे असताना भेटलेले होते. त्यांना घरचे लाडू दिले होते. रेल्वेच्या डब्यात! त्यानंतर कधीही भेट नव्हती.

तर आता पंचवीस वर्षांनंतर...गुरुजींनी बाबांना बघितल्या बरोब्बर ओळखलं आणि म्हणाले, "अरे लाडू आणलेस काय रे अनंता?"

नाव पाठ! घटना पाठ! बाबा गहिवरले.

गुरुजींनी आम्हा सगळयांना जवळ बोलावलं. आणि मला आणि राहूलला मांडीवर घेतलं.

कुरवाळले आणि म्हणाले, “दाढी ओढा रे!” ...आणि हसले! तेंव्हा आम्हाला काही समजत नव्हतेच! पण आत्ता आम्हाला जाणवतेय की... आम्ही एका देवदूताला भेटून पवित्र झालोय!

तर, सगळं पुणं हिंडलो. संभाजी पार्क, पेशवे पार्क, सारस बाग, दगडूशेठ गणपती, आप्पा बळवंत चौकातली पुस्तकांची दुकाने, म.सा.प., अशी अनेक अनेक प्रसिद्ध स्थळं बाबानी आम्हाला दाखवली. आम्ही तेंव्हा सदाशिव पेठेतल्या उद्यान निवासात खोली घेऊन उतरलो होतो. आमच्या शेजारच्याच खोलीत `मी अत्रे बोलतोय` हा धम्माल एकपात्री प्रयोग करून सुप्रसिद्ध झालेले नकलाकार सदानंद जोशी सहकुटुंब उतरले होते. त्यांचा निलेश म्हणून मुलगा आमचा मित्र बनला. संध्याकाळी मग गप्पांचा फड जमायचा. ते अत्रेंचे विनोद सांगून हसवायचे. काही आमच्या डोक्यावरून जायचे. ते दिवस मजेत गेले.

पुण्याहून रेल्वेने मिरजेला आलो. आणि मग आम्ही कोल्हापूरला पोचलो.

आम्ही पुण्याहून ऐनापूरला येणार, याची राजा, माधुरी, मेधा वाट पाहत होते. पण आम्ही गेलो कोल्हापूरला. आम्हां दोघांना पण या तिघांना कधी एकदा भेटतोय, असे झालेले!

बाबांना काही पेपर तपासण्याचे काम होते. म्हणून आई बाबा आम्हाला फक्त सोडायला ऐनापूरला आले, पण लगेच वारणानगरला परतले. आता ऐनापूरला आम्ही पाच जण, आणि आक्का होतो.

पहिला दिवस पुण्याच्या भेटीबद्दल वर्णन करण्यात गेला. आणि हे अर्थातच राहूलने केले.

सगळेजण स्तब्ध होते ऐकताना.

नंतर....

दुसऱ्या दिवशी सकाळी राहूलनं आमचा वाडा आणि अख्खा परिसर म्हणजे पुणे आहे असं समजून माधुरी राजाला पुणे दर्शन चालू केलं.

मागच्या पडवीत आलो. सगळयात पुढे राहूल. त्या मागे हे दोघे. आणि त्यांच्या मागे मी! राहूल बोलू लागला...

“(पडवीकडे हात करून...) हे बघा...(म्हणजे सुमारे २०० स्क्वेअर फुटाची पडवी) हे एस पी कॉलेजचे मैदान. इथे भले भले खेळाडू येऊन गेलेत. आठवा ते खेळाडू! त्यांच्या क्रीडेतील नैपुण्याने हे मैदान प्रसन्न झाले आहे. चला पुढे. (पडवीच्या दोन पायऱ्या चढून मोकळया जागेत आलो. तिथे मातीचा ढीग होता.) गडबड करू नका. ही आहे पर्वती. पुण्याचा अभिमान! ही टेकडी चढून आल्यावर पुणेकरांना माउंट एव्हरेस्ट गाठल्यासारखं वाटतं! इथेच हा बघा एक वाडा दिसतोय ना... इथे

सवाई माधवराव पेशवे हे त्यांच्या आजारपणाच्या अंतिम काळी येऊन राहिले होते."

आम्हाला तिकडे हे सगळे दाखवायला कुणीतरी असे, किंवा, बाबा स्वतः माहिती देत. पण याला त्यातले शब्द न शब्द पाठ होते! मी चाट पडलो होतो. मला फक्त हा त्याच्या स्वभावानुसार काहीतरी गमजा करेल असे वाटले होते! पण हा त्या ढिगाऱ्यात पर्वती उभी करत होता.

आमच्या वाड्याच्या कुंपणाच्या भिंती लगत एक ओबड धोबड दगडांची रास होती. तिकडे याने मोर्चा वळवला...

"हा बघा.... हा बघा... हाच तो शनिवार वाडा! फक्त तटबंदी उरलीय. इथेच पेशवे राहिले. इथेच 'ध' चा 'मा' करून आनंदीबाईने नारायणराव पेशव्याचा खून करवला. आणि प्रख्यात न्यायाधीश रामशास्त्री प्रभुणे, यांनी साक्षात राघोबा दादांना फाशीची शिक्षा सुनावली!"

माझे लक्ष राजा माधुरीवर होते.

ते अत्यंत तल्लीन होऊन पहात आणि ऐकत होते!

आणि मला राहूलचं हे रूप पाहून अत्यंत आश्चर्य वाटत होतं की, हा नेमके शब्द लक्षात ठेऊन, ते नेमक्या ठिकाणी योजून, अत्यंत प्रभावीपणे वर्णन कसे काय करतोय? याच्या आधी असा कधी अनुभव आला नव्हता. कदाचित तशा प्रकारच्या अनुभवांची अनुभूती येण्या इतपत आम्ही मोठे नसू.

आम्ही पुढे आलो.

पुढे आमचा संडास! चारेक फूट उंचीच्या भिंतींनी बंदिस्त असलेला.

तिथे पोचलो.

इथे मात्र मूळ राहूल जागा झाला!

“हे आहे संभाजी पार्क! झाडांवरच्या फुलांचा किती सुगंध येतोय बघा!”

सगळेजण नाक दाबून ख्ख्या ख्ख्या ख्ख्या!

त्याच्या मागे एरंडाची झाडं! त्यात एक गावठी कुत्रा बसलेला.... त्याकडे बोट दाखवून...

“हे पेशवे पार्क! यात सिंह पण आहेत! तो बघा!”

पुन्हा ख्ख्या ख्ख्या ख्ख्या!

आणि यानंतर सगळं वर्णन ऐकून सगळ्यांची हसून हसून पुरेवाट झाली!!

दुसऱ्या दिवशी त्याने गोळवलकर गुरुजींशी भेट याचे वर्णन केले. आक्कानं ते ऐकून त्याला एकट्याला आतून एक लाडू आणून खायला दिला.

त्या दिवसा पासून राहूल आणि वक्तृत्व हे समीकरण दृढ झालं!

राहूलनं अनेक मोठ्या मोठ्या वक्तृत्व स्पर्धांतून अनेक बक्षिसं मिळवली. अगदी राज्यस्तरीय पण! बाबा त्याला एकदाच मार्गदर्शन करत. त्यानंतर तो आणि मी! आणि मग त्यानंतर मी त्याच्या मागे लागायचो...

“एकदा म्हणून दाखव रे!”

मग तो उभा रहायचा. मला त्यातली नेमकी चूक कळायची मी ती त्याला सांगायचो. पुन्हा त्याला ते भाषण करायला लावायचो.

पुढे पुढे अशा प्रसंगी, तोच मला म्हणायचा, “दादा, तू एकदा बघ ना रे!”

आम्ही प्रौढ झाल्यावर पण जेंव्हा जेंव्हा कधी कुणाशी कुठे तरी बोलण्याचा प्रसंग आला, तर मी सरळ राहूललाच बोलायला लावतो.

याला नाळ म्हणतात!

२४. जांभूळ आख्यान आणि उगार

आम्ही ऐनापूरला जाऊ, तेंव्हा सोडायला कोणीतरी येत असे, किंवा प्रवासाचे पहिले तिकीट काढून देऊन पुढचे आवश्यक इतकेच पैसे आमच्याकडे दिलेले असत! आमच्याकडे जादाचा एक नवा पैसा सुद्धा नसायचा. तशी पद्धत आणि आवश्यकता पण नव्हती!

एका सुट्टीतली कथा......उन्हाळयाचे दिवस! एके दिवशी बाजार भरलेला! रस्त्यावर सगळे विक्रेते आपापले दुकान मांडून बसलेले. मी आणि माधुरी कुठेतरी बाहेर गेलो होतो. (अनेकदा आम्ही दोघे एकत्र असत असू. राहूल आणि राजा यांचा डाव वेगळाच असायचा!). आम्हाला दोघांनाही विकायला आलेली जांभळं दिसली. अगदी टपोरी! आणि आम्ही एकमेकांना म्हणालो, `जांभळं खायला पाहिजेत बघ!`

घरी आलो. या दोघांना जांभळाची कहाणी सांगितली.

हे दोघेही काहीही शिक्रेट प्लॅन करायचा असेल, तर मागच्या पडवीत जात!

ते गेले. मी आणि माधुरीने एकमेकांना नजरेनेच सांगितले की दोघांचे काहीतरी शिजते आहे!

पाचच मिनिटात ते हजर!

“दादा, माधुरी, चला आमच्या बरोबर... भरपूर जांभळं खाऊ या!”

“अरे, पण पैसे कुठयात आपल्याकडे?”

“कशाला पायजेत? चला तुम्ही!”

मी आणि माधुरीनं एकमेकांकडे पाहिलं. यांचा काहीतरी गनिमी कावा आहे हे ओळखलं!

माधुरीनं मला हाताच्या बोटांची माफक हालचाल करत `तू जा! इस कांड में मैं शामिल नहीं हुंगी!` असं खुणावलं.

मला तर यांच्या गनिमीच काय... पण सर्व काव्यांबद्दल प्रचंड आकर्षण होतं. कारण ते त्यांना सुचायचं, आणि ते करून दाखवायचे. आणि त्यातून आनंद निर्माण व्हायचा! माझा तो स्वभाव नव्हता! पण मला ते आवडायचं!

दोघेही घरच्या कपड्यातच बाहेर पडले. पायात चप्पल नाही. दोघेही माझ्यापेक्षा उंच. तरा तरा चालू लागले. मागे मी आहे की नाही, हे तपासत पुढे चाललेले. जांभळाचा ढीग दिसल्यावर थांबले. दोघांनाही शून्य कन्नड! तरीपण... “येनू? यष्टद्रू जांभलागी?” काय पण! मग तो काय तरी बोलायचा. याना काहीही कळायचे नाही. पण तो चारेक जांभळं हातावर ठेवायचा. ती जांभळं ते खायचे. मागे उभे असलेल्या मला पुढे करायचे आणि त्याला बोलायचे, “हं...हं...ईल्ले” तो माझ्या हातावर पण चारेक जांभळं ठेवी.

मी खाई पर्यंत हे दोघे माझ्याकडे बघत रहात. हे दोघेच काय... तो विक्रेता पण बघत राही. माझ्या तोंडातून शेवटची बी बाहेर पडायच्या आत हे दोघेपण माझ्याकडे बघून तोंड वाकडं करून हात नकारार्थी हलवून तेच तोंड विक्रेत्याकडे वळवायचे! म्हणजे `आमचं काय नाही, दादाला जांभळं आवडलेली नाहीत!` असं सुचवून ते पुढे जायचे!

आता प्रश्न असा असायचा की, इथे जांभळांना हाताळल्यामुळे बोटं जांभळी व्हायची. मग पुढच्या जांभूळवाल्याकडे कसे जाणार?

मग हे दोघे समोर असलेल्या व्यक्तीच्या सदऱ्याच्या पाठीवर हात पुसायचे आणि म्हणायचे... "लगू... लगू." म्हणजे लौकर...लौकर...!

हात साफ! आणि दुसऱ्या जांभळांवर चढाई करायला तय्यार!

एक लक्षात घ्या, जांभळं यांनी कधीच मागितली नाहीत. `ते` देत होते.

एकदा उगारला बाबांचे व्याख्यान होते. न्यायला त्या साखर कारखान्याची जीप येणार होती. मग बाबांच्या सोबत आम्ही पण जायचे ठरवले. जीप आली. न्यायला आलेला माणूस घरात प्रवेश करता झाला. आणि तो तिथेच बाबांची मुलाखत घेऊन हातातल्या पेन्सिलीने टिपणे काढायला लागला. त्याला बहुतेक बाबांची ओळख करून देण्याचे काम सोपवलेले होते.

आम्ही तयार झालो, आणि त्याला पाहिले. गिड्डा, काळा, डोळ्यांवर जाड भिंगाचा चष्मा, खडबडीत चेहेरा, त्याच्या भुवया तर एवढ्या जाड होत्या

की त्या तो कंगव्यानं विंचरत असेल. गळ्यात शबनम. आम्ही जाऊन जीप मधे बसलो. जीप रस्त्याला लागली तरी हा जाड भुवई विंचव्या टिपणं काढतच होता. ऐनापूर उगार रस्ता म्हणजे खड्डे आणि दगड धोंडे! जीप उड्या मारतच चालत होती. जीपनं उडी मारली, की त्याची पेन्सिल पण उडून पडायची. खाली वाकून तो उचलायचा! पुन्हा पडायची. पुन्हा उचलायचा. एकदा तर पेन्सिल त्याच्या नाकात गेली.

इथे मात्र राहूल आणि राजाचे हास्याचे बांध फुटले. उगारला त्यांच्या बंगल्यावर बाहेरच्या हॉल मधे सोफ्यावर बसलो होतो. तिथे पण हा भुवई विंचव्या आला. हातात चहाचा कप होता. ही दोघं हसताना तोंडातल्या चहाची फुर्र्कन चूळ भरायला लागली. थोडा बाबांच्या अंगावर पडला.

आणि त्यांना पण हसू आवरेना.

घरी परत आल्यावर "या पोरांना कुठं न्यायची सोय नाही" एवढंच बाबा बोलले.

गम्मत अशी की, आमच्या चौघांचेही स्वभाव भिन्न होते.(एकत्र असणाऱ्या अनेकांचेही असेच भिन्न असतात). पण कधीही आमच्यात मतभिन्नता, रुसवे फुगवे, भांडण, मनात अढी... असे कधीही घडले नाही. एकदाही नाही. एकमेकांच्या चेष्टा अफाट चालायच्या. पण एकमेकां बद्दलचं प्रेम हे त्यापेक्षा शंभरपट होतं.

हे असं तेंव्हाच घडतं, जेंव्हा निरपेक्ष वृत्तीने एकत्रीकरण असतं!

\`अपेक्षा\` ही नात्यांतल्या वितुष्टाची जननी आहे.

हे आम्हाला आमच्या आधीच्या पिढीनं दिलं.

दिवाळीच्या सुट्टीत बहुतेकदा आम्ही चौघेच फक्त असत असू. पण उन्हाळ्याच्या सुट्टीत परिवारातले अनेक जण असायचे. ते पण काही दिवसांनी निघून गेल्यावर पुन्हा आम्ही चौघेच असत असू. त्यात अनेकदा माझे आई बाबा सोबत असायचे. निम्मी सुट्टी आम्ही ऐनापूरला योजायचो. आणि राहिलेली निम्मी माझ्या आजोळी म्हणजे मुरगूडला!

२५. पट सोंगट्यांचा डाव

तर, उन्हाळयाच्या सुट्टीत अनेकजण जमत असत.

आम्ही वारणानगरहून ऐनापूरला जाण्यासाठी कोल्हापूरला जायचोच. मग काही वेळा तात्याकाका, उर्मिला काकू, नि त्यांची मुले...कविता आणि राम यांतील कोणीतरी सोबत यायचे. मुंबईहून कमा आत्या, तिची मुले स्वप्ना, सत्यजित यायचे. आप्पाकाका, मंगला काकू, त्यांची मुले राणी, विना, विवेक, वैशू यायचे. प्रेमा आत्या, नानाकाका हे सगळे यायचे.

माझी सगळीच चुलत/आत्ये भावंडं आमच्या पेक्षा बरीच लहान होती.

राम तर माझ्यापेक्षा दहा वर्षांनी लहान! त्यामुळे त्याला आणि कविताला आम्ही त्यावेळी बाळाप्रमाणेच सांभाळायचो.

राम बुद्धिमान, पण अत्यंत धडपड्या होता. चालता चालता कुठे तरी धडकायचा!

ऐनापूरच्या सोप्यात एक दोरीचा झोपाळा बांधलेला होता. राम दुसरी तिसरीत असेल.

त्यानं झोपाळयाला एवढी गती दिली की, वरती छताला टेकून `ढप्पा`!

मग रडारडी.... प्रथमोपचार वगैरे! कविता त्याला सतत ताब्यात ठेवायची. `हे करू नको, ते करू नको...इकडे जाऊ नको, तिकडे जाऊ नको` वगैरे. तो पण तिचे ऐकायचा. जरा मोठा झाल्यावर तेही आपसूकच बंद झालं!

तीन चार वर्षांतून एकदा किंवा काही निमित्ताने संपूर्ण तोरो परिवार ऐनापुरात जमायचा. तीसेक माणसं असायची. आणि हे बहुदा उन्हाळयात घडायचे.

तेंव्हा वीजच अत्यल्प होती, त्यामुळे पंखे वगैरे तर नसायचेच!

बाहेरचा मुख्य दरवाजा रात्री बंद असायचा, आणि घरात प्रवेश करण्याचा दरवाजा रात्रभर वारा यावा म्हणून उघडा असायचा. त्या वाऱ्याच्या पट्ट्यात सगळयांना आपले अंथरुण हवे असायचे. अंथरुण म्हणजे एक सतरंजी, आणि त्यावर एक बेडशीट. पांघरायला काही असेलच असे नाही! डोक्याखाली उशांची मात्र पंचाईत व्हायची.

धाकटी भावंडं उशा लपवून ठेवणे, पळवणे, झोपल्यानंतर हळूच डोक्याखालून काढून घेणे वगैरे प्रकार करायचे. आम्ही (वरिष्ठ गट) आपले टॉवेल्स, एक दोन चड्ड्या उशीखाली घेत असू.

एकदा असाच सर्व परिवार जमला होता. ऐनापूर पासून सुमारे १२ कि.मी. वर आमचे कुलदैवत म्हणजे मंगसुळीचा खंडोबा. तिथे बैलगाडीतून जाण्याचे ठरले. दोन बैलगाड्या केल्या. आणि काही दुचाकी होत्या. एक बैलगाडी आप्पाकाका चालवत होते. खडकाळ रस्त्यावर बैलगाडीतून १२ कि.मी. चा प्रवास आमची सगळी हाडे खिळखिळीत करून गेला. पण त्यात सुद्धा आम्ही मज्जा केली.

ज्या वेळी वीस पंचवीस नातलग ऐनापुरात जमत, तेंव्हा रात्री `पट सोंगट्या` हा खेळ ठरलेला असे.

सर्व जेवण खाण जरा लवकरच आवरलं जाई. सगळी अंथरुणं तयार होत. बारक्यांना झोपवलं जाई. त्याकाळी बारके म्हणजे राम, कविता, सविता, कांची, सत्यजित, विवेक, वैशू वगैरे...

खेळ चालू झाल्यावर जो दंगा उसळायचा, तेंव्हा हे रडत जागे व्हायचे. मग मी, राहूल, माधुरी, राजा एकेकाचा ताबा घ्यायचो. त्यांना कडेवर घेऊन अंगणातून फिरवून आणायचो. आणि अंथरुणावर ठेवायचो.

कधी कधी त्यांना फिरवताना आतून हाक यायची... 'मिलिंदा, तुझा डाव आलाय रे! ये!'

महाभारतातील जे द्यूत होते, तो खेळ 'पट सोंगट्या' म्हणून खेळला जातो. सर्व राज्यांत खेळला जातो. नियम थोडेसे भिन्न असतात. पण आमच्या घरी सोंगट्या खेळणे हे चालायचेच. जसे सापशिडीत ठोकळे वापरले जातात, तसे या खेळात कवड्या (बोटाच्या पेराएवढे शंख) हे वापरले जातात. ते उडवल्यावर एकतर उताणे (म्हणजे शंखाची भेग दाखवणारी अवस्था) किंवा पालथे (कासवाच्या पाठीसारखे) पडते.

हातात दहा कवड्या घ्यायच्या. चोळायच्या. आणि फेकायच्या. नऊ पालथ्या आणि एकच उपडी पडली तरच त्याला 'दहा' म्हणत! म्हणजे आता त्याला डावात प्रवेश! ज्याला दहा मिळत नसत, त्याला डावात प्रवेशच मिळायचा नाही. डावात आपला प्रवेश होण्यासाठी, 'दहा पडणे' ही पात्रता सिद्ध करावी लागे.

ज्यांना दहा मिळायचे, त्यांच्या सोंगट्या पटावर पुढे आक्रमित व्हायच्या.

आम्हा मुलांना या सोंगट्या पुढे कशा जातात, किंवा, मधल्या इतर शत्रू पक्षातील सोंगट्याना कशा मारतात, हे अजिब्बात माहिती नव्हते. अजूनही माहिती नाही.

आम्हा मुलांच्या दृष्टीने आपले दहा पडले, आणि आपण आता या डावात आहोत, हेच आनंददायक होते.

आमच्यात दोन संघ प्रतिस्पर्धी असत. पुरुष विरुद्ध महिला.

आम्हां मुलांच्यात पण आमच्या सगळया बहिणी विरुद्ध पक्षात असत. आमच्यावर जीवापाड प्रेम करणाऱ्या आमच्या सगळयांच्या आया, काकवा, आत्या, खुद्द आक्का, कुंदा आत्या, वगैरे पण सगळया जणी आमच्या विरोधी पक्षात असत.

आणि आम्हाला धाकात ठेवणारे आमचे सगळयांचे बाबाज, काकाज, हे सगळे आमच्या पक्षात असत. हा एकच दुर्मिळ प्रसंग असायचा, की आमचा पक्ष आमच्या हातून काही छान घडले तर आमचे फारच लाड करायचा.

(इतर वेळी काही काही वेळी आमच्या यशा बद्दल त्यांनी केलेले कौतुक हे - `हं हं...` असे स्मित हास्य करण्यापुरतेच असे. म्हणजे एखादी उशिरा सुटणारी गाडी फलाटाला लागल्यावर `कोल्लापुरर्र - कंकवली.... कोल्लापुरर्र - कंकवली गाडी फलाट क्रमांक १२ वर लागली हाये!` हे जितक्या आनंदाने तो कर्मचारी सांगत असेल, तितक्याच निर्विकार आनंदाने, ते आमच्या यशा बद्दल हं...हं...म्हणायचे...... पण कधी

कधी मात्र त्यांना अत्यंत आनंद होत असे. ते आमच्या यशाचं कौतुक इतरांच्यापुढे खूप आनंदाने आणि अभिमानाने सांगत. पण कदाचित त्यावेळच्या परंपरेनुसार ते आम्हाला फार झाडावर चढवत नसत.)

हे आमच्या पक्षाचं ठीक आहे. पण आम्हां सगळ्या मुलांना त्यावेळी असा प्रश्न पडायचा की समोरच्या पक्षात तर सगळ्याजणी, ज्यांचे आम्ही लाडुले आहोत! त्या हरल्या, तर आम्ही आनंद कसा मानायचा?

वातावरण असं असायचं की असले विचार मनातून हाकलून टाकायला लागायचे.

खेळ पे ध्यान दो भैय्या! बाकी कुछ मत सोचो!

या खेळातून आम्ही काय काय धडे घेतले, ते मी जरा नंतर सांगीन. पण आता पुन्हा जरा जो खेळ चालला होता, तिकडे परत जाऊ.

तर....

पट - सोंगट्या.... एका डावाचे वर्णन करतो...

आमच्या पक्षात दहा पैकी ७ जणांना दहा पडून त्यांचे हात लागले होते. म्हणजे ते आता प्रत्यक्ष खेळात सहभागी होऊ शकत होते.

विरोधी पक्षातही काही समस्या निर्माण झाल्या होत्या.

आणि त्या समस्यांच्या निवारणासाठी प्रेमा आत्या, कुंदा आत्या या दोघीजणी बाहेर अंगणात येऊन तुळशी वृन्दावनाला हात जोडून २१ प्रदक्षिणा घालून यायच्या.

कधी कधी वृंदावनाच्या खालच्या कोनाड्यात दीप प्रज्वलन पण करायच्या.

(त्यानंतर त्यांना यश मिळाले की नाही याचा माझा अभ्यास नाही. पण, तुळशीला देव मानून, तिच्यावर श्रद्धा ठेवून तिला काही मागणे, ही श्रद्धा त्या वेळी आमच्या मनात रुजली.)

पटावरच्या सोंगट्या हलवताना विरोधी पक्षाची एखादी सोंगटी मारण्याचा प्रयत्न असे. त्याला `तोड झाली` असे म्हणत. तोड झाली की एकदम दंगा उसळे. बऱ्याचदा भांडणंच होत. या भांडणात विरोधी पक्षाचे प्रथितयश खेळाडू म्हणजे प्रेमा आत्या, कुंदा आत्या, आणि आक्का. आमच्या पक्षातले म्हणजे, आप्पाकाका, नानाकाका.

डोळे लाल होईपर्यंत वाद चाले. मग तात्याकाका मध्यस्थी करत. ते सगळ्यांना शांत करून आपली बाजू थोडी नमती घेत. त्याला आप्पाकाका विरोध करत. खेळातून ढीस झाल्याचा अविर्भाव करून उठायला लागत. त्यावेळी विरोधी पक्ष टाळ्या वाजवून `घाबरून पळाले...` अशा अर्थाचे काहीतरी बोलत. मग नानाकाका आप्पाकाकांचा पाय खेचून खाली बसवत. तात्याकाकांच्या या निर्णयावर दोघांचा चडफडाट चालू असे. बारीक आवाजात तो व्यक्त होई. इकडे विरोधी पक्ष आमच्या पक्षाने

एक पाऊल मागे घेतल्याने झालेल्या आनंदाचे हास्य चित्कार टाकत असत. दोन तीन डाव पुढे झाल्यावर आमच्या एकाच चालीत विरोधी पक्षाच्या दोन तीन सोंगट्या मारल्या जात.

आप्पाकाका तोंडात बोटं घालून दीर्घ शिट्टी वाजवत. नानाकाका आमच्या सकट सर्वांना टाळ्या देऊन झिम्मा खेळत. तात्याकाका शांतपणे सुतकी चेहेऱ्याने पटाकडे पहात रहात.

विरोधी पक्ष अचंबित होऊन `हे असे कसे अचानक झाले?` या विचाराने त्रस्त होऊन एकमेकांकडे पहात राही.

आणि अचानक सुमा आत्याच्या लक्षात येई की, मगाशी तात्याकाकांनी जी माघार घेतली, ती या साठी होती! त्यांनी याचा अंदाज बांधला होता, की त्यांच्या सोंगट्याना अधिक गती देऊन कुठल्या स्थानावर आणावे, म्हणजे आपण त्यांना पुढील काही चालींत मारू शकू!

मग सुमा आत्या प्रेमाआत्याच्या कानात हा तात्याकाकांचा डाव सांगे. मग ते पसरे. सगळयाजणी तात्याकाकांवर नजर रोखून म्हणत, “तात्या, काय रे! तुला आम्ही काय समजत होतो....आणि तू हे काय केलास रे?”

यावर तात्याकाका शांतपणे उत्तर देत... “आमची चाल तुम्हाला मान्य नव्हती. आम्ही माघार घेतली. त्या चालीला तुम्ही अत्यानंदाने संमती दिली. लांबडे लांबडे हात करून जाऊ दे जाऊ दे म्हणालात. मग आता कशाला पश्चाताप करता?”

यावर त्यांच्याकडे उत्तर नसे.

सगळयाजणी तोंडाला पदर लावून बसत.

खेळ पुढे सरके. पण दोन्ही पक्षांचे यावरचे थट्टेखोर भाष्य ऐकण्यासारखे असे.

आप्पाकाका: - (आक्काकडे बघून) आक्का, सवाई माधवरावांच्या धूर्त चाली तात्या खेळणार, हे तुला आधीच कसं काय गं कळलं? आणि तू तात्याचं नाव माधव ठेवलीस?

आक्का: तू गप खेळ. तू काय संत होणार म्हणून तुझं नाव वसंत ठेवलं का काय?

यावर आप्पाकाका रुसल्याचा अभिनय करत. आणि दोन्ही पक्षांत हास्याचा खकाणा उडे.

रात्रीचे दोन वाजत. तरीही हार जीतचा निर्णय दृष्टीक्षेपात पण नसे. आणि दंगा मात्र चालूच असे.

मग बाबा आडवे पडलेल्या अवस्थेत मोठ्यांदा म्हणत....

`आवरा रे आता! सकाळ उठून सगळयांना कामं आहेत!` हे ऐकल्यावर सगळे जरा चिडीचूप होत. पण फक्त पाचच मिनीटं!

नंतर पुन्हा ये रे माझ्या मागल्या! पण आता मात्र जर जास्त आवाज झाला तर तोंडावर बोट ठेवून श्शशू असे करण्यात येई.

पण दंगा चालूच रहात असे. या खेळाचा निर्णायक शेवट हा फक्त काही वेळाच झालाय.

'अनिर्णित' मात्र अनेकदा!

पण दुसऱ्या दिवशी सगळे भाऊ बहिणी अगदी एकमेकांच्या प्रेमात!

या निमित्ताने आमच्या मनात रुजले गेलेले विचार म्हणजे.....

कोणताही स्पर्धक आपला शत्रू नसतो. पण स्पर्धा मात्र जोशाने आणि त्वेषाने करायची.

विरोधी पक्ष तेंव्हाच चुका करू शकतो, जेंव्हा तो तात्विक आणि धोरणात्मक दृष्ट्या विचारच करू शकत नाही. आणि अशी अवस्था येते, जेंव्हा ते तत्व आणि धोरणांपेक्षा भावनांशी जुळले जातात. आणि मग विरोधकांना हरवायचे असेल तर त्यांना भावनिक करणे हा एक उपाय असू शकतो.

आपल्या संघात किमान एक तरी उमेदवार असा असायला हवा की, जो विरोधकांची पुढची पावले ओळखून त्यापुढची खेळी खेळेल.

असे अनेक बाळकडू आम्हाला त्यातून मिळत असत.

यापुढे तिसऱ्या दिवशी सुमा आत्या राजा, माधुरी, मेधाला घेऊन जतला जाणार होती.

ऐनापूरचे पेढे अतिशय उत्तम. अत्यंत प्रसिद्ध!

दुसऱ्या दिवशी सुमा आत्याने कुणा कुणाला द्यायला म्हणून पेढ्यांचे बॉक्स घरी आणून ठेवले होते. ते आतल्या माजघरातल्या एका कप्प्यात ठेवताना मी आणि नानाकाकांनी पाहिले होते.

तर, सुमा आत्या जायच्या आदल्या दिवशी रात्रीच्या जेवणानंतर हा खेळ मांडला. बारक्याना झोपवलं. आणि स्त्रिया विरुद्ध पुरुष असे दोन संघ नेहेमी प्रमाणे तयार झाले.

आमची चौकडी दिवसा कवड्या घेऊन त्या कशा उधळल्या की किती पडतात, यावर संशोधन करत असे. पण या संशोधनात फार काही मजा येत नसे. पण तसे करताना या संबंधी आमचे ज्ञान वाढवावे या हेतूने अनेक वरिष्ठ लोक हळूच काही वेळा साठी इतरांच्या दृष्टीस न पडावे अशा प्रकारे समाविष्ट होत. कुणी सांगे, हातावर एक पालथी आणि बाकी उघड्या असे ठेवायचे. आणि उंच उधळायचे. नक्की दहा पडतात!

आमच्यातल्या दोन जहाल पक्षवादींचा विश्वास फक्त प्रात्यक्षिकावरच होता! ते दहा कसे पाडायचे, हे वरिष्ठ पिढीतील कुणालाही सिद्ध करता यायचे नाही. आणि मग हा जहाल पक्ष त्यांच्या पुढेच हसून हसून लोळायचा. ते बघून आम्ही काय गप्प बसणार? आम्ही पण गदगदून हसायचो. पण माधुरी अशा वेळी उठून निघून जायची! तिथे मेधा असेल तर मात्र तिला (छोटी होती) आमच्या कडे बघूनच हसू यायचं!

पण त्या दिवशी मात्र आमचा संघ जरा जोरातच होता. आमच्या सगळ्या भिडूंचे दहा पडले होते.

विरोधींचे काही भिडू अजूनही दहाच्या प्रतीक्षेत होते.

आमच्या पक्षाच्या सोंगट्यांच्या चालींचा वेग अर्थातच अधिक होता.

आणि विरोधकांची पहिली सोंगटी रात्री दीड वाजता आम्ही मारली. आणि त्याच चालीने त्यांच्या सलग पुढच्या तीन सोंगट्या मारल्या.

`जितं मया! जितं मया!` आमचा जल्लोष सुरु झाला.

आमच्यातील काही भांगडा करू लागले. आमचे जहाल भिडू तर कॅब्रे करायचे बाकी होते.

आणि.... आणि....

मला नाना काकांनी डोळ्यांनी खूण केली. मी आतल्या माजघरात गेलो. सुमा आत्याने ठेवलेले पेढ्याचे बॉक्स बाहेर आणले. आणि सगळ्यांना पेढे वाटले. सुमा आत्या, राजा, माधुरी हे स्तब्धच!

त्यावेळी राजा सुमा आत्या कडे बघून म्हणाला, “आई sss... पेढे ssss”

त्याचे त्यावेळचे डोळे, आणि आवाज मला अजूनही जसाच्या तस्सा लक्षात आहे.

आत्या मात्र शांत होती. सगळे पेढ्यांचे बॉक्स संपवले होते.

खोचीकरांना `देण्यासाठी` आणलेले पेढे सगळे संपवले होते.

अशी गम्मत असायची!

सकाळी सुमारे ९ वाजता ते ऐनापूर सोडणार होते.

नाना काकांनी मला पैसे देऊन त्या पेढेवाल्याकडे पाठवले, आणि काल वाटलेले सगळे पेढ्यांचे बॉक्सेस आणवून सुमा आत्याला दिले.

कोणी गावाला चाललं, तर आमची अख्खी वरात स्टॅण्डवर पोचवायला जायची. कुठलीही बस ऐनापुरातून सुटायची नाही. सगळ्या बाहेरून यायच्या. आणि एकही बस कुणाच्याच गावाला थेट जाणारी नव्हती. म्हणजे, कोल्हापूर, जत, जमखिंडी वगैरे. मग कुणाला उगार, कुणाला अथणी, कुणाला कुडची, असे मजल दर मजल करतच जावे लागायचे. त्यामुळे प्रवास सकाळीच सुरु करावा लागे.

मग संध्याकाळी......

"पोचले असतील बघ",

"पेढ्यांचे तुकडे नाही झाले म्हणजे मिळवलं!",

"संध्याकाळी पोचल्या बरोब्बर सुमाला पहिले चूल पेटवायला लागणार!"

अशा आमच्या संवादांनी गावी गेलेल्या सुहृदांच्या आठवणी तेवत रहायच्या.

ज्या आमच्या पुढच्या भेटीच्या अनामिक ओढीला कारणीभूत असायच्या!

नातं कुठलंही असो.... रक्ताचं, मैत्रीचं, शेजारपणाचं, सहाध्यायी स्वरूपाचं, गुरु शिष्याचं.... वगैरे वगैरे....

जिथे पुनर्भेटीची ओढ सतत जीवित असते, ते नातं चिरकाल टिकतं.

नात्यासाठी `आसक्ती` आवश्यक असते.

आणि, कधीही सक्तीने आसक्ती निर्माण होत नसते.

अधून मधून आम्ही जुगुळाला (बाबांच्या आजोळी) जात असू. तिथे त्याकाळी बाबांची आज्जी (म्हणजे माझी पणजी), मल्हारी मामा, मामी, हे तर असंतच! पण त्यांची काही अपत्ये पण असत. ममता, लता आणि सविता. या तिघीही नात्याने माझ्या आत्या लागत होत्या. पण सगळ्या माझ्यापेक्षा खूपच लहान होत्या. सविता तर नंतरच जन्मली. मल्हारी मामांची मुले (माझे मामे काका) तर माझ्या लग्नात सातवी आठवीत होती. त्यांच्याशी आमचे छान जुळत होते. मामांची थोरली कन्या `ममता` ही मात्र आम्ही तिथे जाऊ तेंव्हा तिथे नसायचीच! त्यामुळे तिला आम्ही बहुदा तिच्या लग्नातच बघितले!

त्याच वेळी तिथे बाबांच्या ज्या मावश्या आणि त्यांची मुले यायची, त्यांच्याशी संबंध जुळायचे.

पण आम्ही जेंव्हा जायचो, तेंव्हा बाबांची सर्वात धाकटी मावशी - सुधा मावशी तिथे असायची. आणि तिची दोन अपत्ये - साधना आणि शिरीष. सुधा मावशी म्हणजे एक हास्य कारंजा होता! अत्यंत दिलखुलास स्वभाव

होता तिचा! आणि ती तात्याकाकांच्या वयोगटातली होती. त्यामुळे तिचे आमच्या परिवाराशी संबंध दृढ होते. तिच्याकडे अनेक विनोदी किस्से असायचे. आणि ती ते अशी सांगायची की, समोरचा हसून हसून लोळलाच पाहिजे!

आपल्या दृष्टीने एखादी सामान्य घटना असेल, तरी ती तिचे हास्यात रूपांतर करायची.

तिला हसायचं वरदान होतं. त्यामुळे सुधा मावशी आमच्या सगळयांच्याच आवडती होती. आमच्या सर्व कार्यक्रमात ती नुसती हजर नव्हे, तर सक्रीय असायची. पण ती आली, की तिच्या भोवती श्रोत्यांचा गराडाच पडायचा! चार ओळींची आठवण पण ती अर्धा तास रंगवून सांगत असे. माझ्या लग्नात (१९८८) ती आमच्या घरी तीन चार दिवस मुक्कामाला होती. साहजिकच साधना आणि शिरीष यांच्याशी आमचे नाते जुळले गेले.

२६. धाकट्या भावंडांच्या उनाडक्या:

मी बहुतेक आठवीला गेलो, तेंव्हा अंगणात संडास बांधला. तोवर जुगुळाच्या मामांच्या सल्ल्यानुसार अंगणात एक बाग पण तयार झाली होती. अंगणात एक नळ पण आला होता. त्याला अधून मधून पाणी यायचे.

स्वयंपाकाचा गॅस आला. छतावर पंखा बसला.

स्वयंपाकघरात काही स्टीलची भांडी आली. बऱ्याच सुधारणा झाल्या.

पण दळण मात्र घरच्या जात्यावरच दळलं जायचं!

सुट्टीत सगळे जमले की दिवसभराच्या आमच्या दंग्याने मोठे लोक वैतागायचे. उन्हं उतरली की बाहेर पिटाळायचे. संध्याकाळी तळयावर जायचे, कधी सिद्धेश्वरला, कधी नदीवर, कधी उगाचच बाहेर पडून रस्त्यावरच डाव मांडायचो. आमच्या डावात मुख्य खेळाडूंपेक्षा लिंबूटिम्बूच जास्त होते.

राम, सत्यजित, विवेक हे साधारण एका वयाचे होते. बिपीन थोडासाच लहान होता.

कविता, सविता, कांची यापण यांच्याच वयोगटातल्या होत्या.

ते चौथी पाचवीत असतानाची गोष्ट....

सगळे एकदा अंघोळीला देशपांडेंकडे गेले. जाताना त्यांच्या आयांनी किंवा तायांनी/दादांनी टॉवेल, आणि अंघोळी नंतरचे कोरडे कपडे यांच्या मूळकुट्या करून दिलेल्या. घातलेले कपडे धुवायला इकडे आणायचे, हे बजावून सांगितलेले!

जाताना उत्साहाने उड्या मारत गेले!

त्यांची न्हाणी पण एक मोठा हॉलच होता. फक्त गरम पाणी न्हाणी बाहेरून गरम हंड्यातून आणावे लागे.

गमजा म्हणून सगळ्या बालकांनी एकत्र अंघोळ करायची ठरवले.

पहिल्यांदा सगळ्या बालिका गेल्या.

नंतर या बालकांची पाळी!

राम, सत्यजित, विवेक, आणि बिपीन! आमच्या चौकडी नंतर आता या चौकडीचे कारनामे चालू होणार होते.

तर आता ते चौघे गेले अंघोळीला.

एकमेकांवर पाणी उडवणे वगैरे चेष्टा चालू होत्या. रामच्या बदलीतले पाणी संपले. तो बाहेर गरम पाणी आणायला गेला. तर या आतल्या तीन पट्ठ्यानी दरवाजा जो बंद केला, तो उघडलाच नाही. यातला मास्टर माईंड होता सत्यजित. (कमा आत्याचा मुलगा)

राम ओलेता होता. गरम पाणी घेऊन आलेला होता. आणि ही पोरं दरवाजाच उघडेनात!

आतून त्यांचा खी...खी...खी...खी... असा खिदळण्याचा आवाज!

राम भी कुछ काम नहीं था!

रामने आपले कपडे बदलले, आणि त्या तिघांचे पण बाहेर जे कोरडे कपडे होते, ते घेऊन निमूटपणे घरी आला.

भरपूर उनाडक्या करून हे आतले तिघे बाहेर आले.

येऊन बघतायत तर त्यांचे कपडे गायब! अंग पुसायला टॉवेल पण नव्हता. भरपूर शोधले. आणि झालेल्या फजिती बद्दल देशपांडे तर सोडाच, पण छोट्या बहिणींना पण सांगणे अपमानास्पद होते. आता दुसरा उपायच नव्हता!

तसेच उघड्या अंगाने, ओलेत्याने भर रस्त्यावरून वरात काढून घरी आले.

बाहेरच सगळे काका लोक्स बसलेले होते. सवाल जबाब झाले.

खोडी काढलेली या तिघांनी!

पण ओरडा बसला रामला!

याच दरम्यान सगळे जमलेत म्हणून एकदा कुठल्यातरी पूजे निमित्य प्रसादाचा बेत होता.

घरच्या व्यतिरिक्त बाहेरचे पण अनेक सगे सोयरे प्रसादाला येणार होते.

त्यासाठी गव्हाची `हुग्गी` हा प्रमुख गोड पदार्थ होता. हुग्गी म्हणजे खीर.

ती एका हंड्यात शिजवावी लागते. ते सतत हलवावं लागतं. आणि ते सोवळयात करावं लागतं! मागच्या पडवीत विटा रचून एक मोठं चुल्हाण तयार केलं. खाली लाकडं पेटवून हंडा शिजवायला लावला.

पण त्या वर आक्काने माझी नियुक्ती केली.

मी सकाळी शुचिर्भूत होऊन तिथे उभा राहिलो. सोवळयात!

पण मधेच माझे सवंगडी राहूल, राजा, माधुरी, मेधा यायचे. आजूबाजूला बागडायचे.

आपला सवंगडी असा सोवळयात असलेला त्यांना पचनी पडत नव्हतं!

हुग्गीचा दरवळही स्वस्थ बसू देत नव्हता. जवळ येऊन उगाचच हंड्यात डोकावून बघायचे. मी हाताच्या इशाऱ्यानेच "लांब.... लांब..." म्हणून ओरडायचो.

शेजारीच द्रोण होते. मीच त्यातला एक द्रोण घेतला आणि त्यात हुग्गी ओतून "जरा गार करून प्या "असं म्हणून त्यांच्या हातात दिली.

चार द्रोण हुग्गी तर इथेच संपली. आमच्या चमूने मग बाहेरच्या चिल्ल्या पिल्ल्याना पण पडवीत बोलावून गुपित ठेवण्याच्या शपथा घालून हुग्गी पाजली. एकही मावळा फितूर झाला नाही.

मी मात्र सोवळ्याशी गद्दारी केली होती. पण ज्यांच्यासाठी ती हुग्गी होती, त्यांना ती आत्ता मिळाली काय, आणि नंतर मिळाली काय...! असं मी माझं समाधान करून घेतलं, आणि गद्दारीचं पाप मनातून काढून टाकलं!

२७. ऐनापूरचं घर - संस्कारांचं विद्यालय

आम्हां भावंडांत सरळ सरळ दोन वयोगट होते. पहिला आमचा चौघांचा, आणि दुसरा सविता, कविता, कांची, विवेक, राम, बिपीन, सत्यजित यांचा. राणी, विना, स्वप्नजा, मेधा हा वयोगट दोन्हीच्या मध्ये होता. आणि तो आमच्याशी जास्त जुळत होता. वैशू हे शेंडेफळ होतं. सगळ्यात लहान!

पण सगळे एकत्र जमले, की कुणालाही आपल्या आया आठवायच्या नाहीत.

माझ्या बहुतेक सर्व छोट्या बहिणींच्या वेण्या मी घालायचो.

या सगळ्यांना न्हाणी मध्ये नेऊन धुवून काढायचे काम राहूल आणि राजा करत. त्यांना अंग पुसून टॉवेलात गुंडाळून ते बाहेर पाठवत. माधुरी त्यांना कपडे चढवायची. पुढचा टप्पा मी पहायचो. कधी कधी आमच्या बदल्याही होतं असत. या समूहात प्रमोद दादा, सुधीर, हरीश ही प्रेमा आत्याची मुलेही असत.

या सगळया बालचमूला संध्याकाळी फिरायला घेऊन जाणं हे आमचं काम असायचं. मग मधेच कुणाचे तरी पाय दुखायला लागायचे, आणि आमच्या समोर हात वर करून उभे रहायचे. मग त्यांची कडेवर घेऊन पालखी घरी आणायची.

खेळताना काही दुखलं खुपलं तर आईकडे न जाता रडवेल्या तोंडानं "दादा, लागलं!" असं म्हणत आमच्याकडे यायचे.

त्यांना जरा लाडानं कुरवाळलं आणि दोन चार मुके घेतले की उड्या मारत पळत जायचे!

नात्याचे धागे असे विणले जात होते!

सारे काही रेशमी धागे होते असे मी मुळीच म्हणत नाही.

रुसवे फुगवे असायचे. पण त्याचे हेव्यादाव्यात कधी रूपांतर झाले नाही.

वादावादी व्हायची, पण त्याचे भांडणात कधी रूपांतर झाले नाही.

दिवसाअंती पुन्हा एकत्र यायचे!

१९८० नंतर आम्ही आमच्या इंजिनीरिंग, मेडिकल अशा संस्थांमध्ये प्रवेश घेतला.

सुट्ट्यांचे गणित जमेनासे झाले, आणि ऐनापूरला जाणे येणे दुर्मिळ झाले.

या घरानं काही पिढ्या पाहिल्या.

श्रीमंती पाहिली. आणि दारिद्र्यही पाहिले.

जन्म पाहिले. आणि मृत्यूही पाहिले.

सन्मान पाहिले. आणि अपमानही पाहिले.

सोहोळे पाहिले. आणि विषण्णताही पाहिली.

विद्वत्ता पाहिली. आणि शिक्षणाची आबाळही पाहिली.

पण या घरानं कधीही कुणापुढे हात पसरले नाहीत!

कधीही कुणाचंही वाईट चिंतलं नाही!

कदाचित हेच पुण्य आम्ही उपभोगतो आहोत.

साऱ्या तोरो परिवाराची नाळ ऐनापूरशी जोडलेली आहे.

सगळं भोगून आणि सोसून थकलं हे घर!

अखेरची घरघर लागली त्याला! तेंव्हा काकांनी काही आवश्यक आणि योग्य ते व्यावहारिक निर्णय घेतले, आणि त्यातून मुक्त झालो. घराच्या भिंतींनीही सुखाने अखेरचा श्वास घेतला.

पण त्या घरात खेळणाऱ्या हवेचा सुगंध अजूनही आम्हां सर्वांच्या मनात दरवळतो आहे.

भिंतींचे दगड सैल झाले, पण आमची नात्याची वीण घट्ट आहे.

भिंती घरामध्ये होत्या, पण नात्यात कधीच आल्या नाहीत!

घराला `घर`पण तेंव्हा प्राप्त होतं, जेंव्हा तिकडे जाण्याची एक अनामिक ओढ मनात उचल खात असते!

घराला 'घर'पण तेंव्हा प्राप्त होतं, जेंव्हा त्यातले कुटुंबीय स्वतःच्या स्वभावाला कुरवाळत बसत नाहीत!

घराला 'घर'पण तेंव्हा प्राप्त होतं, जेंव्हा एकाचा आनंद किंवा दुःख हे सगळयांचं होऊन जाते!

घराला 'घर'पण तेंव्हा प्राप्त होतं, जेंव्हा भावनांना फक्त बांध घातले जातात. त्याच्या भिंती नाहीत उभ्या होत!

आणि जेंव्हा या भावनांच्या भिंती उभ्या रहातात, तेंव्हा त्या घराचे रूपांतर फक्त इमारतीत होते.

आमच्या या घरात बांध पण अस्पष्ट होते. भिंतींचा तर प्रश्नच नाही!

भिंतींपल्याडचं घर होतं ते!

आम्हाला घडवण्यात ऐनापूरच्या घराचा फार मोठा वाटा आहे.

भिंतींपल्याडचं घर!!

23974474R00208